# லஜ்ஜா

## அவமானம்

**தஸ்லிமா நஸ்ரின்**

விருதுகள் பல வென்ற எழுத்தாளர், மனித உரிமைப் போராளி. மத அடிப்படைவாதம் குறித்த தீவிரமான விமர்சனங்கள், பெண்கள் படும் வேதனை குறித்த அழுத்தமான படைப்புகள் ஆகியவற்றுக்காகப் புகழ்பெற்றவர். 1962-ல் பங்களாதேசத்தில் மைமன்சிங் பகுதியில் பிறந்தார். 14 வயதில் எழுத ஆரம்பித்த இவர் முப்பது வயதுக்குள் டாக்காவின் மிக முக்கியமான எழுத்தாளராகப் பரிணமித்திருந்தார். எல்லைகளைக் கடந்து மேற்கு வங்காளத்திலும் இவருடைய படைப்புகள் பெரும் வரவேற்பைப் பெற்றன. 1994-லும் 2000-லும் 'ஆனந்தா விருது' என்ற மதிப்புக்குரிய விருதைப் பெற்றார். 1994-ல் பங்களாதேசத்தில் இருந்து நாடு கடத்தப்பட்ட இவர், இந்தியா, ஐரோப்பா, அமெரிக்கா போன்ற நாடுகளில் வசித்துவருகிறார். கவிதைகள், கட்டுரைகள், நாவல்கள் என முப்பதுக்கும் மேற்பட்ட நூல்கள் எழுதியிருக்கிறார். இவருடைய படைப்புகள் இருபதுக்கும் மேற்பட்ட இந்திய, ஐரோப்பிய மொழிகளில் மொழிபெயர்க்கப்பட்டுள்ளன.

# லஜ்ஜா

### அவமானம்

தஸ்லிமா நஸ்ரின்

தமிழில்: கே.ஜி.ஜவர்லால்

கிழக்கு

லஜ்ஜா: அவமானம்

Lajja: *Avamaanam*

by Taslima Nasrin

This translation first published in Tamil by New Horizon Media
Private Limited © 2013

First Bengali edition published in Bangladesh 1993

Revised and updated edition published by Ananda Publishers Pvt. Ltd. 1993

© Taslima Nasrin 1993

First Edition: December 2013

232 Pages

ISBN: 978-93-5135-158-0

Title No. Kizhakku 746

Kizhakku Pathippagam

177/103, First Floor,

Ambal's Building, Lloyds Road,

Royapettah, Chennai 600 014.

Ph: +91-44-4200-9601

Email : support@nhm.in

Website : www.nhm.in

Cover Image: Shyamal Chakraborti

Kizhakku Pathippagam is an imprint of New Horizon Media Private Limited

**சமர்ப்பணம்**

இந்தியத் துணைக்கண்டத்தினருக்கு

# முன்னுரை

நான் அடிப்படைவாதத்தையும் வகுப்புவாதத்தையும் அறவே வெறுக்கிறேன். அதனால்தான் 1992, டிச, 6-ல் பாபர் மசூதி இடிக்கப் பட்டதும் நடந்த வன்முறைகளை வைத்து லஜ்ஜா நாவலை எழுதினேன். இந்தப் புத்தகத்தை ஏழே நாளில் எழுதி முடித்தேன். பங்களாதேசத்தில் பெரும்பான்மையாக இருக்கும் முஸ்லிம்களால் அங்கு சிறுபான்மையாக இருக்கும் இந்துக்களுக்கு இழைக்கப்பட்ட வன்கொடுமைகளைப் பற்றி இந்த நாவல் பேசுகிறது.

பாபர் மசூதி இடிக்கப்பட்டதைத் தொடர்ந்து எனது தேசத்தில் இந்துக்கள் வேட்டையாடப்பட்ட நிகழ்வு மிகவும் அவமானகரமானது. இந்த அழகான தேசத்தில் இப்படி ஒன்று நிகழ்ந்தது குறித்து இந்தத் தேசத்தை விரும்பும் அனைவருமே வெட்கித் தலைகுனியவேண்டும். 1992-ல் நடந்த அந்த வன்முறைகளுக்கு நாம் எல்லாரும்தான் காரணம். தவறு நம்மீதுதான். நமது கூட்டுத் தோல்வியின் ஆவணமே இந்த நாவல்.

1993-ல் பிப்ரவரியில் லஜ்ஜா வெளியானது. 60000 பிரதிகள் விற்றுத் தீர்ந்த நிலையில், சமூக அமைதிக்குக் கேடு விளைவிப்பதாகக்கூறி அரசு இந்தப் புத்தகத்தைத் தடை செய்தது. செப்டம்பர் மாதம் ஓர் அடிப்படைவாத அமைப்பு எனக்கு எதிராக 'ஃபத்வா' பிறப்பித்தது. எனது உயிருக்கு விலை வைக்கப்பட்டது. என் உயிரைப் பறிக்க வேண்டும் என்ற கோஷங்கள் எழுப்பியபடி டாக்கா தெருக்களில் ஏராளமான ஊர்வலங்கள் அணிவகுத்தன. மத வன்முறை, இனப் படுகொலை ஆகியவற்றுக்கு எதிரான என்னுடைய போராட்டத்தை இவை எதுவுமே துளியும் அசைத்துவிடவில்லை.

30 லட்சம் பேரைப் பலிகொடுத்து பாகிஸ்தானிடமிருந்து சுதந்தரம் பெற்றோம். மதத் தீவிரவாதிகள் நம்மை ஆள்வதற்கு நாம் அனுமதித்தால் அந்த சுதந்தரத்துக்காகச் செய்த தியாகங்கள் வீணாகிப்போய்விடும். இந்த முல்லாக்களை வெற்றிபெற வைத்தால் என்னைக் கொல்வதோடு பங்களாதேசத்தில் எந்தவொரு

முற்போக்கான அம்சமும் இல்லாமல் அழித்தொழித்துவிடுவார்கள். அவர்கள் கைகளில் என் அருமையான தேசம் சிக்கிவிடாமல் தடுக்க வேண்டியது என் கடமை. என் மதிப்பீடுகளை ஆதரிக்கும் நபர்கள் என் உரிமைகளை நான் வென்றெடுக்க நடத்தும் போராட்டத்துக்கு ஆதரவு தரும்படிக் கேட்டுக்கொள்கிறேன்.

மத அடிப்படைவாதம் என்ற நோயானது பங்களாதேசத்தில் மட்டுமே இருப்பதாக எண்ணவேண்டாம். என் உயிருக்கு விடப்பட்டும் எந்த அச்சுறுத்தலுக்கும் நான் பயப்படமாட்டேன். நான் இத்தகைய ஒடுக்குதல்களையும் வன்முறைகளையும் தொடர்ந்து எதிர்த்து எழுதுவேன். மதச் சார்பு இல்லாமல் மனித நேயத்துடன் சிந்திக்கும் அனைவரும் ஒன்று சேர்ந்து இத்தகைய தீய சக்திகளுக்கு எதிராகத் தீவிரமாகப் போராடினால்தான் அவற்றைத் தடுத்து நிறுத்தமுடியும். அதுவரையில் என் எதிர்ப்பை என்றும் நிறுத்திக்கொள்ளவே மாட்டேன்.

இந்த நாவலில் இடம்பெற்றிருக்கும் கதாபாத்திரங்கள் அனைத்தும் என் கற்பனையில் உருவானவையே. உயிருடன் இருக்கும் அல்லது இறந்த நபர்களை அது குறிப்பதாக இருந்தால் அது தற்செயலானதே.

இந்த நாவலில் ஏராளமான வன்முறை நிகழ்வுகள், சரித்திரச் சம்பவங்கள், தரவுகள், புள்ளிவிவரங்கள் ஆகியவற்றைப் பற்றி எழுதியிருக்கிறேன். என்னால் முடிந்த அளவுக்கு அவற்றின் உண்மைத் தன்மையைச் சோதித்துப் பார்த்த பிறகே எழுதியிருக்கிறேன். எகோதா, ஆஸ்கெர் காகஸ், க்லானி, பங்களாதேசத்தில் நடக்கும் மதவாத ஒடுக்குதல்களும் வன்முறைகளும் என்ற அறிக்கை, பங்களாதேசத்தில் நடக்கும் மத ஒடுக்குமுறைகள் : உண்மைகளும் தரவுகளும் என்ற அறிக்கை, பரிஷத் வார்த்தா ஆகியவற்றில் இருந்து நாவலுக்கான தகவல்களை எடுத்துக்கொண்டிருக்கிறேன்.

**தஸ்லிமா நஸ்ரின்**
*மார்ச், 1994*

# நிகழ்வுகளின் வரிசை

1947 - பிரிட்டிஷார் பிடியில் இருந்து விடுபட்ட இந்தத் துணைக்கண்டம் இந்தியா, பாகிஸ்தான் என 15, ஆக, 1947-ல் பிரிக்கப்பட்டது. வங்காளமும் இரண்டாகப் பிரிக்கப்பட்டது. கிழக்கு வங்காளம் பாகிஸ்தானின் அங்கமானது.

1952 - கிழக்கு வங்காளத்தில் (அப்போது கிழக்கு பாகிஸ்தான்) பெங்காலியை ஆட்சி மொழியாக ஆக்கும்பொருட்டு ஒரு மொழிப் போராட்டம் நடந்தது.

1966 - சுய ஆட்சி கோரி ஆறு அம்சக் கோரிக்கை ஒன்று சமர்ப்பிக்கப் பட்டது.

1972 - பாகிஸ்தானிய அராஜக ஆட்சியை எதிர்த்து கிழக்கு பாகிஸ்தான் (கிழக்கு வங்காள) மக்கள் புரட்சியில் ஈடுபட்டார்கள்.

1972 - 26, மார்ச், 1971-ல் கிழக்கு பாகிஸ்தானுக்கு சுதந்தரம் கிடைத்தது. பங்களாதேசம் என்ற இறையாண்மை மிக்க சுதந்தர நாடானது. எனினும் அடுத்த 9 மாதங்கள் போராட்டங்கள் தொடர்ந்து நடந்தன. டிசம்பர், 16, 1971-ல் பாகிஸ்தானிய படைகள் ஒட்டு மொத்தமாக விரட்டியடிக்கப் பட்டன. பிஜோய் திவஸ் அல்லது வெற்றி நாள் என்று அந்த நாள் கொண்டாடப்படுகிறது.

1975 - ஷேக் முஜிபூர் ரஹ்மானின் ஆட்சி ராணுவப் புரட்சி மூலம் கவிழ்க்கப்பட்டது.

1978 - மதச் சார்பின்மையை ஆதாரமாகக் கொண்டிருந்த பங்களாதேச அரசியல் சாசனம் மாற்றியமைக்கப்பட்டு இஸ்லாம் அரச மதமாக அறிவிக்கப்பட்டது.

1990 - உத்தரப்பிரதேசத்தில் அயோத்தியில் இருந்த பாபரி மசூதி விவகாரம் தொடர்பாக பங்களாதேசத்தில் ஏராளமான மதவாத நெருக்கடிகள் ஏற்பட்டன.

1992 - டிச, 6, 1992-ல் பாபர் மசூதி இடிக்கப்பட்டதைத் தொடர்ந்து பங்களாதேசத்தில் மதவெறித் தாக்குதல் ஆரம்பித்தது. சிறுபான்மையினரான இந்துக்கள் மிகக் கொடூரமான முறையில் வேட்டையாடப்பட்டனர்.

நாள் 1

'அண்ணா, இனிமே எதுவுமே பண்ண முடியாதுங்கற நிலை வர்ற வரைக்கும் நீ எதுவுமே பண்ணமாட்டியா?' என்று கோபத்துடன் கேட்டாள் மாயா.

அவள் என்ன சொல்கிறாள் என்பது சுரஞ்சனுக்குப் புரிந்தது. பங்களா தேசத்தை மதக் கலவர மேகங்கள் மீண்டும் சூழத் தொடங்கியிருந்தன.

அவன் இன்னும் படுக்கையிலிருந்து எழுந்திருக்கவே இல்லை. கொஞ்சம் கொதிப்பான மனநிலையில் இருந்தான். சுரஞ்சன் தத்தா என்ற பெயர் இருந்தால் குடும்பத்தோடு வீட்டை விட்டு ஓடி ஒளிய வேண்டுமா? சுதாமய் என்கிற அப்பாவும், கிரன்மயி என்கிற அம்மாவும், நிலஞ்சனா (இன்னொரு பெயர் மாயா) என்கிற சகோதரியும் இந்தப் பெயர்களுக்காகவே குற்றவாளிகள்போல ஓடவேண்டுமா? இரண்டு வருடம் முன்பு செய்ததுபோலவே ஒரு கமால், ஒரு பிலால் அல்லது ஒரு ஹைதரின் வீட்டுக்குப்போய்த் தஞ்சம் அடைய வேண்டுமா?

அப்படித் தஞ்சம் அடைந்தபோது வசதியாகத்தான் இருந்தது. காலையில் முட்டையும் பிரட் டோஸ்ட்டும், மதியம் சாதமும் மீனும். மாலை நேரத்தில் புல்வெளியில் உட்கார்ந்துகொண்டு கவலை இல்லாமல் அரட்டை. ராத்திரி டன்லப் தலையணை, மெத்தையில் படுத்து எந்தக் கவலையும் இல்லாமல் சுகமான தூக்கம். இவ்வளவு நிம்மதியும் சந்தோஷமும் இருந்தாலும் மனத்தில் இருந்த ஒரு நிரடலான கேள்விக்கு விடை கிடைக்கவில்லை.

கமால் வீட்டில் தஞ்சம் அடையவேண்டிய அவசியம் ஏன் வந்தது?

கமால், சுரஞ்சனின் பால்ய சிநேகிதன். நண்பர்கள் ஒருவர் வீட்டுக்கு இன்னொருவர் போவதும் தங்குவதும் சகஜம்தான். ஆனால், இது போன்ற சூழ்நிலையிலா? வீட்டை விட்டு ஓடவேண்டிய அவசியமும் கமால் வீட்டில் தஞ்சம் அடையவேண்டிய தேவையும் ஏன் வந்தன? கமாலுக்கு இப்படிப்பட்ட அவசியம் நேர்ந்ததே இல்லையே! கமால்மட்டும்தான் இந்த நாட்டுப் பிரஜையா? அவனும்தானே? ஏன் அவனுடைய உரிமைகள் மறுக்கப்படுகின்றன? ஏன் அவனுக்குமட்டும் தாய்நாடு முதுகைக் காட்டவேண்டும்? 'நான் இந்த மண்ணின் மைந்தன். எனக்கு எந்த ஆபத்தும் நேராமல் பார்த்துக்கொள்ள வேண்டியது உன் கடமை' என்று தாய் நாட்டிடம் உரிமையோடு ஏன் அவனால் சொல்ல முடியவில்லை?

இவ்வளவு எண்ணங்கள் மனத்தில் ஓடியவாறு இருந்ததால் இன்னும் எழுந்திருக்கவும் தோன்றவில்லை. மாயாவுக்கு பதில் சொல்லவும் தோன்றவில்லை. மாயா கொஞ்ச நேரம் அந்த அறைக்குள் குறுக்கும் நெடுக்குமாக நடந்தாள். பிறகு வீடு முழுதும் பொறுமையின்றிச் சுற்றி நடந்தபடி இருந்தாள். விபரீதம் நடக்குமுன் ஏதாவது செய்தாக வேண்டும் என்பதை யாருமே உணரவில்லை என்று தோன்றியது அவளுக்கு.

இந்தியாவில் நேற்று நடந்த பாபர் மசூதி இடிப்பை நுணுக்கமாக விளக்கிக்கொண்டிருந்தது சி.என்.என். டிவி. சுதாமயும் கிரன்மயியும் ஆணி அடித்ததுபோல டிவி முன் உட்கார்ந்து பார்த்துக்கொண்டிருந் தார்கள். இடிப்புச் சம்பவத்தைப் பார்க்கப் பார்க்க மாயா இருந்த மனநிலைக்கு அவர்களும் ஆட்பட்டார்கள். பாதுகாப்புக்காக சுரஞ்சன் தங்களை ஒரு முஸ்லிம் நண்பன் வீட்டுக்கு அழைத்துப் போகப் போகிறான் என்று நினைக்க ஆரம்பித்தார்கள்.

சுரஞ்சன் அப்படி எதுவும் செய்வதில்லை என்கிற முடிவில் இருந்தான். ஒருவேளை கமாலோ அல்லது வேறு முஸ்லிம் நண்பனோ வந்து அழைத்தாலும், 'என்ன ஆனாலும் சரி, வீட்டை விட்டு வருவதாக இல்லை' என்று சொல்லத் தயாராக இருந்தான்.

முன்தினம் பிற்பகல் பளிச்சென்ற சூரிய ஒளி இருந்தும், அயோத்தியின் சரயு நதிக் கரையை அச்சுறுத்தும் இருள் கவ்வியிருந்தது. நானூற்றி ஐம்பது ஆண்டுகள் பழைமை மிக்க மசூதியை கர சேவகர்கள் என்று சொல்லிக்கொண்ட ஒரு கூட்டம் இடித்துத் தள்ளியிருந்தது. விசுவ இந்து பரிஷத்தின் பார்வையில் அது ராமரின் பிறப்பிடம். ஆகவே இந்து மதத்தினரின் சொத்து. தொண்டர்களில் ஒரு தன்னார்வப் பிரிவினர் கர

சேவை என்ற ஒரு நிகழ்வுக்குத் திட்டமிட்டிருந்தார்கள். பாபர் மசூதியின் உள்ளும் புறமும் சுற்றியும் சுத்தம் செய்து அந்தப் பகுதியின் புனிதத்தை நிலை நிறுத்துவது என்பது ஏற்பாடு.

திட்டமிட்ட இந்த வேலை தொடங்குவதற்கு இருபத்தைந்து நிமிடங்கள் முன்னதாக அந்த விபரீதம் நிகழ்ந்தது.

கர சேவகர்கள் முரட்டுத்தனமாக மசூதியை இடிக்க ஆரம்பித்திருந் தார்கள். விசுவ இந்து பரிஷத், பாரதிய ஜனதாக் கட்சி , ராஷ்ட்ரிய ஸ்வயம்சேவக் சங்கம், பஜ்ரங் தளம் என்ற இந்த அமைப்புகளின் முக்கியப் பொறுப்புகளில் இருந்தவர்கள், அமைச்சர்கள் ஆகியோர் முன்னிலையில் இது அரங்கேறியது. மத்திய ரிசர்வ் போலிஸ், உத்திரப் பிரதேசச் சிறப்புக் காவல் படையினர் என எல்லோரும் ஒரு துரும்பைக் கூட அசைக்காமல் கட்டடம் இடிபடுவதைப் பார்த்துக்கொண்டிருந் தார்கள்.

மதியம் இரண்டே முக்காலுக்கு ஒரு மாடம் இடிக்கப்பட்டிருந்தது. நாலு மணிக்கு இரண்டாவது. நாலே முக்காலுக்கு மூன்றாம் மாடமும் வெறி கொண்ட கர சேவகர்களால் இடிக்கப்பட்டது. இந்த விபரீதம் நடந்தேறியபோது நான்கு கர சேவகர்கள் இடிந்த கற்களுக்கு அடியில் புதையுண்டு இறந்துபோனார்கள். நூற்றுக்கணக்கானவர்கள் அபாயகர மாகக் காயப்பட்டார்கள். இந்த விவரங்களையும் இன்னும் நுணுக்க மான விவரங்களையும் சுரஞ்சன் படித்துக்கொண்டிருந்த செய்தித்தாள் விளக்கியிருந்தது. 'பாபர் மசூதி இடிக்கப்பட்டது' என்கிற கொட்டை எழுத்துத் தலைப்பில் செய்தி வெளிவந்திருந்தது.

சுரஞ்சன் அயோத்திக்கும் போனதில்லை, பாபர் மசூதியையும் பார்த்த தில்லை. எப்படி முடியும்? அவன் பங்களாதேசத்திலிருந்து வெளியே போனதே இல்லையே. அவனைப் பொருத்தவரை இடிக்கப்பட்ட இடம் ராமரின் பிறப்பிடமா, புனிதமான மசூதியா என்பதெல்லாம் சற்றும் முக்கியத்துவம் இல்லாத விஷயங்கள். ஒன்றுமட்டும் தெளி வாகத் தெரிந்தது அவனுக்கு. பதினாறாம் நூற்றாண்டில் கட்டப்பட்ட அந்தக் கட்டடம் இடிக்கப்பட்டது, இந்தியாவிலும் உலகெங்கிலும் இருக்கும் முஸ்லிம்களின் உணர்வுக்கு மரண அடியாக இருந்தது.

அந்த இடிப்பு இந்துச் சமூகத்துக்கும் ஒரு அடிதான். செய்தித்தாள்களின் கூற்றுப்படி அந்தச் செயல் சர்வதேச ஒற்றுமையின்மீது நடத்தப்பட்ட தாக்குதல். அந்தச் செய்தியில் இவ்வாறு சொல்லப்பட்டிருந்தது:

> பங்களாதேசத்திலும் இந்த நிகழ்ச்சியின் விளைவாக மத ஜுரத்தால் வெறி அலைகள் பரவும் என்பதைச் சொல்லத் தேவையில்லை. கோவில்கள்

தரைமட்டம் ஆக்கப்படும். இந்துக்களின் வீடுகள் கொளுத்தப்படும். அவர்களுக்குச் சொந்தமான கடைகள் சூறையாடப்படும். பாஜகவின் தூண்டுதலால் கர சேவகர்கள் பாபர் மசூதியை இடித்தது பங்களா தேசத்தின் தீவிர முஸ்லிம்களைத் தூண்டிவிட்டிருக்கிறது. பாஜகவும் வி.எச்.பியும் தங்கள் வெறிச் செயல் இந்தியாவில்மட்டும்தான் விளைவுகளை உண்டாக்கும் என்று நினைத்தார்களா?

இந்தியாவில் ஏற்கெனவே மதக் கலவரங்கள் தொடங்கிவிட்டன. சுமார் 500 பேர் கொல்லப்பட்டிருக்கிறார்கள். அது இப்போது அறுநூறோ, ஆயிரமோ ஆகியிருக்கலாம். மணிக்கு மணி சாவின் எண்ணிக்கை அதிகரித்துவருகிறது. தங்கள் மதத்தின்பால் அதீதப் பற்று கொண்ட அந்த இந்துக்கள், பங்களாதேசத்தில் இரண்டரைக் கோடி இந்துக்கள் இருக் கிறார்கள் என்பதை அறிவார்களா? பங்களாதேசத்தில் மட்டுமல்ல, மேற்கு ஆசியாவின் பல பகுதிகளிலும் இந்துக்கள் விரவியிருக்கிறார்கள். இவர்கள் எல்லோரும் எப்படிப்பட்ட அவலங்களைச் சந்திக்கவேண்டி யிருக்கும் என்பதை அந்த மத வெறியர்கள் யோசித்தார்களா?

இந்தியாவை உலகத்திலிருந்து பிரித்து ஒரு தனித்த அமைப்பாகப் பார்க்க முடியாது என்பதை ஓர் அரசியல் கட்சியாக பாரதிய ஜனதா கட்சி உணர்ந்திருக்கவேண்டும். இந்தியாவில் நேரும் தவறுகளின் வலியை உலகம் முழுதும் உணரவேண்டியிருக்கும். குறைந்தது அண்டை நாடுகள் அனுபவித்தே ஆகவேண்டியிருக்கும்.

*மாயா பிடித்து உலுக்கியதில் கண்மூடி யோசனையில் இருந்த சுரஞ்சன் கண்களைத் திறந்தான்.*

*'நீ எதுவுமே பண்ணப் போறதில்லையா? நம்ம பாதுகாப்புக்கு அம்மாவும் அப்பாவும் உன்னைத்தான் நம்பியிருக்காங்கன்னு உனக்குத் தெரியும்ன்னு நினைக்கிறேன்' என்றாள் மாயா. அவள் குரலில் இப்போது கொஞ்சம் கோபத்தின் சாயல் தெரிந்தது.*

*சுரஞ்சன் கைகால்களை நீட்டிக் கொட்டாவி விட்டபடி, 'போகணும்ன்னா நீயே போய்க்கோ. நான் வீட்டை விட்டு ஒரு அடிகூட நகர்றதா இல்லை' என்றான்.*

*'அவங்க?'*

*'அது எனக்குத் தெரியாது.'*

*'ஏதாவது ஆயிட்டா என்ன பண்றது?'*

*'என்ன ஆகும்?'*

‘அவங்க நம்ம வீட்டுக்குள்ள புகுந்து ரகளை பண்ணா? வீட்டைக் கொளுத்திட்டாங்கன்னா?’

‘பண்ணட்டும்.’

‘அவங்க என்ன பண்ணினாலும் உக்காந்து வேடிக்கை பார்ப்பேன்னு சொல்றியா?’

‘உட்கார்ந்து இல்லை. படுத்துக்கிட்டு.’

சுரஞ்சனின் வயிறு காலியாக இருந்தது. ஒரு டீகூட இன்னும் சாப்பிட வில்லை. சிகரெட் ஒன்றைப் பற்ற வைத்துக்கொண்டான். கிரன்மயி காலையிலேயே டீ கொண்டுவந்து தருவது வழக்கம். இன்றைக்கு இன்னும் வரவில்லை. மாயாவைக் கேட்பதில் அர்த்தமில்லை. அவள் கவனம் முழுதும், தப்பித்து ஒரு பாதுகாப்பான இடத்துக்குப் போவதி லேயே இருந்தது. இந்த நிலையில் அவளிடம் டீ கேட்டால் கத்தி வீட்டையே இரண்டு பண்ணிவிடுவாள். தானே எழுந்துபோய் ஒரு கப் டீ போட்டுக்கொண்டிருக்கலாம். ஆனால் அவனுக்குச் சோம்பலாக இருந்தது.

பக்கத்து அறையில் டிவி ஒலி கேட்டவாறு இருந்தது. அங்கேபோய் உட்கார்ந்துகொண்டு சி.என்.என்னில் என்ன காட்டுகிறார்கள் என்று பார்க்க ஆர்வமில்லை அவனுக்கு. டிவி சத்தத்தை மீறிக்கொண்டு மாயா கோபமாகச் சத்தம் போட்டது கேட்டது.

‘அண்ணா குப்புறப் படுத்துக்கிட்டு பேப்பர் படிச்சிக்கிட்டு இருக்கான். அவனுக்கு இந்த உலகத்தைப் பத்தின கவலையே இல்லைபோல் இருக்கு.’

நிலைமையின் தீவிரம் சுரஞ்சனுக்குத் தெரியாமல் இல்லை. எந்நேரமும் ஒரு ஆக்ரோஷக் கும்பல் வீட்டுக்குள் நுழையலாம். வெறி கொண்டமாதிரி எல்லாரையும் தாக்கலாம். வீட்டைச் சூறையாடவோ அல்லது இடித்துத் தரை மட்டமாக்கவோ செய்யலாம். இதுபோன்ற சூழ்நிலையில் கமாலோ, ஹைதரோ அவர்களுக்குப் புகலிடம் தர நிச்சயம் மறுக்கமாட்டார்கள். ஆனால் அவர்களைத் தேடி ஓட சுரஞ்சனுக்குத்தான் வெட்கமாக இருந்தது.

மாயா ஒரு பொதுவான அறிவிப்பு மாதிரி சத்தமாகச் சொன்னாள்: ‘உங்க யாருக்கும் வெளியே வர்ற எண்ணம் இல்லைன்னா, நானே தனியாப் போய்க்கறேன். நிலைமை சரியாகிறவரைக்கும் நான் பாருல் வீட்ல தங்கிக்கறேன். அண்ணாவுக்கு நம்மை எங்கேயும் பத்திரமா

அழைச்சிக்கிட்டுப் போகிற எண்ணம் இல்லைன்னு தோணுது. வாழ அவனுக்கு ஆசையில்லாமல் இருக்கலாம், எனக்கு இருக்கு.'

சுரஞ்சன் இன்னமும் படுக்கையிலிருந்து எழுந்திருக்காமல் யோசனையில் இருந்தான். எங்காவது போவது என்று முடிவு செய்தாலும் அது பாதுகாப்பான செயலாக இருக்குமா? அக்டோபர் 1990-ல் எந்த ஆபத்தும் நேராமல் தப்பிக்கிற அதிர்ஷ்டம் இருந்தது. அப்போது நடந்த விஷயங்கள் வரிசையாக செய்திப் படம்போல அவன் மனத்தில் ஓடின.

- ஒரு கூட்டம் தாகேஷ்வரி கோவிலுக்குத் தீயிட்டது. போலிஸ்காரர்கள் அவர்களைத் தடுக்கக் கொஞ்சம்கூட முயற்சி செய்யவில்லை. கர்ப்பக் கிரகம் எரிந்து சாம்பலாயிற்று. கோவிலின் கலையரங்கம் பெரிதும் சேதமடைந்தது.
- சிவன் கோவில், அதன் விடுதி, ஸ்ரீதம் கோஷின் முன்னோர்கள் வசித்த புராதன வீடு எல்லாம் தரைமட்டம் ஆயின.
- புராதனமானதும் நாட்டியத்துக்குப் பெயர் போனதுமான கௌரியா வம்சத்தின் முக்கியக் கோவிலும் விடுதியும் இடித்துத் தள்ளப்பட்டன. கோவிலில் இருந்த விலை உயர்ந்த பொருட்கள் சூறையாடப்பட்டன.
- மாதவ் கௌரியா வம்சத்தின் கோவிலில் கர்ப்பக் கிரகம் சிதைக்கப்பட்டது.
- ஜெய்காளி கோவில் அடித்து நொறுக்கப்பட்டது.
- பிரம்ம சமாஜின் வெளிப்புறச் சுவர் ஓரம் இருந்த ஒரு அறை வெடிவைத்துத் தகர்க்கப்பட்டது. ராமர்-சீதை கோவிலில் இருந்த வேலைப்பாடு அமைந்த சிம்மாசனம் உடைக்கப்பட்டது. கர்ப்பக்கிரகம் நொறுக்கப்பட்டதைச் சொல்லவேண்டியதில்லை.
- நயா பஜாரில் இருந்த புராதன நினைவுச் சின்னம் தகர்க்கப்பட்டது. போங்ராம் கோவில் கடப்பாரையால் தகர்க்கப்பட்டது.
- சங்கரி பஜாரில் இருந்த இந்துக்களின் கடைகள் சூறையாடப்பட்டன. ஷீலா பிட்டான், சுர்மா டிரேடர்ஸ், சலூன்கள், டயர் கடைகள், சலவைக் கடைகள், மிட்டா மார்பிள், சாஹா கேபினட், உணவகங்கள்... இந்துப் பெயரில் இருந்த எதுவும் விட்டுவைக்கப்படவில்லை. பஜாரின் தொடக்கத்திலிருந்து கண்ணுக்கு எட்டிய தூரம்வரை நாசவேலை தெரிந்தது.
- தம்ராயில் ஷோனி கோவிலும் ஜிம்னேசியமும் உடைத்து நொறுக்கப்பட்டன.
- குறைந்தது இருபத்தைந்து குடும்பங்களின் வீடுகள் தீக்கு இரை ஆயின. லக்ஷ்மி பஜாரில் வீரபத்ரர் கோவிலின் சுவர் தகர்க்கப்பட்டு உள்ளே இருந்தவை எல்லாம் உடைக்கப்பட்டன.
- இஸ்லாம்பூரில் நகைக் கடைகளும் குடைக் கடைகளும் கொளுத்தப்பட்டன.
- நவாப்பூர் ரோட்டில் இருந்த புகழ்பெற்ற மாரன்சந்த் இனிப்புக் கடை நாசம்

செய்யப்பட்டது. புரானா பால்ட்டனில் இருந்த அதன் கிளைக் கடைக்கும் அதே கதி.

- ராய் பஜாரில் இருந்த காளி தேவி சிலை உருத்தெரியாமல் சிதைக்கப்பட்டது.
- சத்ரப்பூரில் இருந்த இந்துக் கடைகள் சூறையாடப்பட்டது மட்டுமல்ல, கடைகளின் பெயர்ப் பலகைகள் முஸ்லிம் பெயர்களாக மாற்றப்பட்டன.
- நவாப்பூரில் இருந்த கோஷ் அண்ட் சன்ஸ் இனிப்புக் கடைக்கும் அதே கதி. அதுவும் சூறையாடப்பட்டு, நவாப்பூர் இளைஞர் அமைப்பின் பெயர்ப்பலகை மாட்டப்பட்டது.
- தாத்ரி பஜாரில் இருந்த போட்தோளி கோவில் சிதைக்கப்பட்டது.
- நவாப்பூரின் புராதனமான ராம்தன் போஷாரி கடை கொளுத்தப்பட்டது.
- பாபு பஜாரில் காவல் நிலையம் அருகில் இருந்த ஷுக்கால் மிஷ்தானா பண்டார் என்கிற கடை நாசம் செய்யப்பட்டது.
- ஜதின் அண்ட் கம்பெனியின் தொழிற்சாலையும் ஷோரூமும் நாசம் செய்யப்பட்டன.
- ஷாம்ப் மந்திர் என்கிற புராதனக் கோவிலின் ஒரு பகுதி உடைக்கப்பட்டது.
- சதார்கட்டில் ரத்தன் சர்கார் மார்க்கெட் சூறையாடப்பட்டுப் பின்னர் சிதைக்கப் பட்டது.

*1990-ல் சிதையுண்ட ஒவ்வொரு இடமும் புகைப்படக் காட்சி போல சுரஞ்சனின் மனத்தில் ஓடியது. கலவரம் என்பது இதுதானா? இதைக் கலவரம் என்று சொல்ல முடியுமா? கலவரம் என்றால் ஒரு சமூகம் இன்னொரு சமூகத்தை மூர்க்கத்தனமாகத் தாக்கி அழிப்பதா? இல்லை. இது மாதிரி விஷயங்களைக் கலவரம் என்கிற சொல்லில் அடக்கிவிட முடியாது. ஒரு சமூகம் மற்றொரு சமூகத்தின் புனிதத்தையும் அந்தரங்கத்தையும் மூர்க்கத்தனமாக, அடாவடியாக, இரக்கமின்றித் தாக்குதல் நடத்தி நிர்மூலம் ஆக்குகிற இந்தச் சம்பவங்கள் கலவரம் என்கிற எளிய சொல்லில் அடங்கா. இது சர்வாதிகாரம், மிருகத்தனம்.*

ஜன்னல் கண்ணாடியால் வடிகட்டப்பட்டு உட்புகுந்த சூரிய ஒளி சுரஞ்சனின் நெற்றியைக் குளிப்பாட்டிற்று. இதமான குளிர்காலத்து வெப்பம் என்பதால் அது அசௌகரியமாக இல்லை. படுக்கையிலிருந்து இன்னமும் எழுந்திருக்காமல் அம்மாவின் தேநீருக்குக் காத்திருந்தான்.

★

*பக்கத்து அறையில் அப்பா சுதாமயும் பழைய நினைவுகளைத்தான் அசை போட்டபடி உட்கார்ந்திருந்தார்.*

அவர் இளைஞராக இருந்தபோதே சித்தி, சித்தப்பா, மாமா, அத்தை எல்லாரும் பங்களாதேசத்தைக் காலி செய்துகொண்டு ஒவ்வொரு வராகப் புறப்பட்டுவிட்டார்கள். ஒவ்வொரு முறை மைமென்சிங்கி லிருந்து ஃபுல்பாரியா போகும் நீராவி எஞ்சின் ரயில்கள் புறப்பட்ட போதும் கார்டின் விசில் சத்தத்துடன் சில உடைந்த உள்ளங்களின் மெல்லிய அழுகைகளும் சேர்ந்துகொண்டன. தங்களுக்குத் தெரிந்த ஒரே நாட்டை விட்டுவிட்டுப் போகவேண்டும் என்றால் மனநிலை பின் எப்படி இருக்கும்!

அண்டை வீட்டுக்காரர்கள் ஒவ்வொருவரும் புறப்படும்போது சுதாமயியின் அப்பாவை அழைப்பார்கள்.

'வா சுகுமார், போயிடலாம். இது முஸ்லிம்களின் நாடு. வாழ்க்கை இங்கே அநித்யம்' என்பார்கள்.

சுகுமார் தத்தா, தான் கடைப்பிடித்து வந்த, மதித்த விழுமியங்களைக் கைவிட விரும்பவில்லை.

'சொந்த நாட்டிலே பாதுகாப்பு இல்லைன்னா உலகத்தில் வேறே எங்கே அது கிடைக்கப்போகிறது? பிறந்த நாட்டிலிருந்து ஓடிப் போக நான் விரும்பவில்லை. உங்களுக்கு விருப்பமானால் நீங்கள் போய்க் கொள்ளுங்கள். என் மூதாதையர்கள் சொத்துக்களை விட்டுவிட்டு என்னால் வர முடியாது. தென்னந்தோப்பு, பாக்குத் தோட்டம், ஏக்கர் ஏக்கராகச் செழிப்பான நிலம், இரண்டு ஏக்கரில் அமைந்த கோட்டை மாதிரியான வீடு... இதையெல்லாம் விட்டுவிட்டு சீல்டா ஸ்டேஷனில் வந்து அகதியாக நிற்க என்னால் முடியாது' என்பார்.

அப்போது சுதாமய்க்குப் பத்தொன்பது வயது இருக்கும். அவருடைய கல்லூரித் தோழர்களின் குடும்பங்கள் எல்லாம் இந்தியாவுக்குக் குடி பெயர்ந்துகொண்டிருந்தன. அவர்கள் எல்லோருமே சுதாமயை எச்சரித்தார்கள்.

'ஒருநாள் இல்லைன்னா ஒருநாள் உங்கப்பா இந்த முடிவுக்காக வருத்தப்படப்போவது நிச்சயம்.'

சுதாமயும் அப்பாவின் பாணியில் பேசக் கற்றுக்கொண்டிருந்தான்.

'பிறந்த நாட்டை விட்டுட்டு வேறு நாட்டுக்கு நான் ஏன் போகணும்? வாழ்ந்தாலும் இங்கேதான் வாழ்வேன், செத்தாலும் இங்கேதான் சாவேன்.'

தவிர்க்க முடியாத குடிப்பெயர்ச்சி தொடர்ந்துகொண்டே இருந்தது. கல்லூரியில் மாணவர்களின் எண்ணிக்கை குறைந்துகொண்டே வந்தது.

1947-ல் குடிபெயராத குடும்பங்கள்கூட அப்போது புறப்பட ஆரம்பித்திருந்தன. சுதாமய், லைட்டன் மருத்துவக் கல்லூரியில் எஞ்சியிருந்த சொற்ப மாணவர்களுடன் படித்து மருத்துவப் பட்டம் பெற்றான்.

1952-ல் சுதாமய் 24 வயது துடிப்பான இளைஞன். அந்தச் சமயம் டாக்கா கொஞ்சம் பதற்றமாக இருந்தது. வங்க மொழி தேசிய மொழி ஆக்கப்படவேண்டும் என்று கிளர்ச்சிகள் ஆங்காங்கே நடைபெற்றுக் கொண்டிருந்தன. முகமது அலி ஜின்னாவுக்குப் பிறகு பதவியேற்றிருந்த க்வாஜா நஸிமுத்தின் இதனை ஏற்கவில்லை. உருதுதான் தேசிய மொழி என்று அறிவித்தார். கிழக்குப் பாகிஸ்தானின் (அப்போதைய பங்களா தேசத்தின் பெயர் அதுதான்) அரசியல் ஈடுபாடு கொண்ட துணிச்சலான இளைஞர்கள் இதை எதிர்த்து முழக்கமிட்டார்கள். டாக்கா எங்கும் அவர்களின் ரத்தம் ஓடியது. ஆனாலும் அவர்கள் பின்வாங்கவில்லை.

இந்தப் புரட்சியின் தீவிரம் சுதாமயியையும் பற்றிக்கொண்டது.

கிளர்ச்சிகளில் பங்கேற்றது மட்டுமல்ல, பல சமயம் தலைமையும் ஏற்று, 'வேண்டும் வேண்டும். வங்கமொழி தாய்மொழியாகவேண்டும்' என்று கோஷம் எழுப்பினான். ரஃபீக், சலாம், பர்க்கத், ஜப்பார் ஆகியோர் காவல்துறையினரால் சுட்டுக் கொல்லப்பட்டபோது அவனும் அருகில் இருந்தான். அவனும் கொல்லப்பட்டுத் தியாகிகள் பட்டியலில் இடம்பெறும் அபாயம் இருந்தது.

பின்னர், 1969-ல் தேசிய இயக்கத்தில் பங்கேற்றார்.

பாகிஸ்தான் அதிபர் அயூப் கான் ஊர்வலங்களில் பங்கேற்பவர்களைச் சுட்டுத் தள்ளச் சொல்லி உத்தரவிட்டிருந்தார். இந்த அடக்குமுறைக்குப் பயந்து ஒடுங்கிவிடாமல், வங்காளிகள் தங்கள் கிளர்ச்சியைத் தொடர்ந்தார்கள். பதினோரு அம்சக் கோரிக்கையையும் முன்வைத்தார்கள். கிளர்ச்சியின்போது ஆலம்கிர் மன்சூர் மிண்ட்டு சுட்டுக் கொல்லப்பட்டார். அவரது பூத உடலை சுதாமய், மைமென்சிங் நகரின் வீதிகளில் எடுத்துச் சென்றார். நூற்றுக்கணக்கான வங்க மொழி பேசும் பாகிஸ்தானியர்கள் அவரைத் தொடர்ந்தார்கள். சட்டத்துக்கு எதிராக என்றாலும் மௌனமாகத் தங்கள் ஆட்சேபத்தைப் பதிந்தார்கள்.

அரசியல் ஆர்வமிக்க வங்காளி இளைஞர்களின் சேவை பலவிதங்களிலும் அரங்கேறியது. 1952-ல் மொழிப் போராட்டம், 1962-ல் கல்விப் போராட்டம், 1966-ல் ஆறு அம்சப் போராட்டம், அகர்த்தலா சதித் திட்ட எதிர்ப்பு, 1970-ல் பொதுத் தேர்தல், 1971-ல் சுதந்தரப் போராட்டம்... இப்படி நிறைய. ஒவ்வொரு கிளர்ச்சியும் தேசத்தை வெறுமனே 'இரட்டை நாடுகள்' என்ற சித்தாந்தப்படிப் பிரித்தது

போதாது என்பதையே சுட்டிக்காட்டின. மௌலானா அபுல் கலாம் ஆஸாத் சொன்னார்:

புவியியல்ரீதியாகவும், பொருளாதாரரீதியாகவும், மொழிரீதியாகவும், கலாசாரரீதியாகவும் மாறுபட்டிருக்கும் இரு நாடுகளை மத ஈடுபாட்டை மட்டும் வைத்து ஒருங்கிணைக்க முயல்வதைப்போன்ற ஏமாற்று வேலை வேறு இருக்க முடியாது. இன, மொழி, பொருளாதார, அரசியல் வேறுபாடுகளைக் கடந்த சமூகத்தை உருவாக்க இஸ்லாம் முயன்றது உண்மைதான். முதல் நூற்றாண்டுக்குப்பிறகு இஸ்லாத்தால் எல்லா முஸ்லிம் நாடுகளையும் மதத்தின் அடிப்படையில்மட்டும் ஒருங்கிணைக்க இயலவில்லை என்பதை சரித்திரம் நிரூபித்துள்ளது.

இரட்டை நாடுகள் சித்தாந்தம் வீண் என்பதை ஜின்னாவும் உணர்ந்திருந் தார். பஞ்சாப்பையும் வங்காளத்தையும் பிரிக்கும் முயற்சியில் மௌண்ட்பேட்டன் இருந்தபோது அவரே சொல்லியிருக்கிறார்: 'ஒரு மனிதன் இந்து அல்லது முஸ்லிம் என்பதற்குமுன் முதற்கண் ஒரு பஞ்சாபி அல்லது வங்காளியாக இருக்கிறான். பொதுவான வரலாற்றை யும், மொழியையும், கலாசாரத்தையும், பொருளாதாரத்தையும் பகிர்ந்து கொண்டிருப்பவர்கள் அவர்கள். முடிவில்லாத தொல்லைகளையும் ரத்தச் சேதத்தையும் உண்டாக்கப்போகிறீர்கள்.'

1947 தொடங்கி 1971வரை வங்காளிகள் தொடர்ச்சியான ரத்தச் சேதத் தைப் பார்த்தார்கள். 1971 சுதந்தரப் போராட்டத்தில் இது முடிந்தது. முப்பது லட்சம் வங்காளிகளின் மரணத்தை விலையாகக் கொடுத்துப் பெற்ற சுதந்தரம் என்ன பாடத்தைக் கற்பித்தது? மதம் ஒரு தேசத்தின் அடையாளமாக இருக்கவே முடியாது என்பதே அது. அதே சமயம், மொழி, கலாசாரம், வரலாறு இவற்றின் அடிப்படையில் ஒரு தேசத்தை நிர்மாணிக்க முடியும் என்பதையும் அது சொன்னது.

பாகிஸ்தானால் தொடக்கத்தில் பஞ்சாபில் இருந்த முஸ்லிம்களையும் வங்காளத்தில் இருந்த முஸ்லிம்களையும் ஒருங்கிணைக்க முடிந்தது. ஆனால், பாகிஸ்தான் முஸ்லிம்களுக்கு நிறைய விட்டுக்கொடுக்க வேண்டும் என்றபோது, வங்காள இந்துக்களும் முஸ்லிம்களும் ஒருங்கிணைந்து இரட்டை நாடு என்ற சித்தாந்தத்தை எதிர்த்தார்கள்.

1971-ல் மைமென்சிங் நகரின் எஸ்.கே. மருத்துவமனையில் சுதாமய் மருத்துவராகப் பணியாற்றிக்கொண்டிருந்தார். வீட்டிலும் சரி, வேலை யிலும் சரி, சுறுசுறுப்பான மனிதர். மாலை நேரங்களில் ஸ்வதேஷி பஜாரில் ஒரு கடையில் மருத்துவப் பணியைச் செய்தார். இந்தத் தடவை கிரன்மயி ஆறுமாதமே ஆன இரண்டாவது குழந்தையைக் கவனித்துக்கொள்ளும் பொறுப்பில் முழு நேரத்தையும் செலவிட்டுக்

கொண்டிருந்தார். சுரஞ்சனுக்கு அப்போது பனிரெண்டு வயது. ஒரு பக்கம் இளம் மனைவியும் சின்னக் குழந்தைகளும். இன்னொரு பக்கம் வேலை, மருத்துவமனை என்று சுதாமயின் பொறுப்புகள் மிக அதிகமாக இருந்தன. எப்போதாவது அபூர்வமாக ஷரீஃப் வீட்டுக்குப் போய்த் தன் நண்பர்களைச் சந்திப்பார்.

மார்ச் 8 அல்லது 9-ம் தேதி அவரது நண்பர்களான ஷரீஃப், ஃபைஸுல், பப்லு, நீமாய் ஆகியோர் ரேஸ் கோர்ஸ் மைதானத்தில் ஷேக் முஜிபுர் ரஹ்மானின் பேச்சைக் கேட்கப் போயிருந்தார்கள். பொதுக்கூட்டத்தில் முஜிப் பேசினார். 'இன்னும் ஒரு துப்பாக்கி முழக்கம் கேட்டாலோ, என் மக்களில் இன்னும் யாராவது ஒருவர் கொல்லப்பட்டாலோ, உங்கள் வீடுகளைக் கோட்டைகளாக ஆக்கிக்கொள்ளுங்கள் என்பதே என் வேண்டுகோள். தேவை ஏற்படும்போது எதிரியைச் சந்திக்க என்னென்ன தேவையோ எல்லாவற்றையும் தயார் நிலையில் வைத்துக் கொள்ளுங்கள். இம்முறை நடக்கப் போவது சுதந்தரப் போர்.'

திரும்பி வரும்போது நடு ராத்திரியில் பிரம்மப்பள்ளியில் இருந்த சுதாமயின் வீட்டுக் கதவை அவர்கள் தட்டினார்கள். கதவைத் திறந்த சுதாமயிடம் உணர்வு பொங்க நண்பர்கள், 'சுதாடா, நாம ஏதாவது செய்தாகணும்' என்றார்கள்.

'ஏதாவது நடக்கட்டும், யாராவது ஆரம்பிக்கட்டும், அப்புறம் பார்க்கலாம்' என்று சும்மா உட்கார்ந்திருப்பதால் பயன் இல்லை என்பது சுதாமய்க்குத் தெரிந்திருந்தது. ஆனால் வேலையும் குடும்பமும் தடையாக இருந்ததால் எதுவும் செய்ய முடியவில்லை.

மார்ச் 25-ம் தேதி பாகிஸ்தான் ராணுவம் வங்காளிகள்மீது சற்றும் எதிர்பாராத தாக்குதலை அரங்கேற்றியபோது இரண்டாம் முறையாக நண்பர்கள் வந்து கதவைத் தட்டினார்கள். 'நாம் போரில் இறங்கி யாகணும். வேறே வழியே இல்லை' என்று கிசுகிசுத்தார்கள்.

சுதாமய் தர்மசங்கடமாக உணர்ந்தார்.

குடும்பப் பொறுப்பு முக்கியமாக இருந்தது. மேலும் சண்டைக்குப் போகிற வயதும் இல்லை. ஆனாலும் நண்பர்களின் வலியுறுத்தல் உறுத்தியது. மருத்துவமனையில் வேலையில் கவனம் போகவில்லை. ஒருவாறாக மனத்தைத் தேற்றிக்கொண்டு ஒரு முடிவுக்கு வந்தார். கிரன்மயியை அழைத்தார்.

'போராட்டத்தில் இறங்கவேண்டியிருப்பதால் நான் வீட்டில் இருக்க முடியாது. வேறு இடத்துக்குப் போகவேண்டியிருக்கும். உன்னால் தனியா சமாளிக்க முடியுமா?'

கணவர் சொன்னதைக் கேட்ட கிரன்மயி அதிர்ந்தார்.

‘எதுவும் வேண்டாம். நாம இந்தியாவுக்குப் போயிடுவோம். அண்டை வீட்டுக்காரங்க எல்லாரும் ஒவ்வொருத்தராப் போய்க்கிட்டு இருக்காங்க’ என்பதுதான் கிரன்மயியின் பதிலாக இருந்தது.

நிஜம்தான். சுதாமயே பார்த்துக்கொண்டுதான் இருந்தார். சுகந்தோ சட்டோபாத்யாயா, சுதான்ஷு ஹல்ஸார், நிர்மலேந்து பௌமிக், ரஞ்சன் சக்கரபர்த்தி என்று எல்லோரும் ஒவ்வொருவராகப் போவதைப் பார்த்துக்கொண்டுதானே இருக்கிறார். 1947-ல் நிகழ்ந்த அதே பெரும் குடிப்பெயர்ச்சி, திரும்ப ஆரம்பித்திருந்தது. சுதாமய்க்குக் கோபமாக வந்தது. குடிபெயர்ந்த எல்லாரையும் கோழைகள் என்று திட்டினார்.

சில நாட்கள் கழித்து ஒருநாள் நீமாய் அவரிடம், ‘சுதாடா, தெருவில் ராணுவக்காரங்க வந்துட்டாங்க. இந்துக்களை எல்லாம் பிடிச்சிக் கொன்னுக்கிட்டு இருக்காங்க. வா ஓடிடலாம்’ என்றார்.

1947-ல் அவருடைய அப்பா சுகுமார் தத்தா அந்த நாட்டை விட்டுப் போவதில்லை என்பதில் உறுதியாக இருந்தார். சுதாமயிடமும் அதே உறுதி தெரிந்தது.

‘நீ போறதா இருந்தாப் போ. நான் என் நாட்டை விட்டு வர்றதா இல்லை. பாகிஸ்தான் நாய்களைக் கொன்னு சுதந்தரத்தை வாங்குவோம். முடிஞ்சா அப்பத் திரும்பி வா.’

கிரன்மயி குழந்தைகளுடன் ஃபூல்பூரில் ஃபைஜ்லு கிராமத்தில் தங்குவது என்றும், சுதாமய் நண்பர்கள் ஷரீஃப், பப்லு, ஃபைஸல் ஆகியோருடன் நலிடாபரி போவது என்றும் முடிவாயிற்று.

தெருவெங்கும் ராணுவத்தினர் ரோந்து சுற்றிக்கொண்டிருந்தார்கள். வங்காளிகள் யாரும் வெளியில் தலைகாட்ட முடியவில்லை. முதுகு சில்லிடும் பயங்கரமான சூழ்நிலை. தான் மிகப்பெரிய ரிஸ்க் எடுக்கிறோம் என்பது தெரிந்தே சுதாமய் கடைக்குப் பூட்டு வாங்கப் பதுங்கிப் பதுங்கிப் போனார். காலியான தெருவில் ஒரு பதுங்கலிலிருந்து இன்னொரு பதுங்கலுக்குத் தாவும்போது பின்னாலிருந்து இடியோசை மாதிரி அந்தக் குரல் கேட்டது.

‘நில்லு.’

ராணுவத்தினர்!

நின்றார்.

ராணுவ ஆசாமிகள் மூன்று பேர் மெல்ல நடந்து அவர்முன் தோன்றி னார்கள். ஒருவன் அவர் தாடைக்குக் கீழே கழுத்தை நெருக்கிப் பிடித்தான்.

'உன் பேர் என்ன?'

சட்டென்று ரத்த ஓட்டம் குறைந்து சில்லிட்டது. நிச்சயம் இந்துப் பெயரைச் சொல்ல முடியாது. தன் பெயர், அப்பா பெயர், தாத்தா பெயர் எல்லாவற்றையும் நொடியில் நினைவிலிருந்து அழித்தார்.

'சிராஜுதின் ஹுஸ்ஸைன்' என்று சொல்லும்போது தன் குரல்தானா என்று அவருக்கே சந்தேகமாக இருந்தது.

கழுத்தைப் பிடித்திருந்தவன் இன்னொருவனின் முகத்தைப் பார்த்தான். அவன், 'அப்படியா? லுங்கியை அவு' என்றான்.

என்ன செய்யப் போகிறார்கள்? எதற்கு லுங்கியை அவிழ்க்கச் சொல் கிறார்கள்? சுதாமய் செய்வது அறியாது சில நொடிகள்தான் தயங்கி யிருப்பார். அவர்களில் ஒருவன் படாரென்று லுங்கியைப் பிடித்து இழுத்து இறக்கினான். அந்த வலி மிகுந்த நொடியில், நிமாய், சுதான்ஷு, ரஞ்சன் எல்லோரும் ஏன் ஓடிப் போனார்கள் என்பது புரிந்தது.

★

இந்திய-பாகிஸ்தான் பிரிவினையைத் தொடர்ந்து கிழக்குப் பாகிஸ்தானிலிருந்து ஏகப்பட்ட இந்துக்கள் இந்தியாவுக்கு ஓடிப் போனார்கள். மதத்தின் அடிப்படையில் பிரிவினை என்பதால் வெளியேறுகிறவர்களுக்கு எல்லைப் பகுதி திறந்தே இருந்தது. பணக் காரர்களும் படித்த நடுத்தர வர்க்கத்தினரும் வேகமாக வெளியேறி னார்கள். 1981 மக்கள்தொகைக் கணக்கெடுப்பின்படி பங்களாதேசத்தில் மக்கள் தொகையில் சுமார் 1.057 கோடிப் பேர் இந்துக்கள். அதாவது 12.1%. அடுத்த பனிரெண்டு ஆண்டுகளில் இந்த எண்ணிக்கை 2.5 கோடியாக உயர்ந்தாலும், அதிகாரப்பூர்வமான அறிக்கைகளில் வேண்டு மென்றே குறைத்துக் காட்டப்பட்டது. சுதாமயின் கணிப்புப்படி 1990-ல் இது மக்கள்தொகையில் 20% என்கிற அளவுக்கு வளர்ந்திருக்க வேண்டும்.

1901-ல் 33.1% என்று இருந்தது 1911-ல் 31.5% ஆயிற்று. 1921-ல் 30.6%, 1931-ல் 29.4% என்று படிப்படியாகக் குறைந்து 1941-ல் 28% ஆயிற்று. 1947 பிரிவினைக்குப் பின்னர் பத்தாண்டுகளுக்குள்

இந்துக்களின் எண்ணிக்கை 28%-லிருந்து 22% ஆகத் தேய்ந்தது. இந்தப் பத்தாண்டுகளில் வீழ்ச்சி, முந்தைய நாற்பது ஆண்டுகளில் இருந்ததை விட அதிகமாக இருந்தது. பாகிஸ்தானிய ஆட்சியின்போது இந்துக்கள் தொடர்ச்சியாக இந்தியாவுக்குச் சென்றவண்ணம் இருந்தார்கள். 1961 மக்கள்தொகைக் கணக்கின்படி இந்துக்களின் எண்ணிக்கை 18.5% ஆகியிருந்தது. 1971 இல் 13.5% தான்.

பங்களாதேசம் சுதந்தரம் பெற்றபிறகு இந்துக்கள் வெளியேறுவது குறைந்தது. 1981-ல் இந்துக்கள் தொகை 12.1% என்பதால் இந்துக்கள் பிறந்த நாட்டிலிருந்து வெளியேறுவது வெகுவாகக் குறைந்து விட்டது என்று சொல்லலாம். ஆனால் இது எத்தனை காலம் தொடரும்? 1990 சம்பவங்களின்போது மீண்டும் இந்துக்கள் வெளியேறுவது தொடங் கியது. அது சற்று அடங்கியதும் 1992-ல் கலவரம். இந்துக்கள் கதி என்ன? மீண்டும் வெளியேற ஆரம்பிக்கவேண்டுமா?

சுதாமய்க்கு மெல்ல நெஞ்சு வலிக்க ஆரம்பித்தது. நீண்ட காலத்துக்கு முன்னர் வந்து, பிறகு வராமல் இருந்தது. இப்போது மீண்டும் தொடங்கியிருந்தது. தலையும் லேசாக வலித்தது. ரத்த அழுத்தம் ஏறியதால் இருக்கலாம். சி.என்.என் தன் ஒளிபரப்பைத் தொடர்ந்து கொண்டிருந்தது. ஆனால் பாபர் மசூதி படங்களைக் காட்டுவதைத் தவிர்த்துவிட்டுப் பேச்சில் சொல்வதுடன் நிறுத்திக்கொண்டது. இது அரசின் உத்திரவின் பேரில் செய்யப்படுகிறது என்பது சுதாமய்க்குப் புரிந்தது. பெரும்பான்மைச் சமூகத்தின் தாக்குதலிலிருந்து இந்துக் களைக் காக்கும் நடவடிக்கை.

ஒரு சின்ன சலனம் ஏற்பட்டதுமே மூர்க்கத்தனமாக வன்முறையில் இறங்குகிறவர்கள் சி.என்.என்னின் செய்திகளையா பார்த்துக்கொண் டிருக்கப் போகிறார்கள்! மார்பைத் தேய்த்து விட்டுக்கொண்டு படுக்கை யில் படுத்தார் சுதாமய். மாயா இன்னமும் அமைதியின்றி அங்கும் இங்கும் நடந்துகொண்டிருந்தாள். எங்காவது உடனடியாகப் போயாக வேண்டும் என்கிற உந்துதல் அவளுக்கு இருந்தது அவருக்குப் புரிந்தது. ஆனால் சுரஞ்சன் இன்னும் எழுந்திருக்கவே இல்லையே? அது எப்படிச் சாத்தியமாகும்?

பக்கத்து அறையிலிருந்து நீளமாகத் தெரிந்த மாயாவின் நிழலைச் செய்வதறியாது வெறித்தார் சுதாமய். கிரன்மயி உறைந்து உட்கார்ந்திருந் தார். அவர் கண்களைப் பார்த்தால், 'தப்பிப் போய்விடுவோம். நாம் வாழவேண்டும்' என்று சொல்வதுபோல இருந்தது.

வெளியே போவது என்று முடிவு செய்தாலும் சுதாமய் எங்கே போவார்? முன்போல நினைத்தபோது நினைத்த இடத்துக்கு ஓடுகிற

வயதா? அப்போதெல்லாம் அவர் இப்படிச் செய்வதறியாது உட்கார்ந்த தில்லை. பாகிஸ்தான் அரசுக்கு எதிரான குழுக்களைத் தலைமை ஏற்றுச் சென்றவரல்லவா அவர்! அப்போதெல்லாம் குடும்பம், உடல்நிலை என்று எதுவுமே தடையாக இருந்ததில்லை. அப்படிப்பட்ட உந்துதலை இன்று எங்கிருந்து பெறுவது? சுதந்தர, மதச்சார்பற்ற பங்களாதேசத்தில் அரசியல், பொருளாதாரம், கலாசாரம், மத உரிமை எல்லாவற்றிலும் முஸ்லிம்களுக்குச் சமமான உரிமைகள் கிடைக்கும் என்றுதான் அவர் நம்பியிருந்தார். துரதிர்ஷ்டவசமாக மதவேறுபாடுகள் அற்ற தன்மையை அரசின் திட்டங்கள் மெல்ல மெல்ல இழந்துவிட்டன. இறுதியில் இஸ்லாம், தேசிய மதம் ஆகிவிட்டது.

1971-ல் சுதந்தரப் போராட்டத்துக்கு எதிராக மௌனமாக இருந்தவர்கள் இப்போது பொதுக் கூட்டங்களும் கண்டன ஊர்வலங்களும் நடத்திக் கொண்டிருந்தார்கள். இதே கூட்டம்தான் 1990-ல் கயவாளித்தனத்தை அரங்கேற்றியது. இந்துக்களின் வீடுகளையும் கடைகளையும் நாசம் செய்து, அவர்கள் வீடுகளைக் கொளுத்தி, கோவில்களை இடித்தவர்கள் இவர்கள்தான். சுதாமய் கண்களை மூடிக்கொண்டார். இம்முறை என்ன ஆகப்போகிறது என்றே தெரியவில்லை. ஒன்று நிச்சயம். இந்து வெறியர்கள் பாபர் மசூதியை இடித்ததால் பங்களாதேச இந்துக்கள் துன்பம் அனுபவிக்கப்போகிறார்கள். சுதாமய்போன்ற இந்துக்களை 1990-ல் முஸ்லிம் தீவிரவாதிகள் விட்டுவைக்கவில்லை. இப்போது 1992-ல்மட்டும் எப்படி விட்டுவிடுவார்கள்? எலிகள் ஓடுவதுபோல ஓடவேண்டும். இந்துக்கள் என்கிற ஒரே காரணத்துக்காக ஓட வேண்டும். இந்தியாவில் இருக்கும் இந்துக்கள் பாபர் மசூதியை இடித்ததால் ஓடவேண்டும். சுதாமயையும் அவர்போன்றவர்களையும் எப்படி அந்த இடிப்புக்குப் பொறுப்பாளிகள் ஆக்கலாம்?

மீண்டும் வெராந்தாவில் மாயா நிழலாடினாள். நிழல் ஓரிடத்தில் இல்லாமல் நகர்ந்துகொண்டே இருந்தது. திடீரென்று நிழல் காணாமல் போனது. மாயா அறைக்குள் பிரவேசித்தாள். வசீகரமான அவள் முகம் பயத்திலும் பதற்றத்திலும் வேர்த்திருந்தது. அவள் சத்தமாகச் சொன்னாள், 'நீங்க எல்லாரும் இங்கேயே இருந்து நாசமாய்ப் போங்க. நான் போறேன்.'

'எங்கே போறே?' என்றார் கிரன்மயி கடுமையாக.

அம்மாவின் அச்சுறுத்தல் அவளைச் சிறிதும் பாதிக்கவில்லை. தலை யைச் சீராகச் சீவியபடி, 'நான் பாருல் வீட்டுக்குப் போறேன். உங்களுக் கெல்லாம் வாழ விருப்பம் இல்லைன்னா நான் ஒண்ணும் பண்ண முடியாது. அண்ணாவுக்கு இங்கிருந்து கிளம்பவே விருப்பமில்லை.'

‘உன் பேரை என்ன பண்றதா உத்தேசம்? பேரை யாராவது கேட்கிறப்போ நிலஞ்சனான்னு சொல்றது தற்கொலைக்குச் சமம்’ என்று எச்சரித்தபோது சுதாமய்க்கு சிராஜுதீன் என்ற பெயரை உபயோகித்தது ஞாபகம் வந்தது.

மாயா நேர்ப் பார்வை பார்த்தபடி, ‘முஸ்லிமா மாற ‘லா இலாஹா இல்லல்லாஹு; முஹம்மதுல் ரசூலுல்லா’ன்னு சொன்னாப் போதும். அதைச் சொல்லிட்டு பேரை ஃபெரோஸா பேகம்ன்னு சொல்லிடுவேன்’ என்றாள்.

‘மாயா!’ கிரன்மயியின் குரலில் ஆத்திரம், ஆற்றாமை, துக்கம் எல்லாம் ஒருங்கே வெளிப்பட்டன.

பதிலுக்கு மாயா பார்த்த பார்வையில் ‘என்ன தப்பு?’ என்கிற கேள்வி தொக்கியிருந்தது. அம்மாவின் வருத்தம் அவளைப் பாதித்ததாகத் தெரிய வில்லை. சுதாமயிடமிருந்து ஒரு இயலாமைப் பெருமூச்சு வெளிப் பட்டது. மாயாவையும் கிரன்மயியையும் மாறி மாறி இரண்டு தடவை பார்த்தார். மாயாவைப் புரிந்துகொள்ள முடிந்தது. இருபத்தோரு வயதுதான் ஆகிறது. 1947 பிரிவினையும் தெரியாது; 1950 -லும் 1964-லும் நடந்த கலவரங்களும் தெரியாது; 1971 -ல் நடந்த சுதந்தரப் போரும் தெரியாது. ஒன்று அவளுக்குத் தெளிவாகத் தெரிந்திருந்தது. இஸ்லாம்தான் தேசிய மதம். சிறுபான்மைச் சமூகத்தைச் சேர்ந்த தானும் தன் குடும்பமும் இந்த அமைப்பில் நிறைய விட்டுக்கொடுத்தாக வேண்டும். 1990-ல் நடந்த கலவரங்களைப் பார்த்திருக்கிறாள். வாழ விருப்பம் இருந்தால் என்ன முடிவு எடுக்கவேண்டும் என்பதில் தெளிவு வர அது போதுமானதாக இருந்தது. சுதாமய்க்கு நெஞ்சு வலி அதிக மாயிற்று. மாயா குறித்த கவலைகள் வலுவிழந்தன.

★

சுரஞ்சனின் டீ தாகம் இன்னும் தீரவில்லை.

எழுந்து பாத்ரூம் போனான். பொதுவாகப் பல் தேய்க்குமுன்பே, ஒரு சின்ன வாய் கொப்பளிப்புடன் முதல் டீயைக் குடித்திருப்பான். இன்று அது சாத்தியம் ஆகவில்லை. சட்டென்று கொஞ்ச நேரமாக மாயாவின் குரல் கேட்கவில்லை. நிஜமாகவே போய்விட்டாளா?

சுரஞ்சன் சோம்பலாகப் பல்லைத் தேய்த்தான். வீட்டில் யாரோ செத்துப்போகப்போவதுபோல் ஒரு அசௌகரியமான அமைதி. இடி விழுந்தமாதிரி ஏதோ ஒன்று நடக்கப் போவதை எல்லோரும்

பயத்துடன் எதிர்நோக்கிக்கொண்டிருந்தார்கள். ஏறக்குறைய சாவுக்குக் காத்திருப்பதுபோன்ற உணர்வு. சுரஞ்சன், சுதாமய் இருந்த அறைக்குள் போனான். கட்டிலில் உட்காரும்போது அமைதியாக இருப்பது மாதிரி காட்டிக்கொண்டான்.

'மாயா எங்கே?' என்றான் பொதுவாக.

யாரும் பதில் சொல்லவில்லை.

ஜன்னல் ஓரம் உட்கார்ந்து இலக்கில்லாமல் பார்த்துக்கொண்டிருந்த கிரன்மயி எழுந்து சமையலறைக்குப் போனார். படுத்தபடி விட்டத்தை வெறித்துக்கொண்டிருந்த சுதாமய் கண்ணை மூடிக்கொண்டு புரண்டு படுத்தார். இருவருமே சுரஞ்சன் பக்கம் கவனத்தைத் திருப்ப விருப்ப மில்லாதமாதிரி நடந்துகொண்டார்கள். பெற்றோர்பற்றியும், தங்கை பற்றியும் பொறுப்பில்லாமல் இருக்கிறோமோ என்கிற எண்ணம் சுரஞ்சன் மனத்தில் தலை தூக்கத் தொடங்கியது. பாதுகாப்பாக ஓர் இடத்தைத் தேடிப் பிடிக்கும் பொறுப்பு அவனுக்கு இருந்தது. அதைச் செய்ய இயலவில்லையா, விருப்பமில்லையா, விருப்பமில்லாததால் தான் இயலவில்லையா என்பது அவனுக்கே தெளிவில்லாமல் இருந்தது.

ஜஹாங்கீர் என்கிற வாலிபனை மாயா காதலிப்பது சுரஞ்சனுக்குத் தெரியும். வாய்ப்புக் கிடைத்தபோதெல்லாம் அவனுடன் வெளியில் போவது அவள் வழக்கம். இப்போது வீட்டை விட்டு வெளியில் போன நிலையில் அவளைத் தடுக்க யாருமில்லை.

கொஞ்சம் நல்ல மனம் படைத்த முஸ்லிம்கள் ஒவ்வொரு முறை கலவரம் வெடிக்கும்போதும் தங்கள் இந்து நண்பர்கள் நலமாக இருக் கிறார்களா என்று நிச்சயித்துக்கொள்வார்கள். மாயா பத்திரமாக இருக் கிறாளா என்று ஜஹாங்கிர் நிச்சயம் தெரிந்துகொள்ள முற்படுவான். உதவ முன்வருவான். அப்படி ஏதாவது நடந்தால் ஒரு சிலிர்ப்பான நன்றி உணர்வில் அவனைத் திருமணம் செய்துகொள்ள மாயா முன்வரக் கூடும். அந்தப் பையன் கல்லூரியில் அவளுக்கு இரண்டு ஆண்டுகள் சீனியர். கல்யாணம் செய்துகொள்கிற முடிவில் அவன் இல்லை என்று சுரஞ்சன் உறுதியாக நம்பினான்.

சுரஞ்சனின் அனுபவத்திலிருந்தே அவன் தெரிந்துகொண்டது, கலப்பு மதத் திருமணங்கள் பங்களாதேசத்தில் நடக்காத காரியம் என்பது. சுரஞ்சன் பர்வீனைக் கல்யாணம் செய்துகொள்ள முடிவாகி எல்லாம் சரியாகப் போய்க்கொண்டிருந்தது. நீ மதம் மாறித்தான் ஆகவேண்டும் என்றாள் பர்வீன். சுரஞ்சன் ஏற்கவில்லை. நம் இரண்டு பேரில் யாருமே

மதம் மாறவேண்டாம் என்று சொல்லிப் பார்த்தான். நடக்கவில்லை. அவளை வீட்டில் வேறொருவனுக்குத் திருமணம் செய்து வைத்து விட்டார்கள்.

சுரஞ்சன் கொஞ்சம் வருத்தத்துடன் வெராந்தாவை வெறித்துப் பார்த்தான். சிறிய வீடு. வெராந்தாவை விட்டால் ஒரு கிச்சன், இரண்டு ரூம்கள். அவ்வளவுதான்.

கிரன்மயி ஒரு கப் டீயுடன் வந்தார். டீயை வாங்கியபடி, 'டிசம்பர் வந்தும் ஒண்ணும் குளிரே இல்லை இந்த முறை. குளிர்காலத்துல காலையில பேரீச்சம்பழ ஜூஸ் குடிப்பேனே முன்னே எல்லாம், அது ஞாபகம் வருது' என்றான்.

கிரன்மயி பெருமூச்சு விட்டார். 'வாடகை வீடுதானே... தோட்டமா போட முடியும்? பாத்துப் பாத்துப் பழச் செடி எல்லாம் வெச்சிருந்த வீட்டைக் கால் காசுக்கு வித்துட்டு வந்தாச்சு.'

சுரஞ்சன் டீயை உறிஞ்சியபடி பழைய நினைவுகளை அசை போட்டான்.

மாயாவும் அவனும் குளிரில் நடுங்கியபடி மரத்தடியில் நின்று பார்த்துக் கொண்டிருப்பார்கள். தோட்டக்காரர் அப்படியே மரத்திலிருந்து பறித்த பேரீச்சையின் சாற்றைக் கொண்டுவருவார். அந்தக் குளிரில் வாயைத் திறந்தாலே அடர்த்தியாக, வெண்மையாக வாயிலிருந்து ஆவி வருவது ஒரு ரசனை. மாமரங்கள், கொய்யா மரங்கள், பலா மரங்கள், பாக்கு மரங்கள், தென்னை மரங்கள் என்று செழிப்பான தோட்டம். அதில் புகுந்து அங்குமிங்கும் ஓடி விளையாடுவார்கள். சுதாமய் அவர்கள் இருவரிடமும், 'இது உங்க மூதாதையர் சொத்து. என்னைக்குமே இதை விட்டுப் போயிடாதீங்க' என்று எத்தனை முறை சொல்லியிருப்பார் என்பது எண்ணிக்கையில் அடங்காது. இப்போது எல்லாம் போச்சு!

சுதாமய் அந்தச் சொத்துக்களை விற்கவேண்டி வந்தது துரதிஷ்டம்.

மாயாவுக்கு அப்போது ஆறு வயது இருக்கும். பள்ளிக்கூடம் போனவள் திரும்பி வரவே இல்லை. ஊர் முழுக்கத் தேடியாகிவிட்டது. எங்கும் காணோம். சொந்தக்காரர்கள் வீடுகளிலும் இல்லை. நண்பர்கள், தெரிந்தவர்கள் வீடுகளிலும் இல்லை. எல்லார் மனமும் எந்த நிலையில் இருந்திருக்கும் என்று சொல்லத் தேவையில்லை. என்ன ஆகியிருக்கும், ஏது ஆகியிருக்கும், எப்படிப்பட்ட செய்தியைக் கேள்விப்படப் போகிறோமோ என்கிற பயமும் பதற்றமும் யாரையும் தூங்கவும் விடவில்லை. எந்த வேலையையும் செய்யவிடவில்லை. பள்ளிக்கூட வாசலில் சதா சுற்றிக்கொண்டிருக்கும் பொறுக்கிகள் கடத்திக்கொண்டு போய்விட்டார்களா?

இரண்டு நாள் கழித்து மாயா தானாகவே வீடு திரும்பினாள். யார் கடத்திப் போனது, எங்கே இருந்தாள் என்றெல்லாம் அவளுக்குச் சொல்லவே தெரியவில்லை. அடுத்த இரண்டு மாதங்களுக்கு அவளுடைய நடவடிக்கைகள் விநோதமாக இருந்தன. நடு ராத்திரியில் திடீரென்று தூக்கத்தில் விழித்து பேந்தப் பேந்த முழிப்பாள். ஜனங்களைப் பார்க்கவே பயப்படுவாள்.

ராத்திரியில் வீட்டின்மீது யாரோ கல்லெறிந்தார்கள். பணம் கொடுக்க வில்லை என்றால் மாயாவை மறுபடியும் கடத்திக்கொண்டு போய்விடு வதாக மொட்டைக் கடிதங்கள் வந்தன. சுதாமய் போலீஸ் ஸ்டேஷனில் புகார் செய்தார். அவர்கள் சம்பிரதாயமாகப் புகாரை எழுதி வாங்கிக் கொண்டதோடு சரி. எந்த நடவடிக்கையும் எடுக்கவில்லை.

வேறு வடிவத்திலும் தொல்லைகள் ஆரம்பித்தன.

அந்தப் பகுதியில் இருந்த காலிகள் தோட்டத்தில் புகுந்து ரகளை செய்ய ஆரம்பித்தார்கள். பூக்களைப் பிய்த்து எறிவது, பழங்களைப் பறித்துத் தின்பது, சின்னச் சின்னச் செடிகளை மிதித்து நாசம் செய்வது என்று மிகுந்த தொந்திரவு கொடுத்தார்கள். எவ்வளவு சொல்லியும் எதுவும் செய்ய முடியவில்லை. சட்டரீதியாக எதுவும் செய்ய இயலாத நிலையில் அண்டை அயலாரிடம் புலம்பினார்கள்.

‘நீங்களாவது கொஞ்சம் எடுத்துச் சொல்லக்கூடாதா?’

‘என்ன பண்றது? நாங்க என்ன சொல்ல முடியும்? இப்படித்தான் இங்கே பல வருஷமா இருந்துக்கிட்டு இருக்கு. இதெல்லாம் மாறவே மாறாது.’

அவர்கள் பதிலில் இருந்தது சலிப்பா, அலட்சியமா என்று புரிய வில்லை.

சுரஞ்சன் தன் நண்பர்களை வைத்து அந்த ரௌடிகளை ஒரு கை பார்ப்பதாகச் சொன்னான். சுதாமய் மறுத்துவிட்டார். அவர் மைமென்சிங்கையே காலி செய்துகொண்டு போய்விடும் முடிவுக்கு வந்திருந்தார். வீட்டை விற்கும் முடிவுக்கும் வந்துவிட்டார். வீட்டை விற்கும் முடிவுக்கு வர இன்னொரு காரணமும் இருந்தது.

வீடு சம்பந்தமாக வழக்கு ஒன்றும் நடந்துகொண்டிருந்தது. அண்டை வீட்டுக்காரர் ஷவுக்கத் அலி வீடு இருந்த நிலத்தில் கணிசமான பகுதியை அபகரிக்கும் நோக்கில் பொய்ப் பத்திரங்கள் தயார் செய்து கோர்ட்டுக்கு இழுத்துக்கொண்டிருந்தார். சுதாமயால் அவருடைய

தகிடுதத்தங்களுக்கு ஈடு கொடுத்துச் சண்டை போட முடியவில்லை. மனம் முறிந்து நொந்துபோனார்.

வீட்டை விற்கும் யோசனையை சுரஞ்சன் ஆமோதிக்கவில்லை. கல்லூரி மாணவனாக இருந்த அவன் மூளை சுறுசுறுப்பாக வேலை செய்தது. நிறைய யோசனைகள் வைத்திருந்தான். கல்லூரி மாணவர்கள் சங்கத்தின் நிர்வாக உறுப்பினராக வேறு இருந்தான். அவனுக்கு இருந்த தொடர்புகளை வைத்தே தொல்லை கொடுத்தவர்களை ஓடச் செய் திருக்க முடியும். ஆனால், டாக்கா போவது என்ற முடிவுக்கு சுதாமய் வந்திருந்ததால் மகனைத் தடுத்துவிட்டார். மேலும் அவர் கிளினிக் வைத்திருந்த ஸ்வதேஷி பஜார் பகுதியில் மிகச் சில நோயாளிகள்தான் அவரிடம் வந்தார்கள். அதுவும் இந்துக்கள்மட்டுமே அவரிடம் வந்தார்கள். வந்தவர்களும் பரம ஏழைகள். அவர்களிடம் கட்டணம் கேட்கவே அவருக்குக் கூச்சமாக இருந்தது. டாக்கா போனால் நிலைமை மாறும் என்று அவர் நினைத்தார். அப்பாவின் நிலைமையைப் புரிந்துகொண்டதால் சுரஞ்சன் வற்புறுத்தவில்லை.

ஆனாலும் இன்றுவரை கோட்டை மாதிரி இரண்டு ஏக்கர் நிலத்தில் இருந்த வீட்டை மறக்க முடியவில்லை. குறைந்தது பத்து லட்சத்துக்குப் போகக்கூடிய அந்த வீட்டை ரெய்சுதீன் சாஹிபுக்கு இரண்டு லட்சத்துக்கு விற்ற நாளையும் மறக்க முடியாது.

வீட்டைக் காலி செய்யவேண்டிய நாள்.

சுதாமய் மனைவியிடம், 'ம்ம்ம்... ம்ம்ம்ம்... கிளம்பணும். நேரம் ஆச்சு. சாமான்களையெல்லாம் எடுத்துக்க, வெளியே வா' என்றார்.

வீட்டை விட்டு வெளியில் வந்த கிரன்மயியால் தாங்கவே முடிய வில்லை. அப்படியே மண்ணில் படுத்துப் புரண்டு புரண்டு அழ ஆரம்பித்தார். சுரஞ்சனுக்கோ நடப்பதை நம்பவே முடியவில்லை, நிஜமாகவே போகிறோமா என்று நினைத்தான். அங்கேயே பிறந்து, வீட்டுக்குள்ளும் தோட்டத்திலும் ஓடி ஓடி விளையாடி, நண்பர்களுடன் கும்மாளம் அடித்து... ச்சே! அந்த வீடு இப்போது சொந்தமில்லை. பிரம்மபுத்ரா நதி பிரவாகம் எடுத்து ஓடுகிற அந்த இடம் இனி யாருடையதோ. அதை விட்டுப் போகவேண்டியிருக்கும் என்று கனவிலும் அவன் நினைத்ததில்லை.

சுதாமய் இந்த முடிவுக்கு வரக் காரணமாக இருந்த மாயாவுக்கும் வீட்டை விட்டுப் போவதில் சம்மதமில்லை. 'நான் சுஃபியாவை விட்டுட்டு வரமாட்டேன்' என்று அங்கேயே உட்கார்ந்து அழ ஆரம்பித்தாள். சுஃபியா மூன்றாம் வீட்டில் இருக்கும் குழந்தை.

அவள்தான் மாயாவின் உயிர்த்தோழி. தினமும் சாயந்திரம் மணிக் கணக்கில் பேசிக்கொண்டிருப்பார்கள், பொம்மைகளை வைத்து விளையாடிக்கொண்டிருப்பார்கள்.

இவர்கள் போகட்டும். சுதாமயின் நிலை என்ன?

எடுத்த முடிவில் உறுதியாக இருந்தாலும் அவருக்கும் பிறந்து வளர்ந்த வீட்டை விட்டுப் புறப்படும்போது தொண்டை அடைத்தது. ஆனாலும் அவர், 'வாழ்க்கை மிகச் சின்னது. பாக்கி இருக்கிற வருஷங்கள்ள குழந்தைகளோட சந்தோஷமா, நிம்மதியா இருக்கிறதுதான் என் குறிக்கோள்' என்றுமட்டும் சொன்னபடிப் புறப்பட்டார். எங்கேயாவது அப்படி நிம்மதியாக, சந்தோஷமாக இந்த நாட்டில் இருந்துவிட முடியுமா என்று வியந்துகொண்டான் சுரஞ்சன்.

டாக்கா வந்து சேர்ந்த சுதாமய் ஒரு நிம்மதிப் பெருமூச்சுவிட்டார். சுதந்தர டாக்காதான்; ஆனாலும் சுதாமய் வேட்டி கட்டிக்கொள் வதற்குப்பதில் பைஜாமா உடுத்த ஆரம்பித்தார். நாள் போகப் போக அப்பா எடுத்த முடிவு காலத்தின் கட்டாயம் என்பது சுரஞ்சனுக்குப் புரிந்தது. எவ்வளவு முயன்றாலும் அமைதியான வாழ்க்கைக்கும் தங்கள் குடும்பத்துக்கும் இடையில் இருக்கும் சுவரை அவராலோ தன்னாலோ தகர்க்க இயலாது என்பதும் புரிந்தது.

ஜன்னல் வழியாக வெராந்தாவில் விழுந்த சூரிய ஒளியை வெறித்துப் பார்த்தபடி சிந்தனையில் இருந்தான் சுரஞ்சன். தெருக்கோடியில் கேட்ட ஊர்வலத்தின் கோஷங்கள் அவன் சிந்தனையைக் கலைத்தன. அந்த ஊர்வலம் நெருங்க நெருங்க என்ன கோஷம் போடுகிறார்கள் என்பதை அறியக் காதைத் தீட்டிக்கொண்டான். கிரன்மயி எழுந்து அவசரமாக ஜன்னல் கதவைச் சாத்தினார். அப்படியும் வீட்டைக் கடக்கும்போது அவர்கள் போட்ட கோஷம் தெளிவாகக் கேட்டது.

'ஆளுக்கு ரெண்டு இந்துவைப் பிடிப்போம். ஆத்திரம் தீரக் குரல்வளை கடிப்போம்.'

அப்பாவின் உடல் நடுங்கியதை சுரஞ்சனால் பார்க்க முடிந்தது. அம்மா சாத்திய கதவில் முதுகை அழுத்திச் சாய்ந்திருந்தவர் இன்னும் நகர வில்லை. 1990-ல்கூட இதே கோஷம்தான் போட்டார்கள்.

யார் அவர்கள்?

புதிதாக யாரும் இல்லை. ஜப்பார், ரம்ஜான், அலாம்கிர், கபீர், ஆபிதின் எல்லோர் குரலும் நன்றாகவே அடையாளம் தெரிந்தது. சுரஞ்சனுடன் கூடி அரட்டை அடிப்பவர்கள். எத்தனை விஷயங்களைக் கூடிப் பேசி

முடிவெடுத்திருக்கிறார்கள்! சுரஞ்சனிடம் எத்தனை ஆலோசனைகள் பெற்றிருக்கிறார்கள்! இப்போது சுரஞ்சனைப் பிடித்துத் தின்றுவிடுவோம் என்று கோஷம் போடுவதும் அவர்கள்தான்!

★

சுதாமய் டாக்கா வந்தடைந்தபோது அசித் ரஞ்சன்தான் தாண்ட்டி பஜாரில் ஒரு வீட்டை ஏற்பாடு செய்து தந்தார்.

'பணக்காரக் குடும்பத்துல பிறந்தவர். உங்களாலே இந்த மாதிரி சின்ன வாடகை வீட்ல இருக்க முடியுமா?' என்றார் தயக்கமாக.

'ஏன் முடியாம... ஊர்ல நிறையபேர் இது மாதிரியான வீட்டிலதானே இருக்காங்க?'

'வாஸ்தவம்தான். ஆனா பிறந்ததிலேருந்து, 'இல்லை, போதாது' என்கிற வார்த்தைகளை நீங்க கேட்டிருக்கவே மாட்டீங்க. இப்பக்கூட எதனாலே வீட்டை வித்தீங்க? உங்க மகளோட பாதுகாப்புக்காக. அவ சின்னப் பொண்ணு. கொஞ்சம் வளர்ந்த இளம் பெண்களுக்கு வர்ற சங்கடங்களை யோசிச்சுப் பாருங்க. பசங்க தினம் தினம் கேலி பண்றாங்க, பயமுறுத்தறாங்க அப்படின்னு எங்க பொண்ணைக் கல்கத்தாவுக்கு அனுப்பிட்டோம். இந்த வயசில இருக்கிற பொண்களை வீட்டில வெச்சிருக்கிறது வயித்தில நெருப்பைக் கட்டிகிட்டு இருக்கிற மாதிரிதான்.'

சுதாமய்க்குப் புரிந்தது. நண்பரின் நிலையைவிட அவர் நிலை எவ்வளவோமேல். அவருடைய மாணவி ஒருவருக்கு நேர்ந்த அவலம் அவருக்கு ஞாபகம் வந்தது. ஒரு பொறுக்கிக் கூட்டம் நடு வீதியில் வைத்து அவளுடைய புடைவையை உருவியது. அவளும் முஸ்லிம் தான், அவர்களும் முஸ்லிம்கள்தான். ஓர் இளம் பெண் என்கிறபோது மதத்துக்கு அப்பாற்பட்டும் சங்கடங்கள் எழுகின்றன. பலவீனமான பாலினர் என்பதாலேயே பெண்கள் இதுபோன்ற துன்பங்களுக்கு ஆளாகிறார்கள். அசித் ரஞ்சன் ரிஸ்க் எடுக்கவே இல்லை. இரண்டு மகள்களையும் கல்கத்தா அனுப்பிவிட்டார். இஸ்லாம்பூரில் நகைக் கடை வைத்திருக்கிறார். நல்ல வருமானம். ஒரு பழைய மாடல் இரண்டு அடுக்கு வீடு இருக்கிறது அவருக்கு. பழைய வீட்டைப் புதுப்பிக்கிறதும் இல்லை. புது வீடு வாங்குகிற ஆர்வமும் அவருக்கு இல்லை. சில சமயம் சுதாமய் இது குறித்து வியந்ததுண்டு.

ஒருநாள் அவர் வந்து சொன்னார், 'தாதா (அண்ணா), பணம் மொத்தத் தையும் செலவு பண்ணிடாதீங்க. முடிஞ்சா சொத்தை வித்த பணத்தை

என் சொந்தக்காரங்களுக்கு அனுப்புங்க. உங்களுக்கு அங்கே ஒரு வீடு வாங்கி வைக்கச் சொல்றேன்.'

'அங்கேன்னா, எங்கே?' என்றார் சுதாமய் புரியாமல்.

'கல்கத்தால... நான் அங்கே நிலம் வாங்கியிருக்கேன்' என்றார் தாழ்ந்த குரலில்.

இதைக் கேட்ட சுதாமோய்க்கு ஆத்திரம் வந்தது.

'பணத்தை இங்கே சம்பாதிச்சு அந்த நாட்டில முதலீடு பண்ணணும்ங்கிறீங்களா? இது துரோகம்! தண்டனைக்குரிய செயல்.'

அசித் ரஞ்சனுக்குக் கோபத்துக்குப் பதில் ஆச்சரியம்தான் ஏற்பட்டது. இப்படி ஓர் இந்து பேசி அவர் கேட்டதே இல்லை. அங்கிருந்த ஒவ்வோர் இந்துவும் இந்தியாவில் சொத்து வாங்குவதில் குறியாக இருந்தார்கள். அங்கே அவர்களின் எதிர்காலம் கேள்விக்குறியாகவே இருந்தது. இங்கே வேர் ஊன்றிவிட்டு திடீரென்று ஒருநாள் வேரோடு பிடுங்கி வீசி எறியப்பட்டால் என்ன செய்வது என்கிற பயம் எல்லோருக்கும் இருந்தது. ஆகவே எதற்கு வம்பு என்று தயார் நிலையில் இருந்தார்கள்.

★

மைமென்சிங்கிலிருந்து எப்படி வந்தோம் என்று அவ்வப்போது சுதாமய் வியந்துகொள்வது உண்டு. மூதாதையர் சொத்தின்மேல் இருக்கும் மதிப்பும் பிரியமும் ஏன் அவரைத் தடுக்கவில்லை? மாயாவின் பாதுகாப்பில் பிரச்னை இருந்தது நிஜம்தான். ஆனால் எங்குதான் அப்படிப்பட்ட பிரச்னைகள் இருக்கவில்லை? கடத்தல்கள் மதத்தின் அடிப்படையிலா நிகழ்கின்றன? இந்து, முஸ்லிம் இரு சாராருமேதான் கடத்தப்படுகிறார்கள்.

அவரது அச்சம் ஓர் இந்து என்பதால் வந்ததா அல்லது பாதுகாப்பற்ற தனிநபர் என்கிற அடிப்படையில் வந்ததா? இந்தக் கேள்வியை நினைத்துப் பார்க்கக் கொஞ்சம் தயக்கமாகத்தான் இருந்தது அவருக்கு. தன்னைப் பார்த்தே அஞ்சி ஓடும் முயற்சியா அது? அவ்வளவு பெரிய சொத்தின் சொந்தக்காரராக இருந்தும் ஓர் அகதியைப்போல் உணர்ந்ததற்கு என்ன காரணம்? போலி ஆவணங்கள் தயாரித்த ஷவுக்கத் அலியிடம் சொத்து வழக்கில் தோற்றுவிடுவோம் என்கிற அச்சமா?

இருக்கலாம்.

பரம்பரை பரம்பரையாக இருந்துகொண்டிருக்கும் ஒரு சொத்தை எவனோ ஒருவனின் அயோக்கியத்தனத்துக்கு விட்டுக்கொடுப்பது மாதிரி துயரம் வேறு இருக்க முடியாது. ஒரு கோணத்தில் தான் செய்தது சரிதான் என்று சமாதானம் செய்துகொண்டார். தோற்றுப் போனபிறகு ஓடி வருவதற்கு பதில் முன்னாலேயே கௌரவமாக வந்துவிட்டதும் நல்லதுதான் என்பது அவர் எண்ணம். ஒன்றுவிட்ட சகோதரர் ஒருவர் இதே மாதிரி ஒரு வழக்கில் தலைகீழாக நின்றும் சொத்துகளை இழந்துவிட்டார். ஜமீர் முன்ஷி என்கிற அண்டை வீட்டுக்காரர் செய்த இதேபோன்ற அத்துமீறல் வழக்கு நீதிமன்றத் துக்குப் போனபோது இப்படி இழக்கவேண்டியது ஆயிற்று. சித்தப்பா தரப்பதா கோஷல், இந்தியாவுக்குக் குடிபெயர வேண்டியதாயிற்று. அவருடைய இந்த அனுபவம்தான் சொத்துகளை விற்கத் தூண்டியதோ?

இருக்கலாம்.

நண்பர்கள், தெரிந்தவர்கள் எல்லோரும் குடிபெயர்ந்தோ, இறந்தோ போய்விட்டார்கள். அந்தப் பகுதியில் அவருக்கு இருந்த அடை யாளமும் பிராபல்யமும் குறையத் தொடங்கின. மீதம் இருந்த வெகு சில நண்பர்கள் ஒரு மாதிரி அசுவாரஸ்யமாக இருந்தார்கள். திடீரென்று ஒரு நாள் ராத்திரி கொடிய மிருகம் ஒன்று வந்து அடித்துத் தரையோடு தேய்த்துவிடுமோ என்பதுபோன்ற திகில் அவர்கள் கண்களில் எப்போதும் இருந்தது.

இந்தியாவுக்குப் போவதுதான் எல்லோரின் கனவாகவும் இருந்தது. கிடைக்கும் முதல் சந்தர்ப்பத்தில் குதித்து ஓடிவிடத் தயாராக இருந் தார்கள். சுதாமய் அவர்களிடம் அடிக்கடி, ‘இங்கே போர் நடக்கும் போது நீங்களெல்லாம் ஓடிப் போய்விட்டீர்கள். ஜெயித்து சுதந்தரம் வாங்கினதும் திரும்பி வந்தீர்கள். இப்போது மறுபடி கொஞ்சம் குழப்பம் ஏற்படும்போல இருக்கும்போது மூட்டை கட்டிக்கொண்டு கிளம்பப் பார்க்கிறீர்கள். எப்படிப்பட்ட கோழைகள் கூட்டம்!’ என்பார்.

இது மாதிரி விமரிசனங்களால் ஜதின் தேப்னாத், துஷார் கர், காகேஷ் கிரன் போன்ற அவருடைய நண்பர்கள் அவரிடமிருந்து விலகியிருக்க ஆரம்பித்தார்கள். எதிர்பாராமல் சந்தித்துக்கொள்ள நேர்ந்தாலும் அசௌ கரியமான அமைதி நிலவும் அங்கே. மெல்ல மெல்ல சுதாமய் அவர் இருந்த பகுதியில் ஓர் அந்நியனாக ஆகிவிட்டார். துரதிர்ஷ்டவசமாக முஸ்லிம் நண்பர்களான சகுர், ஃபைசல், மஜித், காஃபர் ஆகியோரும் விலக ஆரம்பித்தார்கள். அவர்கள் விலகி இருப்பதன் காரணம் வெளிப்படை.

முஸ்லிம் நண்பர்கள் வீடுகளுக்குப் போனால் இப்போதெல்லாம், 'ஓ.. சுதாமயா... அந்த அறைல கொஞ்சம் உட்காருங்க. நமாஸ் முடிச்சிட்டு வந்துடறேன்' என்றோ, 'ஓ.. நீங்களா.. நம்ம வீட்ல இன்னைக்குப் பண்டிகை' என்றோதான் எதிர்வினை இருக்கிறது.

அவருடன் தீவிரமாகப் போராட்டத்தில் ஈடுபட்ட நண்பர்கள் இப்போது தீவிரமாக மதத்தில் இறங்கிவிட்டார்கள். சுதாமய் மத விஷயத்தில் அவ்வளவு தீவிரமானவர் அல்லர். ஏறக்குறைய நண்பர்கள் இன்றித் தனித்து விடப்பட்டிருந்தார். சுற்றியிருந்த மனிதர்களிடம் உணர்வுகளும் மனித நேயமும் மெல்ல மெல்லத் தேய்ந்து தர்க்கமே இல்லாத அளவு அவர்கள் விலகிப்போனது அவருடைய மனத்தில் ஆறாத வடுவாகிப்போனது. அவரும் ஓடிவிடலாமா என்கிற எண்ணத்துக்கு ஆட்பட்டார். ஆனாலும் பங்களாதேசத்தை விட்டே ஓடிவிட வேண்டும் என்று நினைக்கவில்லை. மைமென்சிங்க் அளவுக்கு விரோதம் இல்லாத இடத்துக்குப் போகவேண்டும் என்று நினைத்தார். செத்துப்போகவேண்டும் என்கிற அளவுக்கு மனநிலை போகுமுன் கிளம்பிவிடவேண்டும் என்று நினைத்தார்.

முதலில் டாக்காவில் குடிவந்த சின்ன வீடு சுரஞ்சனுக்கு மிகவும் சிரமமாக இருந்தது. எதிர்க்கக்கூடச் செய்தான். மெல்ல மெல்ல அந்த வாழ்க்கையும் பழக ஆரம்பித்தது. புதுக் கல்லூரியில் சேர்ந்து கொண்டான். புதிய நண்பர்களை உருவாக்கிக்கொண்டான். மெல்ல மெல்லச் சுற்றியிருந்த மனிதர்களையும் சூழ்நிலையையும் ரசிக்கக் கற்றுக்கொண்டான். கொஞ்சம் அரசியலிலும் ஈடுபட ஆரம்பித்து அவ்வப்போது பொதுக் கூட்டங்களிலும் ஊர்வலங்களிலும் கலந்து கொண்டான்.

கிரன்மயிக்கும் புது இடமும் புது வீடும் எளிதில் பழகவில்லை. நடுராத்திரியில் விழிப்பு வந்து பழைய வீட்டை நினைத்து அழுவார். அவரைக் கொடிக்குப் போட்ட பந்தல் என்ன ஆயிற்றோ என்கிற கவலை வரும். ஊரிலேயே மிகச் சிறந்த கொய்யா என்று பேசப்பட்ட கொய்யா மரம் ஞாபகம் வரும். நினைத்தபோதெல்லாம் இளநீர் பறித்த தென்னை மரங்களுக்கு யாராவது தண்ணீர் ஊற்றுகிறார்களா என்கிற கவலை வரும். சுதாமய்க்கும் இது எல்லாமே இருந்தாலும் அதைக் காட்டிக்கொள்ள மாட்டார்.

★

டாக்காவில் ஒரு முக்கியமான அரசாங்கப் பதவிக்கு சுதாமய் விண்ணப்பித்திருந்தார். மைமென்சிங்கில் இருந்த பதவியில் பிரமோஷன்

வாங்கியிருந்தால் வந்திருக்கவேண்டிய பதவி. சம்பந்தப்பட்ட அமைச்ச கத்தின் அலுவலகத்துக்கு அடிக்கடி விண்ணப்பம் பரிசீலனையில் இருக் கிறதா, என்ன நிலைகளைக் கடந்திருக்கிறது என்று பார்க்கப் போவார். நான்கைந்து குமாஸ்தாக்கள் உட்கார்ந்திருக்கும் ஒரு சின்ன அறையில் மணிக்கணக்கில் காக்க வைப்பார்கள். சில சமயம் துணைக் காரிய தரிசியின் அறையில் காத்திருக்க நேரிடும்.

'உங்களுக்குத் தொந்தரவு இல்லைன்னா என் விண்ணப்பம் என்ன நிலை யில இருக்குன்னு தெரிஞ்சிக்கலாமா சார்' என்று மிகவும் பணிவாக, மரியாதையாக விசாரிப்பார்.

'பாக்கலாம், பாக்கலாம்' என்கிற மாதிரி நம்பிக்கை அளிக்காத பதில்கள்தான் எப்போதும் கிடைக்கும். பல சமயம் 'ம்ம்ம்', 'ஆஆங்' என்கிறமாதிரி பதில்களும் கிடைக்கும். இன்னும் சிலர் அவர் டாக்டர் என்பது தெரிந்ததும், 'டாக்டர், என் பொண்ணுக்கு எப்பவுமே வயித்துல கோளாறாவே இருக்கு. கூடவே நெஞ்சுல வலி இருக்குன்னு சொல்றா. ஏதாவது நல்ல வைத்தியம் சொல்லுங்களேன்' என்பார்கள்.

சுதாமய் பொறுமையாகப் பெட்டியைத் திறந்து, லெட்டர் பேடை எடுத்து, அந்தப் பெண்ணின் பெயரை எழுதி, மருந்துகளின் பெயரையும் எழுதி, கிழித்து அவரிடம் கொடுத்துவிட்டு, பிறகு, 'என் வேலையை முடிச்சிக் குடுத்துடறீங்களா ஃபரித் பாய்?' என்பார் நம்பிக்கையுடன்.

'நிஜமாவே அது என் கையில் இருக்குன்னு நம்பறீங்களா?' என்று ஃபரித் பாய் சிரிப்பார்.

கொஞ்ச நாள் கழித்து அவரைவிட ஜூனியராக இருப்பவர்களுக்கு முன்னுரிமை அளிக்கப்படுவதை உணர்ந்தார். டாக்டர் கரிமுத்தின், டாக்டர் யாகோப் மொல்லா எல்லோரும் மிகவும் ஜூனியர்கள். அவர்கள் ஃபைலுக்கு அடியில் சுதாமயின் ஃபைலைப் போட்டிருந்தது தெரிந்தது. அவர்கள் அசோஸியேட் புரஃபஸராக வேலை ஏற்றுக் கொண்டதும் தெரிய வந்தது. ஷூ தேய்ந்ததுதான் மிச்சம்.

'இன்னைக்கு முடியாது, நாளைக்கு.'

'நாளைக்கு வேண்டாம், நாளன்னைக்கு வாங்க.'

'ஃபைல் செகரட்ரிக்குப் போயிருக்கு.'

'செகரட்ரி மீட்டிங்ல இருக்கார்.'

'மினிஸ்டர் வெளிநாடு போயிருக்கார். ஒரு மாசம் ஆகும்.'

இந்தப் பதில்களையெல்லாம் பொறுமையாகக் கேட்டுக்கொண்டிருந்த சுதாமய், எதுவும் நடக்கப் போவதில்லை என்பதை உணர வெகு நாள்கள் ஆனது. ரிடையர்மெண்ட் வயது நெருங்கிக்கொண்டிருந்தது. அந்த வயதில் குறைந்தபட்சம் அசோஸியேட் புரஃபஸராகவாவது ஆகியிருக்கவேண்டும். ஆனால், கடைசியில் ரிடையர் ஆகும்போது அசிஸ்டண்ட் புரஃபஸராக ஆகிவிட்டிருந்தார்.

மாதவ் சந்திர பால் என்ற நண்பர், சுதாமய் பணி ஓய்வுபெறும் நாள் அன்று அவருக்கு மாலை போட்டபடி காதருகே கிசுகிசுத்தார், 'ஒரு முஸ்லிம் நாட்டுப் பிரஜையா இருந்துக்கிட்டு இதைவிட அதிகமாக எதிர்பார்க்கக்கூடாது. நமக்குக் கிடைச்சிருக்கிறது மிக அதிகம்.' இப்படிச் சொன்னபடி விரக்தியாக ஒரு சிரிப்பும் சிரித்தார். அவரும் அசிஸ்டண்ட் புரஃபஸர்தான். இரண்டொரு முறை அவருடைய ப்ரமோஷன் பேப்பர் அனுப்பப்பட்டது. அவருக்கு ப்ரமோஷன் மறுக்கப்பட்டதற்கு சோவியத் யூனியனுக்கு அவர் போய் வந்தார் என்பது உள்படப் பல காரணங்கள் சொல்லப்பட்டன.

மாதவ் சந்திர பால் சொன்னது சரிதான் என்று நினைத்தார் சுதாமய்.

பங்களாதேச அரசு கொள்கை அடிப்படையில் இந்துக்களுக்கு எதிரானது அல்ல. இந்துக்களின் வளர்ச்சியைத் தடை செய்கிற மாதிரியோ, போலீஸ், ராணுவம், அமைச்சகம் மாதிரி இடங்களில் இந்துக்களுக்கு வேலை கிடையாது என்கிற மாதிரியோ சட்டத்தில் எந்த அம்சமும் இல்லை. ஆனாலும் செகரட்ரி அல்லது அடிஷனல் செகரட்ரி நிலையில் இந்துக்களே கிடையாது. மிகச் சில ஜாயிண்ட் செகரட்ரிகளும், சில டெபுடி செகரட்ரிகளும்மட்டுமே இந்துக்களாக இருந்தார்கள். அவர்களும் பிரமோஷனை எதிர்பார்ப்பதில்லை.

போலீஸ் துறையைப் பொறுத்தவரை நாடு முழுதும் ஆறு டெபுடி கமிஷனர்கள்தான் இந்துக்கள். உயர் நீதிமன்றத்தில் ஒரேயோர் இந்து நீதிபதி. சிற்சில காவல்துறை அதிகாரிகள் இந்துக்களாக இருந்தாலும் ஒரு சூப்பரின்டெண்டண்ட்கூட இந்து கிடையாது.

ஏற்றுக்கொள்வது சிரமமாக இருந்தாலும் சுதாமய் தத்தாவாக இருக்கிற ஒரே காரணத்தால்தான் அசோஸியேட் புரஃபஸர் ஆக முடியவில்லை என்பதை உணர்ந்தார். முகமது அலியாகவோ சலிமுல்லாவாகவோ இருந்திருந்தால் எந்தத் தடையும் இருந்திருக்காது. இது அரசாங்கத்தில் மட்டும்தான் என்று இல்லை. தொழில்துறையிலும் வியாபாரத்திலும் கூட ஒரு முஸ்லிம் பார்ட்னர் இருந்தால்தான் வளர்ச்சியில் முட்டுக் கட்டைகள் இருக்காது. இந்துமட்டும் இருந்தால் லைசென்ஸே கிடைக்காது. வங்கிகள் கடன் தராது.

இவ்வளவு ஏமாற்றங்களையும் ஜீரணித்துக்கொண்டார் சுதாமய். தாந்தி பஜார் பழகிப் போயிற்று. 'மைமென்சிங்மட்டும்தானா என் ஊர்? மொத்த பங்களாதேசமுமே என் ஊராயிற்றே' என்று அடிக்கடி சொல்லிக்கொள்வார்.

குடும்பத்தில் இருந்த எல்லோருமே இதே மனநிலையில் இருந்தார்கள் என்று சொல்ல முடியாது.

'இந்நேரம் நான் நம்ம ஏரியில இருக்கிற மீன்களுக்குத் தீனி போட்டுக் கிட்டோ அல்லது புதுச் செடிகள் பயிர் பன்னிக்கிட்டோ இருக்க வேண்டியவ' என்றோ, 'பிள்ளைங்க தோட்டத்துப் பழத்துலேர்ந்து ஃபிரெஷ் ஜூஸ் குடிக்கிற நேரம்' என்றோ 'கோட்டை மாதிரி வீடு இருந்த நமக்கு வர்ற பணம் பூரா வாடகைக்கே சரியா இருக்கு இப்போ' என்றோ கிரன்மயி சொல்லிக்கொண்டிருப்பார். திடீரென்று ராத்திரி எழுந்து, 'வீடு வித்த பணமும் ரிடையர்மெண்ட் பணமும் சேர்த்தா நல்ல தொகை வருது. நாமளும் போயிடலாம். நம்ம சொந்தக்காரங்க எல்லாரும் ஏற்கெனவே அங்கே போய்ட்டாங்க' என்பார்.

சுதாமய் இதற்கான பதிலை எப்போதும் தயாராக வைத்திருப்பார்.

'சொந்தக்காரங்களா? அவங்க உன்னை வெச்சி ரெண்டுநாள் சோறு போடுவாங்களா? அவங்க வீட்ல தங்கணும்ன்னு போனாக்கூட, நீ வேற எங்கேயோ தங்கியிருக்கிற மாதிரியும், அவங்களைப் பாத்துட்டுப் போக வந்தமாதிரியும், 'புறப்படறதுக்கு முன்னே ஒரு டீயாவது சாப்ட்டுப் போங்க'ன்னு சொல்லிக்கிட்டு இருப்பாங்களே ஒழிய அந்த டீயைக் கூடத் தரமாட்டாங்க.'

'நம்ம கிட்டே நம்ம காசு இருக்கும்போது அவங்க டீயும் சோறும் யாருக்கு வேணும்? நமக்கு வேண்டியது மனுஷங்கதானே?' என்று அவரை எதிர்க்கேள்வி கேட்டு மடக்குவார் கிரன்மயி. இந்த இடத்தில் சுதாமயின் பிடிவாதம் வெடிக்கும். 'நான் வர மாட்டேன். நீ போறதா இருந்தா தாராளமா போய்க்கோ. ஆமாம்... நம்ம மூதாதையர்கள் வீட்டை விட்டுட்டு வந்துட்டேன். நிஜம்தான். அதுக்காக நம்ம நாட்டையும் விட்டுட்டு வரணும்னு அவசியம் இல்லை.'

★

தாந்தி பஜாரில் கொஞ்ச காலம் இருந்தார்கள். அதற்குப்பிறகு அர்மானிடோலா போனார்கள். அங்கே ஆறு வருஷம் இருந்தபிறகு இறுதியாக டிக்காட்டுலி வந்து சேர்ந்தார்கள். அங்கேதான் கடந்த ஏழு ஆண்டுகளாக இருக்கிறார்கள். தனக்கு இருதய நோய் இருப்பதைச்

சமீபத்தில்தான் அறிந்தார் சுதாமய். வேலையிலிருந்து ஓய்வு பெற்றபிறகு கோபிபாக்கில் ஒரு சின்னக் கடையை வாடகைக்கு எடுத்துக்கொண்டு தனியாக மருத்துவர் தொழிலை ஆரம்பித்தார். ஆனால் அங்கே தொடர்ந்து போக முடியவில்லை. நோயாளிகள் அவரை வீட்டிலேயே சந்திக்க ஆரம்பித்தார்கள்.

ஹாலில் ஒரு மேஜை, ஒரு திவான், சில பிரம்பு நாற்காலிகள் போடப் பட்டு அவர் நோயாளிகளைப் பார்க்க ஏற்பாடானது. பக்கத்து அறையில் இருந்த புத்தக அலமாரியில் மருத்துவம், இலக்கியம், சமூகவியல், அரசியல் என்று பல்வேறு புத்தகங்கள் இருந்தன. சுதாமய் பெரும் பாலான நேரம் அந்த அறையில்தான் இருப்பார்.

சாயந்திர வேளையில் நண்பர்கள் நிஷித் பாபு, அக்தருஜ்ஜமான், சையதுல் இஸ்லாம், ஹரிபாதா எல்லோரும் வருவார்கள். நாட்டு அரசியல் நிலைபற்றி அரட்டை நடக்கும். கிரன்மயி எல்லாருக்கும் டீ போட்டுத் தருவார். வயதின் காரணமாக எல்லாருமே சர்க்கரை போடாத டீ சாப்பிடும் ஆசாமிகள்.

இன்னொரு ஊர்வலம் வரும் ஓசை கேட்டுப் படுக்கையிலிருந்து துள்ளி எழுந்தார் சுதாமய். சுரஞ்சன் பல்லைக் கடித்துக்கொண்டு ஆத்திரத்தை அடக்கிக்கொண்டான். கிரன்மயியிடம் அச்சம் தெரிந்தது. ஆரம்பத்தில் பதற்றம் அடைந்தாலும் என்ன நடக்கிறது என்கிற ஆர்வம்தான் சுதாமய்க்கு மேலோங்கியிருந்தது.

அவர் ஏன் பாதிக்கப்படவில்லை? கொஞ்சம் அச்சமோ ஆத்திரமோ அவருக்கும் ஏற்பட்டிருக்கலாமே? ஏன் ஏற்படவில்லை?

★

# நாள் 2

சுரஞ்சனின் அம்மாவுக்கு அதிர்ச்சியாகவும் ஆச்சரியமாகவும் இருந்தது.

'எங்கடா கிளம்பறே?'

'ஊர் எப்படி இருக்குன்னு பார்த்துட்டு வர்றேன். ஹர்த்தால் எப்படி இருக்கு, அதனாலே ஏதாவது உபயோகம் இருக்கான்னு பார்க்கணும்.'

'வேணாம்டா சுரேன்... எப்ப என்ன ஆகும்னு தெரியாது.'

'என்ன நடக்குமோ அது நடந்துதான் தீரும். எப்படி இருந்தாலும் நாம எல்லாருமே ஒருநாள் சாகத்தான் போறோம். தயவு பண்ணி பயப்படாதீங்க, பதற்றப்படாதீங்க. நீங்க பதற்றம் அடையறதைப் பார்த்தா எனக்கு எரிச்சலா இருக்கு.' சுரஞ்சன் குரலில் விரக்தி வெளிப்படையாகத் தெரிந்தது.

கண்ணாடிமுன் நின்று தலை வாரிக்கொண்டிருந்த அவனருகே ஓடிப் போய் சீப்பைப் பிடுங்கிக்கொண்டார் கிரன்மயி.

'சொல்றதைக் கேளு சுரேன், இப்ப வெளியே போறது ஆபத்து. ஹர்த்தாலா இருந்தாலும் கடைங்களையும் கோவில்களையும் அடிச்சி நொறுக்கிக்கிட்டு இருக்காங்க. இப்ப என்ன நடக்குதுன்னு பார்க்க எந்த அவசியமும் இல்லை. வீட்லயே இரு.'

சுரஞ்சன் எதையுமே காதில் போட்டுக்கொள்ளாமல் வாசல் நோக்கி நடந்தான். என்றைக்குமே அவன் வீட்டுக்கு அடங்கினவன் இல்லை.

சுதாமய் அவன் செய்கையைப் பார்த்து அதிர்ச்சி அடைந்தாரே ஒழிய, எதுவும் பேசவில்லை.

சுரஞ்சனின் பெரும்பாலான நண்பர்கள் முஸ்லிம்கள். அவர்கள் யாருக்கும் தீவிர மத நம்பிக்கைகள் இல்லை. ஆகவே இந்துவாக இருந்தாலும் சுரஞ்சனை நெருக்கமான நண்பனாக ஏற்றிருந்தார்கள். சுரஞ்சனின் மனத்தில் பயமே இல்லாததற்கு இது ஒரு காரணமாக இருக்கலாம்.

இந்து நண்பர்களும் இருந்தாலும் அவர்கள் முஸ்லிம் நண்பர்கள் அளவு நெருக்கமில்லை. நெருக்கம் மட்டுமில்லை, கஷ்டம் என்று வரும் போது உதவிக்கு முந்திக்கொண்டு வருகிறவர்கள் முஸ்லிம் நண்பர்கள் தான்.

ஒரு முறை, நடு ராத்திரியில் அப்பாவுக்கு நெஞ்சு வலி ஏற்பட்டது. நண்பர் டாக்டர் ஹரிபாதா வந்து சோதித்துவிட்டு மையோ கார்டியல் இன்ஃபார்க்ஷன் (மாரடைப்பு) என்று சொன்னார். உடனடியாக ஆஸ்பத்திரிக்குப் போயாகவேண்டும் என்றும் சொன்னார். மணி இரவு 1.30. வீட்டுக்கு அருகிலேயே இருந்தவன் காஜல் என்கிற இந்து நண்பன். கதவைத் தட்டி அவனிடம் விஷயத்தைச் சொன்னபோது, அவனிடம் எந்தப் பரபரப்பும் தெரியவில்லை. நீண்ட கொட்டாவி ஒன்றை விட்டுவிட்டு, 'அப்படியா.. நடுராத்திரியில என்ன பண்ண முடியும்? விடியறவரைக்கும் பொறுமையா இரு. அப்புறம் என்ன பண்றதுன்னு பார்க்கலாம்' என்று சொல்லிவிட்டு உள்ளே போய்ப் படுத்துவிட்டான்.

அடுத்து என்ன செய்வது?

பிலால் பக்கத்துத் தெருவில் இருந்தான். பொதுவாக நண்பர்களில் இந்து நண்பன், முஸ்லிம் நண்பன் என்று பாகுபாடு பார்க்கிறவன் இல்லை சுரஞ்சன். ஆனாலும் காஜல் வீட்டுக் கதவைத் தட்டும்போது இருந்த உரிமை அல்லது தைரியம் பிலால் வீட்டுக் கதவைத் தட்டும் போது இல்லை. அந்த மெல்லிய தட்டலைக் கேட்டதும் உள்ளிருந்து, 'யாரு?' என்றான் பிலால்.

'சுரஞ்சன்' என்றதும், பரபரவென்று அவன் எழுந்திருந்து ஓடி வருகிற சத்தம் கேட்டது.

'என்ன சுரோ... அர்த்த ராத்திரியில வந்திருக்கே, எனி பிராப்ளம்?'

'ஆமாம்டா... அப்பாக்கு...'

'அப்பாக்கு?'

'உடம்பு சரியில்லை. ஹரிபாதா மாமா உடனே ஆஸ்பத்திரிக்குப் போகணும்ன்னு சொல்லிட்டாரு...'

'இதை வந்ததுமே சொல்லவேண்டியதுதானே?' என்றவன் உள்ளே ஓடிப்போய் சட்டையை மாட்டிக்கொண்டு, கார் சாவியை எடுத்துக் கொண்டு ஓடி வந்தான். பர்ஸை சுரஞ்சனிடம் கொடுத்து, 'இதை வெச்சிக்க' என்றான்.

ராத்திரியே அப்பாவை ஆஸ்பத்திரியில் சேர்த்து, தெரிந்த பெரிய டாக்டர்களிடம் எல்லாம் பேசி ராஜ வைத்தியத்துக்கு ஏற்பாடு செய்தான். தினசரி வந்து பார்த்துக்கொண்டான். கொஞ்சம் சங்கடமாக உணர்ந்த அப்பாவிடம், 'நானும் உங்க மகன்தான். ஃபீல் ஃப்ரீ' என்று தைரியம் சொன்னான்.

காஜல்கூடப் பணக்காரன்தான். ஆனால் பிலாலிடம் இருந்த மனம் அவனிடம் இல்லை. பிலால் மருத்துவமனையில் அட்மிட் செய்யும் போது கட்ட வேண்டிய முன்பணம்வரை கட்டிவிட்டான். அதற்குப் பின்னும் செலவாயிற்று. என்ன செய்வது என்று தவித்தபோதுதான் ராபியல் என்கிற இன்னொரு முஸ்லிம் நண்பன் கடவுள் மாதிரித் தோன்றினான். ஆஸ்பத்திரிக்கும் வீட்டுக்குமாக நடையாக நடந்து கொண்டிருந்தபோது திடீரென்று வீட்டுக்கு வந்தான்.

'அப்பா ஆஸ்பத்திரியில அட்மிட் ஆகியிருக்காரா?' என்று கேட்டான்.

சுரஞ்சன் பதில் சொல்லுமுன், 'ஃபிரெண்ட்ஸ் எல்லாம் எதுக்குடா? சும்மா கூடிப் பேசிக் கூத்தடிக்கமட்டும்தானா?' என்று கடுமையாகச் சொன்னவன் மேசைமேல் ஒரு கவரை வைத்தான். வைத்து விட்டு, 'அப்பா டிஸ்சார்ஜ் ஆனதும் வரேன்' என்று போய்விட்டான். அந்தக் கவரில் ஆஸ்பத்திரிக்குக் கட்டின பிறகும் மீதம் இருக்கிற அளவுக்குப் பணம் இருந்தது.

முஸ்லிம் நண்பர்களுடன் நெருக்கம் இது மாதிரிப் பொருளாதார ஆதரவினால் மட்டுமில்லை. எண்ணத்திலும் உணர்விலும்கூட நெருக்கமாகவே இருந்தார்கள். பர்வீன்மீது காதல் வரக் காரணமாக இருந்தது அதனால்தான். அதுவே ஒரு அர்ச்சனா, ஒரு தீப்தி, ஒரு கீதா, ஒரு சுனந்தாவாக இருந்திருந்தால் அவ்வளவு உணர்வுப்பூர்வமான நேசம் இருந்திருக்குமா என்பது சந்தேகம்தான்.

மதத்தின் அடிப்படையில் நண்பர்களிடையே வித்தியாசம் பாராட்டத் தெரியாது சுரஞ்சனுக்கு. குழந்தைப் பருவத்தில் தான் ஓர் இந்து என்பது

தெரிந்திருந்தது. ஆனால் அப்படியென்றால் என்ன, அதற்கு என்ன அர்த்தம் என்பதெல்லாம் தெரியாது. மைமென்சிங்கில் மூன்றாவதோ நான்காவதோ படிக்கிறபோது காலித் என்றொரு பையன்கூடப் படித்தான். ஒருதரம் வாக்குவாதம் முற்றி ஆத்திரமாக ஒருவரை ஒருவர் திட்டிக்கொண்டார்கள். இறுதியில் கலித் சுரஞ்சனைப் பார்த்து ஆத்திரமாக, 'இந்துப் பயலே' என்றான்.

வார்த்தையில் இருந்த உஷ்ணத்தையும் கண்களில் இருந்த காழ்ப்புணர்ச்சியையும் பார்த்து இந்து என்கிற சொல்லுக்கு பன்றி அல்லது நாய் என்கிற அர்த்தம்தான் இருக்கும் என்று சுரஞ்சனுக்குத் தோன்றியது. கொஞ்சம் வளர்ந்தபிறகுதான் இந்து என்பது தான் சார்ந்திருக்கும் மதத்தின் பெயர் என்பது புரிந்தது. அப்போதும் மதம் என்றால் என்னவென்று புரியவில்லை. அவனைப் பொறுத்தவரை முதலில் அவன் ஒரு மனிதன். அதற்குப்பின் ஒரு வங்காளி. வங்காளி என்கிற இனத்தை உருவாக்கியது மதமல்ல. ஆகவே மத வேறுபாடு களைக் கடந்து எல்லா வங்காளிகளும் ஒற்றுமையாக இருக்கவேண்டும் என்பதே அப்போதிலிருந்து அவன் ஆசையாகவும் நோக்கமாகவும் இருந்தது.

துரதிர்ஷ்டவசமாக பங்களாதேசத்தில் சுரஞ்சனின் மனப்பாங்கில் இருந்தவர்கள் மிகக் குறைவாகவே இருந்தார்கள். இன்னும் துயரம் என்னவென்றால் ஒரே நாட்டின் பிரஜைகள் என்கிற ரீதியில் ஒற்றுமை யைக் கோரினால்கூடப் பரவாயில்லை. இரு நாடுகளாக இருந்தாலும் ஒரே மதத்தினர் என்கிற அடிப்படையில் ஒற்றுமை கோரப்பட்டது. இதன் விளைவாக, மாறுபட்ட மதத்தினர் என்கிற காரணத்தால் மக்களின் ஒரு பிரிவினர் சொந்த நாட்டிலேயே அந்நியர்களாகப் பார்க்கப்பட்டார்கள். அது மட்டுமல்ல, தாழ்ந்த ஜாதியினராகவும் கருதப்பட்டார்கள். இரு நாடுகளானாலும் ஒரே மதம் என்கிற ரீதியிலான ஒருமைப்பாடு இந்துக்களையும் முஸ்லிம்களையும் இரு கூராகப் பிளக்க ஆரம்பித்தது.

சுரஞ்சன் சாலையில் நடக்க நடக்க அவன் மனத்தில் எண்ணங்கள் ஓடிக்கொண்டிருந்தன. அன்றைக்கு டிசம்பர் 8-ம் தேதி. அன்றைக்கு நாடு தழுவிய கதவடைப்பு. தீவிரவாதிகள் அறிவித்த கதவடைப்பு. ஜமாத்-இ-இஸ்லாமி என்கிற பிரபலமான, வலுவான கட்சியின் செய்தித் தொடர்பாளர், 'இந்த அடைப்பு பாபர் மசூதி இடிப்பைக் கண்டித்து' என்று அறிவிப்பு வெளியிட்டிருந்தார். அறிவிப்பு வெளி வந்த போதே டாக்காவில் என்ன நடக்கிறது என்று அறியும் ஆர்வம் வந்துவிட்டது சுரஞ்சனுக்கு. என்ன ஆகப்போகிறதோ என்கிற திகில் அம்மாவைப் பற்றிக்கொண்டது. அப்பாவுக்கு இது குறித்து ஏதாவது

பயம் ஏற்பட்டதா என்பது அவனுக்குத் தெரியவில்லை. இந்த முறை ஓடி ஒளிவதில்லை என்பதில் உறுதியாக இருந்தான். அப்படி ஒளியாத தால் மரணம் வருவதாக இருந்தால் வந்துவிட்டுப் போகட்டும்! தன்னுடைய தீர்மானத்தில் அப்பாவுக்கும் அம்மாவுக்கும் சம்மதமோ இல்லையோ, நடப்பது நடக்கட்டும் என்று இருந்தான். மாயா, தானே ஒரு முடிவுக்கு வந்து முஸ்லிம் தோழி வீட்டுக்குப் போய்விட்டாள். பத்திரமாக இருப்போம் என்று நம்புகிறாள். அப்படியே அவனும் நம்பினான்.

மெல்லிய மாலைக் காற்றின் இதத்தை ரசிக்க முடியாத மரண நிசப்தம் எங்கும். வீட்டுக்குள் இருந்தபோது இருந்த தைரியம் இப்போது இல்லாததை சுரஞ்சனால் உணர முடிந்தது. இருந்தாலும் ஊரைச் சுற்றிப் பார்க்கும் ஆர்வம் குறையவில்லை. இம்முறை நெருங்கிய நண்பர்கள் யாரும் அவர்களின் பாதுகாப்பு குறித்து விசாரிக்கவில்லை என்பதும், 'எங்க வீட்டுக்கு வந்துடுங்க' என்கிற மாதிரி அழைப்புகள் வராததும் கொஞ்சம் வருத்தமாகக்கூட இருந்தது. பிலால், கமால் யாருமே அழைக்க வில்லை. அழைத்திருந்தாலும் போகக்கூடாது என்கிற முடிவில் இருந்த அவன் இதற்கு வருத்தப்படுவதை எண்ணித் தனக்குத் தானே சிரித்துக்கொண்டான்.

ஒவ்வொரு முறையும் ஊரில் ஏதாவது பிரச்னை என்றதும் பெட்டி படுக்கையைத் தூக்கிக்கொண்டு ஓடுவதை நினைக்கவே அவமானமாக இருந்தது. போன முறையே கமாலின் அழைப்பை ஏற்றிருந்திருக்கக் கூடாது. இம்முறை அவன் அழைத்திருந்தால், 'ஏண்டா, கொலையும் பண்ணி, அடைக்கலமும் தர்றீங்களா? ஊர்ல இருக்கிற எல்லா இந்துக்களையும் கூப்பிட்டு மைதானத்துல நிக்க வெச்சி சுட்டுத் தள்ளிடுங்கடா. தேடித் தேடிச் சாகடிக்கிற கஷ்டமும் இருக்காது, பாதுகாப்புக் குடுக்கிற மாதிரி வேஷம் போடவேண்டிய அவசியமும் இருக்காது' என்று சொல்லத் தயாராக இருந்தான்.

சிந்தனை வயப்பட்டவனாக ஒரு பெரிய சாலைக்குள் வந்துவிட்டதை சுரஞ்சன் கவனித்த அதே நேரம் ஒரு கலகக் கும்பலும் அவனைக் கவனித்துவிட்டது.

'புடிடா அவனை.. இந்துப் பயல்' என்று குரல் கிளம்பியது.

கும்பலில் இருந்த அனைவரையும் சுரஞ்சனுக்குத் தெரியும். அவனுடைய பகுதியில் இருக்கிறவர்கள்தான். தினமும் பார்க்கிற பையன்கள். அதில் ஓரிருவரை நெருக்கமாகத் தெரியும். ஆலம் என்கிறவன் லோக்கல் பையன்கள் சங்கத்துக்கு சந்தா வசூலிக்க அவ்வப்போது வருகிறவன்.

சில சமயம் சங்கத்தின் நிகழ்ச்சிகளில் சுரஞ்சன் பாடக்கூடச் செய்திருக் கிறான். சங்கீதத்தில் சுவாரஸ்யம் இருந்த பையன்களுக்கு டி.எல்.ராய், ஹேமங்க பிஸ்வாஸ் ஆகியோரின் பாடல்களைப் பாடச் சொல்லித் தருகிற எண்ணம்கூட அவனுக்கு இருந்தது. ஏதேதோ உதவிகள் கேட்டு அவர்களில் ஒவ்வொருவரும் ஏதோ ஒரு சந்தர்ப்பத்தில் வீட்டுக்கு வந்திருக்கிறார்கள். ஏரியா ஆசாமிகள் என்கிற சலுகையில் அப்பாவிடம் கட்டணம் இல்லாமல் வைத்தியம்கூடப் பார்த்துக்கொண்டிருந்திருக் கிறார்கள்.

சுரஞ்சன் இந்து என்கிற ஒரே காரணத்தினால் இப்போது அவனை அடிக்க வருகிறார்கள்! வேகமாக எதிர்த் திசையில் நடக்க ஆரம்பித் தான். பயத்தால் அல்ல. அவமான உணர்வில். அவர்கள் அடிக்க நினைக்கிறார்கள் என்கிற எண்ணமே அவனுக்கு அவமானமாக இருந்தது. அந்த அவமான உணர்வும் அவர்களைக் குறித்துத்தான் ஏற்பட்டது. இது மாதிரி வன்முறைகளில் அடிபடுகிறவனைவிட அடிக்கிறவனுக்குத்தான் அவமானம்.

சுரஞ்சன் ஷாப்லா சதுக்கத்தை நோக்கி நடக்க ஆரம்பித்தான்.

அந்தப் பகுதி முழுதும் ஓர் இறுக்கமான அமைதி விரவியிருந்தது. சின்னச் சின்னக் குழுக்களாக மக்கள் நின்றிருந்தார்கள். கண்ணாடித் துண்டுகளும் புகைந்து கொண்டிருக்கும் செங்கற்களும், கரித் துண்டுகளாக மாறிய கதவுகள், ஜன்னல்கள், நிலை வாசல்கள் எங்கும் சிதறிக் கிடந்தன. சிறிது நேரம் முன்புதான் அங்கே ஒரு கலவரம் நடந்திருப்பது தெரிந்தது. சில இளைஞர்கள் எதற்காகவோ ஓடிக்கொண்டிருந்தார்கள். சில நாய்கள் இலக்கின்றி இங்குமங்கும் ஓடிக்கொண்டிருந்தன. அவற்றுக்குக் கவலையில்லை. அவை முஸ்லிம்களோ, இந்துக்களோ அல்லவே! சில ரிக்ஷாக்கள் போய்க்கொண்டிருந்தன. ரிக்ஷா ஓட்டிகள் செய்த டிங் டிங் சத்தம் அமைதியைக் கிழித்துக்கொண்டு காண்டாமணி போல இரைச்சலாக ஒலித்தது.

என்ன நடந்திருக்கும் என்பது சுரஞ்சனுக்கு சரியாகப் புரியவில்லை. சுதந்தரமாக ஓடிய நாய்களைப் பார்த்துப் பொறாமையாக இருந்தது. ஒரு நிமிடம் அவனுக்கும் அப்படி ஓடவேண்டும்போல இருந்தது. வழக்கமாகப் பரபரப்பாக இருக்கும் மோதிஜீல் கமர்ஷியல் ஏரியா வெறிச்சோடி இருந்தது. அதைப் பார்க்கிறபோது சின்ன வயதில் குச்சி நட்டு கிரிக்கெட் ஆடியது ஞாபகம் வந்தது. இடதுபுறம் எரிந்து சாம்பலாகியிருந்த கட்டடம் இந்தியன் ஏர்லைன்ஸ் அலுவலகம் என்பது ஆழ்ந்து பார்த்தால்தான் புரிந்தது. உற்றுப் பார்த்தால் அடையாளம் காண முடிந்த நிலையில் இருந்த பெயர்ப் பலகையும்,

ஜன்னல் ஃபிரேம்களும் மாத்திரமே மீதமிருந்தன. பார்த்துக்கொண்டிருந்த சிலர் தோள்களைக் குலுக்கி விரக்திச் சிரிப்பு சிரித்துக் கொண்டிருந்தார்கள்.

தன்னை யாரோ கவனித்துக்கொண்டிருப்பதுபோலவே தொடர்ந்து உள்ளுணர்வு சொல்ல சுரஞ்சன் சுற்றிலும் பார்த்தான். அந்த இடத்தை விட்டு நகர ஆரம்பித்தான். எத்தனை கட்டடங்கள் எரிந்திருக்கின்றன என்று தெரிந்துகொண்டு என்ன ஆகப்போகிறது என்று தோன்றியது. நடக்க நடக்க இன்னும் சில வீடுகள், கட்டடங்கள் எரிந்திருப்பதைப் பார்க்க முடிந்தது. பெட்ரோல், பெயிண்ட் வாசனை போல இந்த எரிந்த வாசனையிலும் ஒரு சுவை இருப்பதுபோலத் தோன்றினாலும். 'சீ... என்ன இது சாடிஸம்' என்று எண்ணத்தை மாற்றிக்கொண்டான். பங்களாதேச கம்யூனிஸ்ட் கட்சி (சி.பி.பி) அலுவலக வாசலில் ஒரு கூட்டம் நின்றுகொண்டிருந்தது. அலுவலகக் கட்டடம் இடிந்து சாலை முழுதும் கற்கள் சிதறியிருந்தன. அதை ஒட்டி இருந்த புத்தகக் கடையில்தான் சுரஞ்சன் வழக்கமாகப் புத்தகம் வாங்குவான். அந்தக் கடையைக் காணவே இல்லை. பாதி எரிந்த புத்தகம் ஒன்று காலில் தட்டுப்பட, எடுத்துப் பார்த்தான். மாக்ஸிம் கார்க்கியின் 'தாய்'. ஒரு விநாடி தன்னை பாவல் வோலாசோவாகக் கற்பனை செய்து கொண்டான். அம்மாவுக்குத் தீயூட்டியபிறகு காலடியில் போட்டுத் தேய்ப்பதுபோலவும் கற்பனை செய்துபார்த்தான். தன்னை அறியாமல் உடல் ஒருமுறை சிலிர்த்தது.

நிறையப் பேர் கூடியிருந்தார்கள்.

சத்தமான கிசுகிசுப்பில் பேசினார்கள். என்ன நடந்தது என்று தெரியவில்லை. ஒவ்வொருத்தர் ஒவ்வொரு விதமாகச் சொல்லிக்கொண்டிருந்தார்கள். கம்யூனிஸ்ட்டுகள் தங்கள் நிலைப்பாட்டை மாற்றிக் கொண்டும் மதவெறி கொண்ட முஸ்லிம்களின் கோபத்திலிருந்து தப்ப முடியவில்லை என்பது ஒரு சாராரின் கருத்து. காம்ரேட் ஃபர்ஹாத் இறந்துவிட்டார் என்று தோன்றியது. பெரிய அளவில் இறுதி ஊர்வலத்துக்கு ஏற்பாடு செய்திருந்தார்கள். கண்டனக் கூட்டத்துக்கு எல்லோரும் வரவேண்டும் என்று சொல்லியிருந்தார்கள். இந்தக் கண்டனத் தீர்மானத்தையும் மீறி மதத் தீவிரவாதம் கம்யூனிஸ்ட் கட்சி அலுவலகத்தை வதம் செய்திருந்தது.

கைஸர் தன்னை நோக்கி வருவதை சுரஞ்சன் கவனித்தான்.

அவன் கண்கள் சிவந்திருந்தன. முகம் சவரம் செய்யாமல் நாலுநாள் தாடி; தலை புயலில் சிக்கின மாதிரிக் கலைந்திருந்தது.

'இங்கே ஏன் வந்தே?' என்று அவன் கேட்டபோது அவன் குரலில் திகில் தெரிந்தது.

'ஏன், வரக்கூடாதா?'

'அப்படி இல்லை. மத வெறி பிடித்த பன்றிகள் என்ன செய்யும் என்பது உனக்குத் தெரியாதது இல்லை. ஏதோ மதத்தின்மேல் தீராத பற்றுக் கொண்டவர்கள்போல இவர்களுக்கு வாய் கிழிகிறதே... அவர்கள் செயல் மதத்தின்மேல் இருக்கும் பற்றையா காட்டுகிறது? ஜமாத் ஷிப்பீர் இளைஞர் அணியின் தீவிரவாதிகள் செய்த அட்டூழியம் இது. கட்சி அலுவலகம், புத்தகக் கடை, இந்தியன் ஏர்லைன்ஸ் அலுவலகம் எல்லாவற்றையும் கொளுத்தியது அவர்கள்தான். சுதந்தரப் போராட்டம் நடந்தபோது அதற்கு எதிராக இருந்தவர்கள் இவர்கள். கலவரம் பண்ண வாய்ப்புக் கிடைத்துவிட்ட குரூர சந்தோஷத்தில் ஆடுகிறார்கள். ஏதோ இவர்கள்தான் மதத்தைத் தூக்கி நிறுத்துகிறவர்கள் மாதிரி நடந்து கொள்கிறார்கள்.'

சுரஞ்சனும் அவனும் பாதிப்புக்குள்ளான இடத்திலிருந்து விலகி மெல்ல நடக்க ஆரம்பித்தார்கள்.

'வேறே எதையெல்லாம் கொளுத்தியிருக்காங்க?' என்று குரலில் எந்த உணர்வும் இன்றி சுரஞ்சன் கேட்டான்.

'சிட்டகாங் கோவில்கள், பஞ்சானந்தம், கைபோல்யாதம், இன்னும் மல்லிப்பாராவில் இருக்கிற எல்லாக் கோவில்களும்... சம்ஷான் மந்திர், கோர்பானிகஞ்ச், காலிபாரி, சட்டேஸ்வரி, விஷ்ணு மந்திர் எல்லாத்தையும் உடைச்சிருக்காங்க. ஹஜாரி லேன்லயும், ஃபகிர்பாராவிலும் தீ வெச்சிக் கொளுத்தியிருக்காங்க. ஒரு துயரம் என்னன்னா அதே நேரத்தில சமூக ஒற்றுமைக்காகக் கூட்டமும் நடந்துகிட்டு இருந்திருக்கு.'

சுரஞ்சன் ஒரு மெல்லிய பெருமூச்சை அதற்குப் பதிலாகத் தந்தான்.

கைஸர் இன்னும் முடிக்கவில்லை. முடியைப் பின்னுக்குத் தள்ளிக் கொண்டு, 'கோவில்கள் மாத்திரமில்லை' என்றான்.

'பின்னே?'

'மஜிர்கட்ல மீனவர் குடியிருப்புலயும் நெருப்பு வெச்சிருக்காங்க. குறைஞ்சது ஐம்பது வீடுகளாவது சாம்பலாகியிருக்கும்ன்னு சொல்றாங்க.'

‘இன்னும்?’ என்று சுரஞ்சன் கேட்டபோது ஓர் அந்நியத்தன்மை தெரிந்தது.

‘ஜெய்தேபூரில் மாதவ் மந்திரிலும், துர்கா மந்திரிலும் புகுந்து ரகளை பண்ணியிருக்காங்க. ஷேர்பூரில் அன்னபூர்னா மந்திரும் கிரிஷி செண்ட்டரில் காளி மந்திரும் தரை மட்டம் ஆயிடிச்சு. ஃபரித்பூரில் ராமகிருஷ்ணா மிஷனில் கோவில்களில் கொள்ளை அடிச்சிருக்காங்க. அங்கிருந்த குருவையும் மாணவர்களையும் பயங்கரமாத் தாக்கியிருக்காங்க.’

‘ஓஹோ.’

‘நார்ஷிந்தியில வீடுகள், கோவில்கள் எல்லாத்தையும் நாசம் பண்ணியிருக்காங்க. நாராயண கஞ்ச் மொரப்பாரா பஜாரில் கோவிலை இடிச்சித் தள்ளியிருக்காங்க. கோமில்லாவில் இருக்கிற புராதன அபயா ஆஸ்ரமத்தைக் கொளுத்தியிருக்காங்க. நவகாளியில முடிஞ்ச அளவு ரகளை பண்ணியிருக்காங்க.’

‘எந்த மாதிரி?’

‘சுதாரம் போலீஸ் ஸ்டேஷன் பக்கத்துலயே அடோர் சந்த் ஆசிரமத்தையும் ஏழு வீடுகளையும் அடிச்சித் தகர்த்திருக்காங்க. கங்காபூரில் இருக்கிற எல்லா வீடுகள்ளயும் புகுந்து கொள்ளை அடிச்சிட்டு அப்புறம் கொளுத்தியிருக்காங்க. சோனாபூரில் சிவகாளி கோவிலையும் ஜிம்னேசியத்தையும் இடிச்சித் தள்ளியிருக்காங்க. இன்னும் சௌமுஹினி, துர்காப்பூர், குதாப்பூர், கோபால்பூர் எல்லா இடத்திலயும் கோவில்களைத் தரைமட்டம் ஆக்கிட்டாங்க. சோயானி பகுதியில் டாக்டர் சிங்காவின் மருந்துத் தொழிற்சாலை பக்கத்துல ஆசிரமம், கோவில்கள் எல்லாத்தையும் உடைச்சிருக்காங்க. சோயானியில் சௌமுஹினி, பாபுபூர், டேட்டுயியா, மெஹதிபூர், ராஜ்கஞ்ச் பஜார், டோங்கிர்பார், காஸிர்ஹாட், ரஸூல்பூர், ஜமிந்தார்ஹட், போராபரி இங்கெல்லாம் சேர்ந்துப் பத்து கோவில்கள், பதினெட்டு இந்து வீடுகள் கொள்ளையடிக்கப்பட்டுக் கொளுத்தப்பட்டிருக்கின்றன. ஒரு கடை, ஒரு கார் இதையெல்லாம் கொளுத்தும்போது ஒரு பெண்ணையும் சேர்த்து உயிரோட கொளுத்தியிருக்காங்க...’

கைஸரின் பட்டியல் முடிவில்லாமல் நீண்டுகொண்டே போனது.

அவன் ஒரு சின்ன இடைவெளி விடும்போது சுரஞ்சன் ‘ஓ’ என்றுமட்டும் சொன்னான். சாலையில் கிடந்த கற்களைக் காலால் சின்னப் பிள்ளைபோல எட்டி உதைத்தபடி நின்றான். கைஸர் மேலும்

தொடர்ந்தபோது அதைக் காதில் வாங்கிக்கொள்ளக்கூட இல்லை. பத்திரிகையாளர் சங்கம் அருகே வந்ததும் இருவரும் நின்றார்கள். சில பத்திரிகையாளர்கள் நின்று ஏதோ விவாதித்துக்கொண்டிருந்தார்கள். இந்தியாவில் நடந்த கலவரத்திலும், போலீஸ் துப்பாக்கிச் சூட்டிலும் இருநூறு பேர் இறந்துவிட்டதாக ஒருவர் சொல்லிக்கொண்டிருந்தார். ஆர்.எஸ்.எஸ், சிவசேனை மாதிரித் தீவிரவாத இயக்கங்களின் நடவடிக்கைகளைக் கட்டுப்பாட்டில் வைத்திருப்பதாக ஒருவர் சொன்னார். எதிர்க்கட்சித் தலைவர் பதவியிலிருந்து அத்வானி விலகி விட்டாராம். சிட்டகாங்கில் நந்தன் கண்ணன் துளசிராமின் சீடர் தீபக் கோஷ் தப்ப முயன்றபோது ஜமாத்திகள் அவரைப் பிடித்துவிட்டதாக ஒருவர் சொன்னார். அவரைக் கொளுத்த முயன்றபோது அருகில் இருந்த காவலர்கள் அவர் ஒரு முஸ்லிம் என்று சொல்லித் தப்ப வைத்து விட்டார்களாம்.

சுரஞ்சனைத் தெரிந்தவர்கள் எல்லோரும் அவனை அங்கே பார்த்ததில் அதிர்ச்சி அடைந்தார்கள். இன்னும் நிறைய வன்முறைகள் நடக்கும் என்றும் உடனடியாக அவன் வீட்டுக்குப் போய்விடுவது நல்லது என்றும் எச்சரித்தார்கள்.

சுரஞ்சன் குழப்பமாகவும் இலக்கு இன்றியும் இருந்தான்.

கைஸர், லத்திஃப், பிலால், ஷாஹின் போன்றோர் சுதந்தரமாகச் சுற்றிக் கொண்டும் கண்டன ஊர்வலங்களில் பங்கெடுத்துக்கொண்டும் இருந்த போது சுரஞ்சன் தத்தாவாக இருப்பதால் வீட்டுக்குள்ளேயே முடங்கி இருக்கவேண்டும் என்கிற எண்ணமே அவனைக் கொன்றது. அவனுக்கும் சுதந்தரம் இருக்கிறது, அவனுக்கும் மனச்சாட்சி இருக் கிறது, அவன் சிந்தனையிலும் தெளிவும் கட்டுக்கோப்பும் இருக்கிறது. சிகரெட் ஒன்றைப் பற்றவைத்துக்கொண்டு சுவரில் சாய்ந்து நின்றான். மிகவும் தனிமையாகவும், தன்னையே இழந்ததுபோலவும் உணர்ந் தான். அங்கே பார்த்த பலரும் அவனுக்குப் பழக்கமானவர்கள். சிலர் நெருக்கமானவர்களும்கூட. ஆனாலும் தனித்து விடப்பட்டதுபோல் உணர்ந்தான். பாபர் மசூதி இடிப்பைக் குறித்தும் பங்களாதேசத்தில் நடந்துகொண்டிருந்த கோவில்கள் இடிப்பு குறித்தும் அவர்களுடன் விவாதத்தில் ஈடுபட முடியாத நிலை சங்கடமாகத் தோன்றியது.

விடாப்பிடியாக அவர்களுடன் கலந்துகொள்ளலாம்தான்; ஆனால் பேசும்போது கண்ணுக்குத் தெரியாத ஓர் எல்லைக்கோட்டைக் கடந்து விடாமல் கவனமாகப் பேசவேண்டும். அவன்மேல் இரக்கம் காட்டியவர்கள்கூடத் தங்களுடன் சேர்த்துக்கொள்ள யோசித்த அந்த நிலை அவனுக்குப் புரியாமல் இல்லை.

சுரஞ்சன்மீது ஆச்சரியப் பார்வை வீசியவர்களின் எண்ணிக்கை கூடிக் கொண்டே போயிற்று. அவனைத் தவிர வேறு இந்துக்கள் யாருமே சாலையில் இல்லை.

கைஸர் அடுத்துப் புறப்பட இருந்த கண்டன ஊர்வலத்தில் ஐக்கிய மானான். பத்திரிகையாளர்களின் கேமராக்கள் ஊர்வலத்தை நோக்கி ஜூம் செய்தன. அந்தப் பத்திரிகையாளர்கள் கூட்டத்தில் லட்ஃபர் இருந்தான். சுரஞ்சனைப் பார்த்ததும் அருகில் வந்து, ‘என்ன... நீயும் இங்கே நிக்கிறே?’ என்றான்.

புறப்பட்டதிலிருந்து எல்லோருக்கும் சொன்ன பதிலை அவனுக்கும் சொன்னான்.

‘ஏன்... நான் இங்கே நிற்கக்கூடாதா?’

லட்ஃபர் முகத்தில் கவலை தெரிந்தது.

‘வீட்ல ஒண்ணும் பிரச்னை இல்லையே?’ என்று விசாரித்தான்.

லட்ஃபரின் அக்கறை சுரஞ்சனுக்குப் பிடித்திருந்தது. காரணம் பொதுவாக அவன் ஒரு சங்கோஜி. யாரையும் நேராகக் கண்ணைப் பார்த்துப் பேசக்கூடத் தயங்குவான். மிகவும் ஒழுக்கமான பையன். எக்காதா பத்திரிகையின் ஆசிரியரிடம் பேசி சுரஞ்சன்தான் அவனுக்கு ஒரு வேலை வாங்கித் தந்தான். லட்ஃபர் சிகரட் ஒன்றைப் பற்றவைத்துக்கொண்டு மறுபடியும் கேட்டான்,

‘வீட்ல எதுவும் பிரச்னை இல்லையேன்னு கேட்டேன்.’

சுரஞ்சன் சிரித்தான்.

‘என்ன பிரச்னை இருக்கும்?’

லட்ஃபர் கொஞ்சம் தர்மசங்கடமாக உணர்ந்தான்.

‘உனக்குத் தெரியும்டா... நாட்டுல இன்னைக்கு நடந்துகிட்டிருக்கிற விஷயங்கள் உனக்குத் தெரியாததில்லை’ என்று அவன் சொன்னபோது குரல் கொஞ்சம் உயர்ந்து ஒலித்தது சுரஞ்சனுக்கு ஆச்சரியமாக இருந்தது. குரலை அவன் உயர்த்திப் பேசிக் கேட்டதே இல்லை. வழக்கமாகப் பணிவாகவும் அமைதியாகவும் ஒலிக்கிற அவன் குரல் இப்படி ஒலித்தது கொஞ்சம் மரியாதைக் குறைவாகக்கூடப்பட்டது.

‘சுரேன், நீங்க எல்லாரும் இன்னைக்கு வேறே எங்கேயாவது போய் தங்கிக்கிறது நல்லதுன்னு தோணுது. வீட்ல இருக்கிறது நல்லதில்லை.

பக்கத்துல இருக்கிற முஸ்லிம்கள் யாராவது ஒருத்தர் வீட்ல ரெண்டு நாள் தங்கறது நல்லதுன்னு உனக்கே தோணலையா?'

பெட்டிக்கடையில் சிகரட் பற்ற வைக்கத் தொங்கிக்கொண்டிருந்த கயிற்றையே பார்த்தபடி, 'இல்லை' என்றான் சுரஞ்சன்.

'இல்லையா?' என்று கேட்ட லட்ஃபரின் குரலில் அக்கறை மட்டு மில்லை கொஞ்சம் கோபமும் தெரிந்தது.

லட்ஃபர் சொல்வது புதிதல்ல. இதுமாதிரிப் பிரச்னைகள் எழும் போதெல்லாம் சுரஞ்சன் அடிக்கடிக் கேட்கிற அறிவுரைதான் அது.

'வீட்டில இருக்கிறது ஆபத்து.'

'தலைமறைவாப் போயிடு.'

'வெளியில எங்கேயும் போகாதே.'

'யாரு என்னங்கிறதைக் காமிச்சிக்காதே. நீ இந்துன்னு தெரியவேணாம்.'

'நிலைமை கொஞ்சம் சீரானபின் வெளியில் வா.'

மேற்சொன்ன வாக்கியங்கள் ஏறக்குறைய மனப்பாடமாக ஆகியிருந்தன.

சுரஞ்சனுக்கு இன்னும் சற்று சுற்றிப்பார்க்கிற ஆவல் இருந்தது. ஆனால் லட்ஃபரின் எச்சரிக்கைகள் கொஞ்சம் தயங்க வைத்தன. கையை இறுகக் கட்டிக்கொண்டு சுற்றிலும் ஒருமுறை பார்த்தான். குளிருக்குப் போர்வை போர்த்தினமாதிரி மரங்களில் அடர்த்தியாக இலைகள். சுரஞ்சனுக்கு இந்தப் பருவம் மிகவும் பிடிக்கும். சின்ன வயதில் ஆவி பறக்கும் பேன்கேக் சாப்பிட்டதும் குளிருக்குப் போர்த்தியபடி அம்மா சொல்லும் பேய்க் கதைகளைக் கேட்டதும் நினைவுக்கு வந்தது.

லட்ஃபரை நோக்கி வந்த ஆள் சுரஞ்சனைப் பழைய நினைவிலிருந்து கலைத்தான். தோளில் ஒரு பை மாட்டி, தாடி வைத்திருந்த அவன் ஓர் அசல் பத்திரிகைக்காரனாக இருந்தான். செய்திச் சுருக்கம்போல அதுவரை நடந்த கலவரங்களைப் பட்டியல் இட ஆரம்பித்தான்.

'தாகேஷ்வரி மந்திர், சித்தேஷ்வரி காளி மந்திர், ராமகிருஷ்ணா மிஷன், மஹாபிரகாஷ் மடம், நரிந்த கௌடியா மடம், போலகிரி ஆசிரமம் எல்லாத்து மேலயும் கல்லால அடிச்சிருக்காங்க. புகுந்து சூறையாடியிருக்காங்க. ஸ்வாமிபாக் ஆசிரமத்திலயும் கொள்ளை அடிச்சிருக்காங்க. ஷோனி ஜிம்னேசியம் பக்கத்தில இருபத்தஞ்சு வீடுகளைக் கொளுத்தியிருக்காங்க. ஷோனி மந்திர், துர்கா மந்திர் இரண்டையும் கொளுத்தி சாம்பலாக்கிட்டாங்க. நரிந்தாவின்

ரிஷிபாராவையும் தயாகஞ்ச் ஜீலப்பாராவையும் விட்டுவைக்கலை. ஃபார்ம்கேட், பால்ட்டன், நவாப்பூர் மாரன் சந்த் மிட்டாய்க்கடை, தேஷ்பந்து மிட்டாய்க்கடை இதையெல்லாம் அடிச்சி உடைச்சிக் கொளுத்தியிருக்காங்க. தாத்ரி பஜாரில் இருக்கிற கோவிலைக் கொளுத்தியிருக்காங்க.'

லட்ஃபர் ஒரு பெருமூச்சுடன் 'ம்' என்றுமட்டும் சொன்னான்.

அங்கிருந்து நகர்வது உசிதம் என்று தோன்றியது சுரஞ்சனுக்கு. நண்பர்கள் என்றாலும் எதிரணியினருடன் நெடு நேரம் நிற்பது அவ்வளவு சரியில்லை. எங்கே போவது, அங்கே போய் என்ன செய்வது என்பதிலெல்லாம் தெளிவின்றி இருந்தான். ஊர்வலத்தில் கலந்துகொள்வதா அல்லது நகர்ந்து வேறெங்காவது சென்றுவிடுவதா? நண்பர்கள், உறவினர்கள் யாரும் இல்லாத ஏதாவது ஓரிடத்துக்குப் போகவேண்டும்போல இருந்தது. அந்த தாடிப் பத்திரிகையாளர் அடுத்த கூட்டத்துக்குத் தகவல் தர நகர்ந்துவிட்டார். லட்ஃபர் அங்கிருந்து நகர ஆயத்தமானான். சுரஞ்சனின் அலட்சியம் அவனுக்குக் கவலை அளித்தது.

சுரஞ்சனுக்கு அந்த மக்களுடன் கலந்துகொள்ளவும், வீடுகளும் கடை களும் சூறையாடப்பட்ட விவரங்களைத் தெரிந்துகொள்ளவும் ஆர்வம் இருந்தது. தானே நேரில் சென்று தீக்கிரையான, இடிக்கப்பட்ட, சூறையாடப்பட்ட கோவில்களையும், கடைகளையும், வீடுகளையும் கணக்கிட ஆர்வம் உண்டானது. நடந்த சம்பவங்களுக்குக் கண்டனம் தெரிவிக்கும் வெறியும் எழுந்தது. மதத்தின் பெயரால் வன்முறையைத் தூண்டிவிடும் இந்த வெறியர்கள் ஒடுக்கப்படவேண்டும். இவர்களின் போலி மதப் பற்று வெளிச்சத்துக்கு வரவேண்டும். ஆனால், நினைத்த எதையும் செய்ய முடியாது என்கிற உண்மையும் போகிற வருகிற மக்கள் அவனைப் பார்த்த இரக்கப் பார்வையும் அவனுடைய ஆர்வ நெருப்பில் நீரூற்றி அணைத்தன. மக்களின் பார்வை, 'இதிலெல்லாம் பங்கேற்க உனக்கு அருகதை இல்லை' என்று சொல்வதுபோல இருந்தது.

எத்தனையோ பொது நிகழ்ச்சிகளை வழி நடத்தும் பொறுப்பில் இருந்த வனாக, மேடைகளில் பேசியவனாக, சுரஞ்சனால் அந்தச் சூழ் நிலையை எளிதில் ஜீரணித்துக்கொள்ள முடியவில்லை. ஏதோ ஒரு சக்தி அவனை ஊமையாக, செயலற்றவனாக, கோழையாக ஆக்கி யிருந்தது சற்று அவமானமாக இருந்தது.

கைஸர் வேகமாக அவனை நோக்கி வந்தான்.

'பைத்துல் மொகராமில் கண்டனப் பொதுக்கூட்டம் நடத்தத் தீர்மானம் பண்ணியிருக்காங்க. ஜனங்க மெதுவா சேர ஆரம்பிச்சிட்டாங்க. நீ இங்கிருந்து நகர்றது நல்லது. வீட்டுக்குப் போயிடறதுதான் பத்திர மானது' என்றான் தாழ்ந்த குரலில்.

'நீ கலந்துக்கலையா?' என்றான் சுரஞ்சன்.

'இல்லை. அதற்குப் பதில் மத நல்லிணக்கக் கூட்டம் ஏதாவது நடந்தா அதில் கலந்துகொள்ளலாம்னு இருக்கேன்.'

கைஸருக்குப் பின்னால் நின்றிருந்த லைட்டானும் மஹதப்பும் கைஸர் சொன்னதை வழி மொழிகிற மாதிரி பேசினார்கள்.

'உன் நல்லதுக்குத்தான் சொல்றோம். பொதுவா அமைதியாவும் பாதுகாப்பாவும் இருக்கிற ஜல்க்காபார் பகுதியைக்கூடக் கொளுத் திட்டாங்க. நம்மைச் சுற்றி எல்லா இடத்திலும் வன்முறைகள் நடந்து கிட்டு இருக்கு. உன்னை அடையாளம் கண்டுகிட்டாங்கன்னா என்ன நடக்கும்ன்னு கற்பனைகூடப் பண்ண முடியலை. அரிவாள், வெட்டுக் கத்தி, கழிகளோட அலையறாங்க.'

கைஸர் பிடிவாதமாக ஒரு ரிக்ஷாவை அழைத்தான். லட்ஃபர் அவன் கையைப் பிடித்துக்கொண்டு இரைஞ்சுகிற குரலில், 'தயவு பண்ணி நேரா வீட்டுக்குப் போ. எதுக்காக வெளியே வந்தேனே தெரியல்லை. வேணாம், போயிடு' என்றான்.

தொடர்ந்து அவனைத் தெரிந்த எல்லாருமே அதேபோலச் சொல்ல ஆரம்பித்தார்கள். அவனைத் தெரியாதவர்கள் என்ன நடக்கிறதென்று தெரிந்துகொள்ளும் ஆவலில்கூட ஆரம்பித்தார்கள். நண்பர்கள் சுரஞ்சன் ஓர் இந்து என்பதையும், அவன் அங்கிருப்பது பாதுகாப்பில்லை என்று எச்சரிப்பதையும் சொல்ல, அவர்களும் ஆமோதித்து, 'ஆமாம். வீட்டுக்குப் போவதுதான் சரி' என்றார்கள்.

சுரஞ்சன் அவர்கள் சொன்னதை ஏற்பதாக இல்லை. அவர்கள் ஏறக்குறைய அவனைப் பிடித்து ரிக்ஷாவில் தள்ளினார்கள். திடீரென்று விரக்தியில் சுரஞ்சன் தன்னைப் பிடித்திருந்தவர்களைப் பிடித்துத் தள்ளினான்.

★

சுதாமய்க்கு அலுப்பாக இருந்தது.

பேசாமல் படுக்கையில் படுத்துக்கொண்டு ஓய்வெடுக்கவேண்டும் போல இருந்தது. ஆனால் உடம்பு அப்படிப் படுக்க மறுத்தது. ஏனோ

53

மனம் அலைபாய்ந்தபடி இருந்தது. சுரஞ்சன் வெளியில் போயிருந்தது காரணமாக இருக்கலாம். அவன் வெளியே போன சிறிது நேரத்துக் கெல்லாம் கதவு தட்டப்படும் ஓசை கேட்டது. அவன்தான் திரும்பி வந்துவிட்டான் என்று படுக்கையிலிருந்து துள்ளி எழுந்து வாசலுக்குப் போய்க் கதவைத் திறந்தார். ஆனால் வந்தது சுரஞ்சன் அல்ல. ஓய்வு பெற்ற பேராசிரியர் அக்தருஜ்ஜமான். அந்தப் பகுதியில்தான் வசிக்கிறார்.

உள்ளே நுழைந்த அடுத்த வினாடியே கதவைத் தாளிட்டார்.

'எதுவும் பிரச்னை இல்லையே?' என்றார் தாழ்ந்த குரலில்.

சுதாமய் பார்வையை அவர் பக்கம் திருப்பாமல் மேசைமீது இரைந் திருந்த புத்தகங்களைப் பார்த்தபடி, 'என்ன ஆகியிருக்கும்ன்னு நினைச்சீங்க?' என்றார்.

அக்தர் பதில் ஏதும் சொல்லாமல் ஒரு நாற்காலியை இழுத்துப் போட்டுக் கொண்டு உட்கார்ந்தார். அவருக்கு ஸ்பாண்டிலிட்டிஸ் பிரச்னை இருந்தது. தலையை இயற்கைக்குப் புறம்பான அதீத கிடைநிலையில் வைத்தபடி, 'பாபர் மசூதி விஷயம் உங்களுக்குத் தெரியும்ன்னு நினைக் கிறேன். ஒரு செங்கல்கூட விட்டுவைக்கலை. அவமானம்!' என்றார்.

சுதாமய் ஆமோதிக்கிறாரா, ஆட்சேபிக்கிறாரா என்று புரியாத ஒரு மெல்லிய முணுமுணுப்பை அதற்குப் பதிலாக்கினார்.

'ஏன் ஒண்ணும் சொல்ல மாட்டேங்கிறீங்க? நீங்க அவங்களை ஆதரிக் கிறீங்களா?'

'அவங்களை ஏன் நான் ஆதரிக்கணும்?'

'அப்ப ஏன் எதுவும் சொல்லாம இருக்கீங்க? ஏதாவது பேசுங்க.'

'கெட்ட ஜன்மங்கள். கேடுகெட்ட வேலை பண்ணியிருக்காங்க. நடந்த துக்கு வருத்தப்படறதைத் தவிர என்னால என்ன பண்ண முடியும்?'

'மதச் சார்பில்லாத ஒரு நாட்டில் இப்படி நடக்கும்ன்னு என்னால நம்பவே முடியலை. எப்படிப்பட்ட அவமானம்! அவங்க சொல்லிக் கிற தேசியக் கொள்கை, அரசியல் அறிக்கைகள், உச்ச நீதிமன்றம், நாடாளுமன்றம், அரசியல் கட்சிகள், ஜனநாயகப் பாரம்பரியம் இது எல்லாமே வெறும் இரைச்சல். உண்மையில் அது எல்லாமே வியர்த்தம். இந்தியாவோட ஒப்பிடும்போது இங்கே அப்படிப்பட்ட நிகழ்வுகள் எதுவும் கிடையாதுன்னுதான் சொல்லணும்'

'1964... அப்புறம் 1990... இப்போ... இதெல்லாம் பத்தி என்ன சொல்றீங்க?'

'1964 ஐ நான் ஒப்புக்க மாட்டேன். 1950 சொல்லுங்க. 1964-ல் நிகழ்ந்தது மதவாதத்துக்கு கண்டனம். தன்னிச்சையா வந்த எதிர்ப்பு அது. மானிக் மியா, ஜாஹிர் ஹுஸைன் சௌத்ரி, அப்துஸ் சலாம் இவங்க தலைமைல கலவரம் தொடங்கினபோது செய்தித்தாள்கள்ள என்ன தலைப்புச் செய்தி வந்ததுன்னு ஞாபகம் இருக்கா? 'கிழக்குப் பாகிஸ்தானியர்களே.. உங்கள் உரிமைக்குக் குரல் கொடுங்கள்'. ஒரு இந்துக் குடும்பத்தைக் காப்பாத்த அமிர் ஹுஸைன் சௌத்ரிங்கிற ஐம்பத்தைந்து வயது மனிதர் தன் உயிரையே கொடுத்தது ஞாபகம் இருக்கா? மனசைத் தொட்ட சம்பவம் இல்லையா அது?'

சுதாமய்க்கு நெஞ்சு வலி அதிகமாவதுபோல் இருந்தது.

படுக்கையில் நன்றாகச் சாய்ந்து உட்கார்ந்துகொண்டார். ஒரு கப் டீ சாப்பிட்டால் கொஞ்சம் சௌகரியமாக இருக்குமோ என்று நினைத் தார். ஆனால் யார் டீ போட்டுத் தருவார்கள்? சுரஞ்சனின் செய்கையில் மனம் வெதும்பி வெராந்தாவில் படுத்திருந்த கிரன்மயிக்கு இப்போது டீ போடுகிற மனநிலை நிச்சயம் இருக்காது. எதற்காக சுரேன் இப்போது வெளியே போனான்? அப்படிப் போவதென்றால் ஹைதரைக்கூட அழைத்துப் போயிருக்கலாமே? ம்ம்ம்... சுரஞ்சன் ஒன்றைச் செய்ய நினைத்துவிட்டால் அவனைத் தடுத்து நிறுத்திவைப்பது கஷ்டம். இந்தத் தர்க்கமெல்லாம் மகனை நினைத்துக் கவலைப்படும் ஒரு தகப்பனின் மனத்துக்கு உறைக்காது. அக்தரின் வரவு கொஞ்சம் மனத்தைத் திசை திருப்பியது.

'எல்லா மதங்களுமே அமைதியை எப்படி அடைவதுன்னுதான் போதிக்குது. ஒரு அவலம் என்னன்னா, அதிகபட்ச அமைதிக் குலைவு மதத்தின் பேரால்தான் நடக்குது. எவ்வளவு ரத்தம், எவ்வளவு மரணம் எத்தனை பேருக்குத் துயரம்! இருபதாம் நூற்றாண்டின் இறுதிக்கு வந்த பிறகும் மதத்தின் பெயரால் நடக்கிற இந்த அவலங்கள் நிற்கலைங் கிறது பரிதாபமானது. மனித நேயத்தை மட்டுமில்லை, மனுஷத் தனத் தையே நசுக்கத்தான் மதக் கொடிகள் பறக்கிற கம்பங்கள் பயன்படுது.'

இதைக் கேட்ட அக்தர் என்ன சொல்வது என்று தெரியாமல் கொஞ்சம் சங்கடமாக உணர்ந்தார். கிரன்மயி இரண்டு கப் டீயுடன் வந்ததால் பேச்சு திசை திரும்பியது.

'நெஞ்சுவலி அதிகமா இருக்கா? மாத்திரையைப் போட்டுக்க வேண்டியதுதானே?' என்றபடி டீயை வைத்துவிட்டுக் கட்டிலில் உட்கார்ந்தார் கிரன்மயி. அக்தர் கிரன்மயியைப் பார்த்து, 'அண்ணி, உங்களுக்கு மஞ்சள் பூசிக்கிறது, குங்குமம் இட்டுக்கிறது இந்தப் பழக்கமெல்லாம் இல்லையா?' என்றார்.

கிரன்மயி தரையைப் பார்த்தபடி, '1975-க்குப் பிறகு இல்லை' என்றார்.

'நல்ல வேலை பண்ணீங்க. பின்னால வருத்தப்படறதைவிட முன்னாலயே எச்சரிக்கையா இருந்துக்கிறதுமேல்.'

கிரன்மயி இதற்குப் பதிலாக ஒரு பலவீனமான புன்னகையைத் தர சுதாமயியும் அதேபோன்ற எதிர்வினையைக் காட்டினார். அக்தர் டீயை வேகமாக உறிஞ்சிக் குடித்து முடித்தார். சுதாமயின் நெஞ்சுவலி குறையவில்லை. சின்னக் குரலில், 'வாழணும் என்கிற ஆசையில் வேட்டி உடுத்துவதைக்கூட நான் நிறுத்திட்டேன்' என்றார்.

'போய் பினோத் பாபு பாதுகாப்பா இருக்காரான்னு பார்க்கணும்; வரட்டுமா?' என்று எழுந்தார் அக்தர்.

அவர் போனதும் கதவைச் சாத்திவிட்டுத் தரையில் உட்கார்ந்தார் கிரன்மயி. வெளிச்சத்தின் பக்கம் முதுகைக் காட்டியபடி உட்கார்ந்திருந்த தால் முகம் இருளில் இருந்தது. ஒரு காலத்தில் மிக இனிமையாக சங்கீதம் பாடிக்கொண்டிருந்தவர் கிரன்மயி. பிரமன்பாரியாவைச் சேர்ந்த பிரபல வக்கீலின் மகள். பதினாறு வயதிலேயே கல்யாணம் ஆகிவிட்டது. கல்யாணம் ஆனதும் சாஸ்த்ரிய சங்கீதம் கற்றுக்கொள்ளச் சொல்லி ஊக்குவித்தார் சுதாமய். மிதுன் டேயிடம் சில காலம் சங்கீதம் கற்றுக்கொண்டார். மைமென்சிங்கில் திறமையான பாடகர்கள் ஓரிருவர் தான் இருந்தனர். ஆகவே நல்ல பாடகி என்பதால் பொது மேடை களில் பாடச் சொல்லி அவரை அடிக்கடி அழைப்பார்கள்.

சுதாமய்க்கு டவுன் ஹாலில் கச்சேரி நடந்தபோது நடந்த ஒரு சம்பவம் ஞாபகம் வந்தது.

கிரன்மயி பாடுவதற்கு முன்னதாக சமீர் சந்திர டே என்கிற பிரபல பாடகர் பாடியிருந்தார். அதனால் கிரன்மயிக்குக் கொஞ்சம் பயமாக இருந்தது. கிரன்மயி 'ஆனந்த லோகே.. மங்கள லோகே.. பிராஜோ சத்ய சந்தாரோ' (அமைதியும் சந்தோஷமும் நிறைந்த இந்த உலகில் நாம் ஒற்றுமையாக வாழ்ந்தால் அதன் அழகு மேலும் கூடும்) என்கிற பாடலைப் பாடினார். ரசிகர்கள் பாட்டின் இனிமையில் உறைந்து போய், பாடல் முடிந்ததும் மீண்டும் பாடச் சொல்லிக் கேட்டார்கள். தொடர்ந்து மேலும் மூன்று பாட்டுக்கள் பாடச் சொல்லிக் கேட்டார்கள். இது ஒரு பெரிய கௌரவம். பெரிய பாடகர்கள்கூட ஒரு பாட்டு பாடத் தான் அனுமதிக்கப்படுவார்கள். கிரன்மயி பக்திப் பாடல்களைப் பாடுகிறபோது சுதாமய் போன்ற நாத்திகர்கள்கூட நெகிழ்ந்து கண்ணீர் விட்டார்கள்.

சுதந்தரத்துக்குப் பிறகு பொது மேடைகளில் பாடுவதில் கிரன்மயிக்குத் தயக்கம் ஏற்பட்டது. ஒரு முறை அவர்கள் ஊரில் நடந்த விழா ஒன்றுக்கு சுமிதா நாஹா, மித்தாலி முகர்ஜி உள்ளிட்ட திரைப்பட நட்சத்திரங்கள் வந்திருந்தார்கள். அந்த நிகழ்ச்சியில் பாடச் சொல்லி அம்மாவிடம் சுரஞ்சன் கேட்டுக்கொண்டான். ‘நான் பாடறதை நிறுத்தி ரொம்ப நாளாச்சு. என் குரலும் அவ்வளவு சரியாக இல்லை. பாடாமல் இருக்கிறதே நல்லது’ என்று கிரன்மயி மறுத்தார்.

சுதாமய் குறுக்கிட்டு, ‘ரொம்பப் பிகு பண்ணிக்காதே. நீ நல்ல பாடகிங் கிறது மக்களுக்குத் தெரியும். உன் பாட்டுக்கு அவங்க கைதட்டி ஒன்ஸ்மோர் கேட்டதெல்லாம் மறந்து போச்சா?’ என்றார்.

‘நல்லா ஞாபகம் இருக்கு. இன்னொண்ணும் ஞாபகம் இருக்கு, அது உங்களுக்கு ஞாபகம் இருக்கா தெரியலை.’

‘என்னது?’

‘கைதட்டின அதே ஜனங்கதான் இந்துப் பெண்கள் வெட்கம் கெட்ட வங்க; அதனாலதான் பாட்டு கத்துக்கிறாங்க, பல பேர் முன்னால பாடவும் செய்யறாங்கன்னும் சொன்னாங்க.’

‘முஸ்லிம் பெண்கள் பாடறதில்லையா?’

‘பாடறாங்க... ஆனா அது இப்போ. நான் பாடுகிற காலத்தில் அவங்க பாடினதில்லை, அப்படிப் பாடினவங்க மோசமான விமர்சனங்களுக்கு ஆளானாங்க. மினாட்டி தீ ஒரு நல்ல பாடகி. ஒரு முஸ்லிம் இளைஞர்கள் கூட்டம் அவங்க முஸ்லிம் பெண்களுக்குப் பாட்டு சொல்லிக் குடுத்த துக்காக நடு வீதியில் அவமானப்படுத்தினாங்க. அதுக்கப்புறம் அவங் களுக்குப் பாடற ஆசையே வரலை.’

‘பாட்டு சொல்லிக் கொடுக்கிறது தப்பா!’ என்று சுதாமய் வியந்தார்.

‘அப்படித்தான் அவங்க நினைக்கிறாங்க. பெண்கள் இசை கத்துக் கிறதும் நாலு பேர் முன்னால பாடறதும் அவங்க ஒழுக்கம் கெட்டுப் போகத்தான் வழிவகுக்கும்ன்னு அவங்க நினைக்கிறாங்க.’

‘விநோதம்!’

மெல்ல மெல்ல கிரன்மயிக்கு சங்கீதத்தில் இருந்த ஈடுபாடு குறைந்து விட்டது. குரு மித்துன் டே எவ்வளவோ ஊக்குவித்தும் பயனில்லை.

‘இல்லை குருஜி, இனிமே நான் பாடப் போறதில்லை. பாடறதும் ஆடறதும் அகௌரவமான விஷயம்ன்னு ஜனங்க நினைக்கும்போது பாடறதில் அர்த்தமில்லை.’

சுதாமய் மனைவியின் முடிவை மதித்து ஏற்றுக்கொண்டார். வீட்டில் கூடப் பாடாமல் இருப்பது சரியில்லை என்றுமட்டும் அவ்வப்போது சுட்டிக்காட்டுவதுண்டு.

ஆனால், வீட்டின் சூழ்நிலை பாடுகிற நிலையிலா இருந்தது!

எத்தனை நடு இரவுகளில் வீட்டின் கூரையில் ஒளிந்துகொள்ள வேண்டியிருந்திருக்கிறது! கூரையில் உட்கார்ந்து ஆகாயத்தில் இருக்கும் நட்சத்திரங்களை எண்ணிக்கொண்டிருக்கும்போது மனம் பிரம்மபுத்ரா நதிக்கரையில் இருந்த அரண்மனை மாதிரியான வீட்டை எண்ணிக் கொண்டிருக்கும். அப்படிப்பட்ட தருணங்களில் மறக்க முடியாத பழைய நினைவுகள் குறித்த தாகூர் பாட்டை கிரன்மயி முணுமுணுப்ப துண்டு. அதைத்தான் ரசிப்பதை வெளிக்காட்டிக்கொள்ளாமல் சுதாமய் ரசிப்பதுண்டு. ரசனையினூடே தன் குழந்தைப் பருவ அனுபவங்களை அசை போடுவதும் உண்டு.

குதித்து விளையாடிய வயல்வெளிகள், பள்ளிக்கூட வெராந்தா, கரை புரண்டு ஓடும் ஆறு, ஆற்றின் கரையினூடே நடந்தால் கடக்கிற காடுகள் எல்லாம் நினைவுக்கு வந்து போகும்.

அடிப்படையில் சற்று அழுத்தமான, பிடிவாதக்கார மனிதரான சுதாமய் வாழ்க்கையில் சந்தித்த சோகங்களால் மெல்ல மெல்ல மாறிப் போனார். சில சமயம் நடு ராத்திரி திடுக்கென்று விழிப்பு வரும்போது மனசு முழுதும் துக்கத்தில் கனக்கும். அப்போதெல்லாம் ஒரு குழந்தை தாயை அணைத்துக்கொள்வதுபோல கிரன்மயியை அணைத்துக்கொள் வார். 1971 அவருக்கு மிக மோசமான ஆண்டு. அவருடைய நெருங்கிய நண்பர்கள் ஜகன்மோய் கோஷல், பிரஃபுல்லா சர்க்கார், நேதாய் சென் இவர்களெல்லாம் அவர் கண்ணெதிரில் கொல்லப்பட்டார்கள். சிறை பிடிக்கப்பட்டு கைதிகள் முகாமுக்குக் கொண்டுபோகப்பட்ட அவர்கள், சுடப்பட்டுப் புதரில் வீசியெறியப்பட்டார்கள்.

இந்துக்களைப் பார்த்தாலே அவர்களைச் சிறை பிடித்து பூட்ஸ் காலால் உதைப்பது, துப்பாக்கியின் முனையால் தாக்குவது, கண்ணை நோண்டு வது, முதுகெலும்பை உடைப்பது என்று கொடூரமான சித்திரவதைகள் செய்வார்கள் பாகிஸ்தானியர்கள். இதையெல்லாம் தாண்டி அவர்கள் உயிரோடு இருந்தால் கொலை செய்து தூக்கிப் போடுவார்கள். முஸ்லிம்கள் தாக்கப்படும் சம்பவங்களையும் சுதாமய் பார்த்திருக் கிறார். ஆனால் அவர்கள் கொல்லப்பட்டதில்லை. இந்துக்கள் விஷயத்தில் மரணம் நிச்சயம். சுதந்தரப் போராட்டத்தின்போது நாட்டுக்காகப் போராடிய பல முஸ்லிம், இந்துப் போராளிகள் ஹரிஜன்

காலனிக் கிணற்றில் மூழ்கடித்துக் கொல்லப்பட்டார்கள். ஒரு பக்கம் நாடே சுதந்தரக் களிப்பில் சிரித்துக்கொண்டிருந்தபோது கிணற்றி லிருந்து எடுக்கப்பட்ட பிணங்களின்மீது விழுந்து நண்பர்கள் மஜீத், ரஹிம், இத்ரிஸ் ஆகியோரின் உறவினர்கள் அழுதுகொண்டிருந்தது நினைவிலிருந்து மறையவில்லை. கிடைத்தது வெறும் எலும்புகளே என்பதால் மஜித், ரஹிம் பெற்றோரும் அனில், சுனில் பெற்றோரும் எல்லா எலும்புகளையும் பார்த்து ஒருசேர அழுதார்கள்.

எதிராளிகளிடமிருந்து சுதாமய் முழுவதுமாகத் தப்பிவிடவில்லை.

ஒரு கால் உடைந்தது; விலா எலும்பு மூன்று இடங்களில் முறிந்தது. இதெல்லாம்கூடப் பரவாயில்லை, பிறப்புறுப்பிலும் படுகாயம் அடைந்தார். இந்தக் காயங்கள் ஆறி விட்டன. இதயத்தில் உண்டான வடுக்கள்மட்டும் இன்னும் ஆறவில்லை. சுதந்தரப் போரில் சிறை பிடிக்கப்பட்டதிலிருந்து அவர் இன்னும் விடுதலை ஆகவில்லை. உயிரோடு விட்டுவிட்டார்கள் என்றாலும் இன்னமும் செத்த மாதிரிதான் உணர்ந்தார். அந்த விடுதலைக்குப் பிறகும் அவ்வப்போது ஒளிய வேண்டிய அவசியமும் ஒளியாத சமயத்திலும் மனத்தில் பயத்துடனும் வாழவேண்டிய கட்டாயமும் தவிர்க்க முடியாததாக இருந்தது. ஆகவே சிறையில் இருந்தபோது இருந்த மனநிலை முழுவதுமாக மாறும் அவகாசம் இன்னமும் கிடைக்கவில்லை.

ஏழாண்டுகள் அப்துஸ் சலாம் என்கிற பெயரில் அர்ஜுன்கிலா கிராமத்தில் ஒரு சின்ன ஓலைக் குடிசையில் தலைமறைவாக வாழ்ந்தார். சுரஞ்சன் சாபர் ஆனான். கிரன்மயி ஃபாத்திமா ஆனார். உடைந்த விலா எலும்பு இதயத்தைத் துளைத்ததுகூட அவ்வளவு வலி தரவில்லை; ஆனால் அன்பு மனைவி ஃபாத்திமா என்கிற பெயரில் ஒளியவேண்டியிருந்தது பெரிய வலியாக இருந்தது. இறுதியில், சுதந்தரப் போராட்ட வீரர்கள் கிராமத்துக்கு வந்து சுதந்தரத்தை அறிவித்தார்கள். கிராம மக்கள் அனைவரும் 'வங்காளம் வாழ்க!' என்று குதூகலமாக முழக்கமிட்டார்கள். சுதாமய்மட்டும் 'கிரன் கிரன்' என்று சுதந்தரமாகக் கண்ணீருடன் அழைத்து சுதந்தரத்தைக் கொண்டாடினார். இதயத்தில் எரிந்துகொண்டிருந்த தீ அப்போதுதான் அணைந்தது.

பலர் எதிரில் சுதந்தரமாக மனைவியை கிரன் என்று அழைப்பதுதான் அவருக்குச் சுதந்தர தினமானது!

★

கதவு தட்டப்படும் ஓசையில் சுதாமயின் நினைவுகள் நின்றன.

இப்போதும் வந்தது சுரஞ்சன் இல்லை. வந்தவர் ஹரிபாத பட்டாச்சார்யா. நாக்குக்கு அடியில் இதய நோய்க்கான ஒரு மாத்திரை வைத்திருந்ததால் நண்பரைப் பார்த்துப் புன்னகைக்க முடிந்தது. ஆனாலும் பட்டாச்சார்யா, 'உடம்பு சரியில்லையா.. ஒரு மாதிரி இருக்கீங்க?' என்றுதான் கேட்டார்.

'ம்ம்ம்... இப்பத்தான் சில நாளா... பிளட் பிரஷர் பார்க்கலை' என்றார் சுதாமய்.

'தெரிஞ்சிருந்தா, பிபி பார்க்கிற கருவியை எடுத்து வந்திருப்பேனே?'

'ஊர் இருக்கிற நிலவரத்தில், சுரஞ்சன் வேறே வெளியே போயிருக் கான். எங்க மனசு என்ன நிலைல இருக்கும்ன்னு சொல்லவேண்டிய தில்லை. அது சரி, நீங்க எப்படி வெளியில வந்தீங்க?'

'மெயின் ரோட்டில் வரல்லை. குளத்தங்கரை ஓரமா வந்து மாந்தோப்புக்குள் புகுந்து ஆட்டோ கேரேஜ் பின்னால சுவத்தில இருக்கிற ஓட்டை வழியா வந்தேன்.'

கொஞ்ச நேரம் இருவரும் பேசவில்லை.

போர்த்தியிருந்த சால்வையை எடுத்து நாற்காலியின் முதுகில் போட்டு விட்டு பட்டாச்சார்யா பேச ஆரம்பித்தார்: 'டாக்கால இன்னைக்கு பாபர் மசூதி இடிப்புக்குக் கண்டனக் கூட்டம் நடக்குது. மத நல்லிணக்க ஊர்வலங்களும் நடந்துகிட்டு இருக்கு. அரசியல் கட்சிகளும் இன்னும் சில அமைப்புகளும் மத ஒற்றுமையைக் காக்கும்படி மக்களைக் கேட்டுக்கிட்டிருக்காங்க. நாடாளுமன்றத்திலேருந்துகூட மக்களை அமைதியா இருக்கும்படிக் கேட்டுக்கிட்டு அறிக்கை வெளியிட்டிருக் காங்க. பிரதமர் ஷேக் ஹசினா, ஒரு ஒலிபரப்பு மூலம் எப்பாடு பட்டாவது அமைதியைக் காக்கணும்ன்னு சொல்லியிருக்காங்க. இந்தியாவில் நடந்த கலவரங்களில் இருநூற்றி முப்பத்தாறு பேர் இறந் திருக்காங்க. நாற்பது ஊர்கள்ள ஊரடங்குச் சட்டம் போட்டிருக்காங்க. மதவாதக் கட்சிகளுக்குத் தடை விதிச்சிருக்காங்க. இந்தியப் பிரதமர் நரசிம்ம ராவ், பாபர் மசூதி திரும்பக் கட்டப்படும்னு வாக்குறுதி குடுத்திருக்காரு.'

செய்தி வாசிப்பாளர் போலச் சொல்லி முடித்தார் பட்டாச்சார்யா. தொடர்ந்து அவர் பேசும்போது, இதுவரை பேசியது அதற்கான முன்னுரைபோல இருந்தது. 'என்ன பண்றதுன்னு முடிவு பண்ணிட்டீங் களா? இங்கேயேதான் இருக்கப் போறீங்களா? எனக்கென்னமோ இங்கே இருக்கிறது நல்லதில்லைன்னு தோணுது. மாணிக்கஞ்ச்ல என்

மச்சினன் வீட்டுக்குப் போகணும்னு நினைச்சிருந்தேன். ஆனா சாயந்திரம் என் மச்சினன் வந்து மாணிக்கஞ்ச் ஏரியாவில், போலிஸ் ஸ்டேஷன் பக்கத்திலேயே நூற்றுக்கு மேற்பட்ட வீடுகளையும் சுமார் இருபத்தஞ்சு கோவில்களையும் கொளுத்திட்டாங்கன்னு சொல்றார். போக்ஜூரிங்கிற கிராமத்தில் எல்லா இந்துக்களின் வீடுகளையும் கொளுத்திட்டாங்களாம். நடு ராத்திரி தீபன் ஷோரியின் வீட்டுக்குள்ள உடைச்சிப் புகுந்து அவர் மகள் சரஸ்வதியைக் கற்பழிச்சிருக்காங்க.'

'என்னது? என்ன சொன்னீங்க? நிஜமா... இது நிஜமா?' சுதாமயின் குரலில் அதிர்ச்சியும் பயமும் வெளிப்படையாகத் தெரிந்தது.

பட்டாச்சார்யாவுக்குப் புரிந்தது.

'உங்க மகள் எங்கே?' என்றார்.

'ஒரு தோழி வீட்டுக்குப் போயிருக்கா.'

'முஸ்லிம் தோழின்னு நினைக்கிறேன்?'

'ஆமாம்.'

'அப்ப சரி' என்று ஒரு பெருமூச்சை உதிர்த்தார் பட்டாச்சார்யா.

கிரன்மயிக்கும் சுதாமய் அளவுக்குப் பயமும் பதற்றமும் உண்டானது. மாயா போன இடம் பத்திரமானது என்று அவர் உத்திரவாதம் கொடுத்தபோது கொஞ்சம் குறைந்தது. சுதாமய் கண்ணாடியைக் கழற்றித் துடைத்தபடி, 'இந்த ஏரியா கொஞ்சம் கலவரமான ஏரியா தான். மைமென்சிங் இப்படி இல்லை. மைமென்சிங்ல நிலைமை எப்படின்னு ஏதாவது கேள்விப்பட்டீங்களா?'

'ம்ம்ம்... அங்கேயும் கலவரம் நடந்திருக்கு. பத்துவாடி கிராமத்தில் இரண்டு கோவில், ஒரு தியான ஆசிரமம் இதையெல்லாம் கொளுத்தி யிருக்காங்க. திரிஷால்ல ஒரு காளி கோவிலைக் கொளுத்திட்டாங்க.'

'மைமென்சிங் டவுனுக்குள்ள? அங்கே நிச்சயம் எந்த அசம்பாவிதமும் நடந்திருக்காது. நாட்டின் வடக்குப் பகுதில இந்த மாதிரிக் கலவரங்கள் மிக அபூர்வம். என்ன சொல்றே கிரன், மைமென்சிங்ல எப்பவாவது கோவிலைக் கொளுத்தியிருக்காங்களா?'

கிரன்மயி பதில் சொல்வதற்குள் பட்டாச்சார்யா குறுக்கிட்டார்.

'நார்த் ப்ரூக் ஹால் ரோடில் இருக்கும் பூஜை அலுவலகம், ஜமீன்தார் வீட்டில் இருக்கும் காளி விக்கிரகம், காளி கோவில் எல்லாத்தையும்

அடிச்சி நொறுக்கியிருக்காங்க. ஷாந்தி நகர்ல ஜல்காபார், சடரூபா ஸ்டோர் இந்த இரண்டு ஸ்வீட் ஷாப்பையும் சூறையாடிக் கொளுத்தி யிருக்காங்க. குஷ்டியாவில் ஜமாட் ஷிபீர் ஆட்கள் ஆறு கோவில்களைத் தாக்கியிருக்காங்க. இதெல்லாம் மட்டுமில்லை, சிட்டகாங், சில்ஹெட், போலா, ஷெர்பூர், காக்ஸ் பஜார், நவகாளி பகுதிகள்ளயும் கலவரங்கள் இதேபோல நடந்திருக்குன்னு கேள்விப்படறேன். கொஞ்சம் பயமா இருக்கு.'

'எதைப் பத்தி பயம்?'

'மறுபடியும் ஒரு பெரிய குடிப்பெயர்ச்சி நடக்கப் போகுதோன்னு...'

'இல்லை. கலவரங்கள் அவ்வளவு மோசமான நிலைக்கு இந்த நாட்டில் இனி போகும்னு எனக்குத் தோணல்லை. அதனாலே குடிப்பெயர்ச்சி கூட இனி நடக்காதுன்னுதான் நினைக்கிறேன்.'

'1990 ல என்ன நடந்ததுன்னு மறந்து போச்சா, அல்லது அந்த சமயம் உங்களுக்கு பாதிப்பே இல்லாததாலே இப்படிப் பேசறீங்களா?'

'அதெல்லாம் ஜெனரல் எர்ஷாதோட அரசாங்கம் அரங்கேற்றின சம்பவங்கள். இப்ப அந்த மாதிரி நடக்க வாய்ப்பே இல்லை.'

'பங்களாதேச அரசாங்கப் புள்ளி விவரக்குழுவின் குறிப்புகள் என்ன சொல்லுதுன்னு தெரியுமா?'

'என்ன சொல்லுது?'

'இந்த ஆண்டு குடிப்பெயர்ச்சி மிகப் பெரிய அளவில் இருக்கும்ன்னு சொல்லியிருக்கு அந்த அறிக்கை. செயற்கையா உண்டாக்கப்பட்ட பிரச்னைகளுக்குப் பயந்தா மக்கள் குடிபெயர்றாங்க? பிறந்த நாட்டின் மண்ணுங்கிறது பூத்தொட்டியில இருக்கிற மண் இல்லை; தினமும் தண்ணி ஊத்தறது, தேவையானா மண்ணையே மாத்தறதுங்கிற மாதிரியான மனப்பாங்கு பிறந்த மண்மேலே யாருக்கும் இருக்காது. இல்லை, இது கொஞ்சம் தீவிரமான விஷயம். எனக்குக் கொஞ்சம் பயமாவும் பதற்றமாவும்தான் இருக்கு. என் மகன் கல்கத்தாவில் படிச்சிக்கிட்டிருக்கான். ஆனா வளர்ந்து ஆளான என் மகள்கள் ரெண்டு பேரும் இங்கதான் இருக்காங்க. எப்ப என்ன ஆகுமோங்கிற டென்ஷன்ல தூக்கமே வர்றதில்லை. போயிடணும்ன்னு நினைக்கிறேன்.'

இதுவரை அமைதியாக இருந்த சுதாமய்க்குச் சட்டென்று கோபம் தலைக்கு ஏறியது. கண்ணாடியைக் கழற்றிக் கையில் வைத்தபடி உரத்த

குரலில், 'பைத்தியம் பிடிச்சிருக்கா உங்களுக்கு? இன்னொரு தரம் இப்படிப் பேசாதிங்க' என்றார்.

'நீங்க இப்படிச் சொல்வீங்கன்னு நல்லாவே தெரியும் எனக்கு. இந்த நாட்டில் நான் திருப்தியா இருக்கேன். போதிய பணம் இருக்கு, வீடு இருக்கு... அதானே?'

'இல்லை. காரணம் அது இல்லை. எவ்வளவு பணம் வெச்சிருக்கோம்ங் கிறதோ, வாழ எப்படிப்பட்ட வழிகள் இந்த நாட்டில் இருக்கு என்கிறதோ இல்லை விஷயம். போதுமான பணமே இல்லைன்னாலும் இந்த நாட்டை விட்டுப் போறது நியாயமா இருக்காது. இது நம்ம நாடு. என்னைப் பாருங்க. நான் ஒரு ரிடையர் ஆன ஆசாமி. ஒண்ணும் பெருசாச் சம்பாதிச்சிடலை இப்போ. என் மகனும் இன்னும் சம்பாதிக்க ஆரம்பிக்கல்லை. சுமாரான என்னுடைய டாக்டர் தொழில்ல என்ன கிடைக்குதோ அதை வெச்சி வாழ்க்கையை ஓட்டிகிட்டு இருக்கோம். நோயாளிகள் ஒண்ணும் அதிகம் வர்றதில்லை. அதுக்காக நாட்டை விட்டு ஓடிட முடியுமா? அப்படி ஓடறவங்க மனிதத் தன்மையே இல்லாதவங்க. இந்த நாட்டின் நிலைமை இந்த நிமிஷம் எப்படி வேணா இருந்துட்டுப் போகட்டும். வங்காளிகள் நாகரிகமும் பண்பாடும் இல்லாதவர்கள் இல்லை. இப்பக் கொஞ்சம் கலவரங்கள் நடக்கத்தான் செய்யுது. நிச்சயமா அது அடங்கிப் பழைய நிலை திரும்பத்தான் போகுது. பக்கத்துப் பக்கத்துல ரெண்டு நாடுகள் இருக் கிறப்போ ஒரு நாட்டில் தீப்பிடிச்சா தீப்பிழம்புகள் பக்கத்து நாட்டுக்குக் கொஞ்சம் வரத்தான் செய்யும். 1964 கலவரம் ஆரம்பிக்கக் காரணம் வங்காள முஸ்லிம்கள் கிடையாது. பிகாரிகள்ங்கிறதை நீங்க நினைவு வெச்சிக்கணும்.'

பட்டாச்சார்யா சால்வையை எடுத்து இறுகப் போர்த்தியபடி, 'ஆனா நான் சால்வை போட்டு என்னை மறைச்சிக்கிறது பிகாரிகளுக்கு பயந்து இல்லை. உங்க அன்பு முஸ்லிம் சகோதரர்களுக்கு பயந்துதான்' என்று சிரித்தார். பதிலுக்குக் காத்திராமல் மெல்ல நடந்து வெளியேறி இருளில் கரைந்தார்.

கிரன்மயி கதவை முழுதாக மூடாமல் சுரஞ்சன் வருகிறானா என்று பார்க்கிற ஆர்வத்தில் கொஞ்சம் திறந்துவைத்தார். ஒவ்வொரு நிமிடமும் பயம் அதிகமாகிக்கொண்டுபோயிற்றே ஒழிய சுரஞ்சன் வருவதாக இல்லை. சற்றைக்கு ஒருதரம் வாசலில் ஓர் ஊர்வலம் போனபடி இருந்தது. அல்லாவின் பெயரில் கோஷங்கள் எழுப்பினார்கள். இந்திய அரசாங்கம் பாபர் மசூதியைத் திரும்பக் கட்டவேண்டும் என்றும்,

தவறினால் சும்மா விட மாட்டோம் என்றும் திரும்பத் திரும்பச் சொல்லப்பட்டது.

ஒரு வழியாக சுரஞ்சன் வீடு திரும்பும்போது நடு ராத்திரி ஆகிவிட்டது. மிகவும் அலுப்பாக, கால்கள் தளர்ந்து காணப்பட்டான். ராத்திரிக்குச் சாப்பிட எதுவும் வேண்டாம் என்று சொல்லிவிட்டான்.

அறைக்குள் போன சுரஞ்சன் விளக்குகளை அணைத்துவிட்டுப் படுத்தான். ஆனால் தூக்கம் வரவில்லை. புரண்டு புரண்டு படுத்தபோது அவன் மனமும் புரண்டு பழைய விஷயங்களை நினைக்க ஆரம்பித்தது.

சில ஆண்டுகளுக்கு முன்னால் ஏக்தா பத்திரிகையில் நிருபராக இருந்தான். பத்திரிகையாளனாக எடுத்துக்கொண்ட பயிற்சி, எண்ணங் களைச் சீராக அமைக்கும் திறனைக் கொடுத்திருந்தது. நாட்டு நடப்பைத் துல்லியமாக அறிந்துவைத்திருக்கவும் அந்த வேலை துணையாக இருந்தது.

பங்களாதேசம் என்ற நாடு உருவானதே நான்கு முக்கிய கொள்கை களின் அடிப்படையில்தான். தேசியம், மதச்சார்பின்மை, ஜனநாயகம் மற்றும் சோஷலிசம். நாடு தன் விடுதலைக்காக நெடுங்காலம் கடுமை யாகப் போராடவேண்டியிருந்தது. 1952-ல் மொழிப் போராட்டத்தில் தொடங்கிப் பல ஆண்டுகள் போராடவேண்டியிருந்தது. இறுதியில் சுதந்தரம் என்கிற இலக்கை எட்டிப் பிடிக்கவும் முடிந்தது. சுதந்தரப் போராட்டத்தின்போது மத வெறியும் ஜாதிப் பாகுபாடுகளும்கூடத் தோற்கடிக்கப்பட்டன. துரதிர்ஷ்டவசமாக, சுதந்தரத்துக்குப் பின்னர், சுதந்தரப் போராட்டத்துக்கு எதிராக இருந்தவர்கள் கையில் ஆட்சி போயிற்று.

நாட்டின் கட்டமைப்பே மாறியது.

ஒடுக்கப்பட்டிருந்த ஜாதி, மத வெறிகள் கட்டவிழ்த்துவிடப்பட்டன. மதம் ஆட்சியாளர்களின் ஆயுதம் ஆயிற்று. இஸ்லாம் மதத்தைப் பின்பற்றும்படி எல்லோரும் வற்புறுத்தப்பட்டார்கள். சட்டத்துக்கும் அரசியலமைப்புக்கும் புறம்பாக இஸ்லாம் பங்களாதேசத்தின் தேசிய மதம் ஆயிற்று. அதன் காரணமாக மதவெறியாட்டம் கட்டுக்கடங்காமல் தலைவிரித்து ஆடத் தொடங்கியது.

சுரஞ்சன் மனத்தில், மதவெறியின் விளைவாக உண்டான சேதங்கள் படமாக ஓட ஆரம்பித்தன.

- கோமில்லா மாவட்டத்தில் தாஊத்காந்தி வட்டாரத்தில் 1979 பிப்ரவரி 8-ம் தேதி பக்கத்துக் கிராமங்களிலிருந்து வந்த சுமார் நானூறு பேர்,

இந்து மதப் பெரியவர்களைத் தாக்கினார்கள். கண்மண் தெரியாமல் அவர்களைத் தாக்கியபடி, 'இஸ்லாம் இந்த நாட்டின் தேசிய மதம் ஆகிவிட்டது. நீ இங்கே இருக்கவேண்டுமானால், ஒன்று முஸ்லிமாக மாறு அல்லது ஓடி விடு' என்று சொன்னார்கள். தங்கள் வீடுகளும் கோவில்களும் தாக்கப்படுவதைப் பரிதாபமாக வெறித்துப் பார்த்தார்கள் அந்தப் பெரியவர்கள். அவர்களில் பலர் இழுத்துப்போகப்பட்டார்கள். அதில் சிலர் இன்றும் திரும்பவில்லை. பெண்கள் கொடூரமாகக் கற்பழிக்கப்பட்டார்கள். அவர்களில் பலர் இன்றுவரை மனத்தளவிலும் உடலளவிலும் குணமாகவில்லை.

- அபிர்டியா கிராமத்தில் நிருபேந்திர குமார் சென்குப்தாவையும் அவர் மனைவியையும் ஒரு வீட்டில் அடைத்துப் பூட்டிவிட்டு, அவர்களுக்குச் சொந்தமான நிலம் அபகரிக்கப்பட்டது. அதே வருடம் மார்ச் 27-ம் தேதி அனிமா என்பவர் நர்ஷிந்தி காவல்துறைக் கண்காணிப்பாளரிடம், சிலர் தன்னை அச்சுறுத்துவதாகவும் தனக்குத் தொல்லைகள் தருவதாகவும் புகார் கொடுத்தார். குற்றவாளிகள் யாரென்று தெரிந்தும் அக்கம்பக்கத்தார் அவர்களைப்பற்றிப் பேச அஞ்சினார்கள். காவலர்கள் அனிமாவையே கைது செய்துகொண்டுபோய், நான்கு நாள்கள் சித்திரவதை செய்தார்கள்.
- அதே ஆண்டு மே 27-ம் தேதி பௌலகந்தா கிராமத்தில் ஆயுதம் தாங்கிய பன்னிரெண்டு பேர் இந்துக்களைத் தாக்கினார்கள். வீடுகளையும் கோவில்களையும் இடித்துத் தள்ளி இந்துக்கள் எல்லோரும் கொல்லப்படவேண்டும் என்றும், கோவில்கள் எல்லாம் இடிக்கப்பட்டு மசூதிகள் ஆக்கப்படவேண்டும் என்றும் கோஷமிட்டார்கள். இந்துக்கள் எல்லோரும் உடனடியாக நாட்டிலிருந்து ஓடவேண்டும் என்று எச்சரித்துவிட்டு அகன்றார்கள்.
- சிட்டகாங்கின் கோஸ்சி கிராமத்தில் மே மாதம் நூற்றைம்பது முஸ்லிம்கள், இந்துக்களின் வீட்டில் அடாவடியாகப் புகுந்து குண்டு வீசித் தகர்த்தெறிந்தார்கள்.
- ஜூன் பதினாறாம் தேதி அட்கார் கிராமத்தில் பத்துப் பன்னிரெண்டு காவலர்கள் சேர்ந்துகொண்டு கௌரங்க மண்டல், நாகேந்திர மண்டல் உள்ளிட்ட பதினாறு இந்துக்களைப் பிடித்துச் சென்றார்கள். கௌரங்க மண்டலின் வீட்டு நடு ஹாலில் வைத்து எல்லோரையும் உதைத்தார்கள். தடுக்க முயன்ற கௌரங்க மண்டலின் மனைவியைக் கற்பழித்தார்கள். அவருக்கு உதவ முயன்ற இன்னொரு பெண்ணை அவமானப்படுத்தினார்கள். சனாதன் மண்டலின் மகள் ரீனாவைக் கற்பழித்ததுடன், கவர்ந்தும் போய்விட்டார்கள். அவர் இன்னமும் வீடு திரும்பவில்லை.
- ஜூன் 18 அன்று சந்த்காதி கிராமத்தில் காவலர்களும் ஆயுதம் தாங்கிய

உள்ளூர் ரௌடிகளும் இந்துக்கள் ஒவ்வொருவராகத் தேடி நாட்டை விட்டு ஓடும்படி எச்சரித்தார்கள். துலால் கிருஷ்ணா உட்பட ஓர் அமைப்பைச் சேர்ந்த சில இந்துக்களை இழுத்துக்கொண்டுபோய் லாக்கப்பில் வைத்துச் சித்திரவதை செய்தார்கள். நன்றாக உதைத்தபிறகு பத்தாயிரம் ரூபாய் வாங்கிக்கொண்டு பிணையில் விடுவித்தார்கள். இதைப் பார்த்து அஞ்சிய பல இந்துக்கள் அங்கிருந்து காலி செய்து கொண்டு ஓடினார்கள். சேர்மன் தேர்தலில் தோற்ற முல்லா ஜமாலுத்தீனின் ஆட்கள் இந்துக்கள் விவசாயம் செய்வதைத் தடுத்து பயிர்களையும் கால்நடைகளையும் கொள்ளையடித்துக்கொண்டு போனார்கள். அவர்கள் கடைகளைச் சூறையாடினார்கள்.

- துர்காப்பூர் கிராமத்தில் டிசம்பர் 10-ம் தேதி அன்று அப்துஸ் சோபன் புய்யாவும் குலாம் ஹுஸைனும் ஆயுதம் ஏந்தி ராஜேந்திரநாத் தாஸின் வீட்டுக்குள் புகுந்தார்கள். கொன்று விடுவதாக அச்சுறுத்திப் பணம், நகைகள் எல்லாவற்றையும் கவர்ந்துகொண்டார்கள். கடைசியில் வீட்டுக்குத் தீ வைத்தார்கள். விலையுயர்ந்த உலோகங்களைக்கொண்டு செய்யப்பட்ட ராதா-கிருஷ்ண சிலையை அவர்கள் கவர்ந்துகொண்டு போனபோது தடுத்தவர்களை இரக்கமின்றித் தாக்கினார்கள். போகும் போது அவரும் அவர் குடும்பமும் உடனடியாக நாட்டை விட்டு ஓடா விட்டால் விளைவுகள் மோசமாக இருக்கும் என்று ராஜேந்திரநாத்தை எச்சரித்துவிட்டுச் சென்றார்கள்.

- ஆகஸ்ட் 26 அன்று டல்புனியா கிராமத்தில், உள்ளூர் ரௌடிகளால் தூண்டிவிடப்பட்ட காவலர்கள் லக்ஷ்மண் சந்திர பாலின் பேரன் பிகாஷ் சந்திர பாலை அடித்து உதைத்தார்கள். அவருடைய மகன்கள் புலின் பிகாரி பாலையும், ரவீந்திரநாத் பாலையும் அடித்தார்கள். தடுக்க முயன்ற புலினின் மனைவிக்கும் அடி உதை. ரவீந்திரநாத்தையும் பிகாஷையும் காவல் நிலையத்துக்கு இழுத்துப் போய் ஏகப்பட்ட பொய் வழக்குகள் போட்டார்கள். ஜாமின் மறுக்கப்பட்டது. அப்துல் ஹக்கிம் முல்லா என்பவர் லக்ஷ்மண் சந்திராவின் மைத்துனியைக் கற்பழித்த குற்றத்துக்காகக் கைது செய்யப்பட்டார். வெளியில் வந்ததும் ரௌடிகள் மற்றும் காவலர்கள் துணையுடன் அப்துல் ஹக்கிம் தீர்த்துக்கொண்ட பழி இது. இந்தப் பாதுகாப்பின்மையைக் கண்டு அஞ்சிய பல இந்துக்கள் ஊரைக் காலி செய்துகொண்டு ஓடினார்கள்.

- கோபால்கஞ்ச் மாவட்டத்தில் இருந்த எல்லா இந்துக்களின் வீடுகளிலும் திருட்டு, நிலம் அபகரிக்கப்படுதல், பொய் வழக்குகள், ஃபோர்ஜரி, கற்பழிப்பு என்று என்னென்ன அக்கிரமங்கள் செய்ய முடியுமோ அவ்வளவும் செய்தார்கள். கோவில்கள் இடிக்கப்பட்டன. இந்துக்கள் துன்பத்துக்கு ஆளாவதற்குக் காவல்துறை துணை நின்றது.

- கோட்டாலிப்பாரா துணை மாவட்ட சேர்மன் தன் அடியாட்களை மந்திரா லகின்பார் பகுதி இந்துப் பெண்கள்மீது ஏவிவிட்டார். பட்டப்பகலில் அக்கிரமம் நடந்தது. இதே காலிகள், மதர்பாரி, லகிர்பார், காக்கார் பஜார், கேஜுர்பாரி இந்துக்களின் பணம், விலையுயர்ந்த பொருட்கள் எல்லாவற்றையும் கொள்ளையடித்தார்கள். உடைமைகள் எல்லாவற்றை யும் அச்சுறுத்தி எழுதி வாங்கிக்கொண்டார்கள். இந்துக்கள் அங்கிருந்து காலி செய்துகொண்டு செல்ல ஆரம்பித்தார்கள். கோட்டாலிப்பாராவின் சோனாலி பேங்க்கைச் சேர்ந்த திருமதி பௌமிக்கைத் தாக்கினார்கள்; காந்திகிராமைச் சேர்ந்த மமதாவையும் மதுவையும் கற்பழித்தார்கள்.
- கரிப்பூரில் ஜுலை 3-ம் தேதி நடு இரவில் அனில் சந்திராவின் வீட்டுக்குள் சில காவலர்கள் புகுந்தார்கள். அவர் வீட்டில் இல்லை. அவர் மனைவியையும் குழந்தையையும் அடித்து உதைத்தார்கள்.
- அதே இரவில் காவலர்கள் ஊர்ப் பள்ளிக்கூட ஆசிரியர் அமுல்யா பாபுவின் வீட்டைச் சூறையாடினார்கள். அடுத்த நாள் சித்திஷ் மண்டோலின் வீட்டைத் தாக்கினார்கள். மண்டோலின் மனைவியையும் மகளையும் கற்பழித்தார்கள்.
- ஐந்தாம் தேதி ஷியாமல் பிஸ்வாஸின் வீட்டைக் காவலர்கள் முற்றுகை யிட்டு அவர் மகளைக் கற்பழித்து, வீட்டைக் கொள்ளையடித்துக் கொண்டுபோனார்கள்.
- நிரோத் பிஹாரி ராயின் வீட்டை உள்ளூர் ரௌடி ஒருவன் பலவந்த மாக ஆக்கிரமித்துக்கொண்டான். ராய் காவல்துறையில் செய்த புகாருக்கு எந்த நடவடிக்கையும் எடுக்கப்படவில்லை.
- மன்சூர் மாலிக் என்பவர் கலாசிரா கிராமத்தின் இந்து ஒருவரைக் குடும்பத்தோடு வீட்டிலிருந்து துரத்திவிட்டு, வீட்டை ஆக்கிர மித்துக்கொண்டார்.
- கோபால்கஞ்ச் கல்வித்துறைத் தலைமை அதிகாரி, இந்துப் பெண்களுக்கு வேலை வாய்ப்புத் தருவதாக ஆசை காட்டி அவர்களைக் கற்பழிப்பதையே வேலையாகக் கொண்டிருந்தார். பள்ளிகளில் ஆசிரியர்களாக இருந்த இந்துக்களைப் பணியிட மாற்றம் செய்து விடுவதாக மிரட்டி, அப்படிச் செய்யாமல் இருக்கக் கணிசமான தொகையை லஞ்சமாக வாங்கினார்.
- ஆல்ட்டி கிராமத்தின் ஜகதீஷ் ஹல்தாரின் வீட்டைக் காவலர்களும் ஆயுதம் தாங்கிய ரௌடிகளும் முற்றுகை இட்டார்கள். வீட்டில் இருந்தவர்கள் தாக்கப்பட்டு, பொருட்கள் எல்லாம் கொள்ளை யடிக்கப்பட்டன. கிளம்பிப்போவதற்குமுன் எல்லோரையும் கொலை செய்துவிடப்போவதாக மிரட்டிவிட்டுப் போனார்கள்.

- ஆகஸ்ட் மாதம் நாடு முழுதும் பல இந்துக்களின் வீட்டில் காவலர்களும் முஸ்லிம் கூலிப்படையும் பல அக்கிரமங்களை அரங்கேற்றின. பல கோவில்கள் அழிக்கப்பட்டன. ஆஷுதோஷ் ராய், சுகுமார் ராய், மனோரஞ்சன் ராய், அஞ்சலி ராய், சுனிதி ராய், பேலா பிஸ்வாஸ் உள்ளிட்டவர்கள் சித்திரவதை செய்யப்பட்டனர். நாட்டில் ஓர் இந்துக் கோவிலைக்கூட விட்டுவைக்க மாட்டோம் என்று சொல்லிக் காலிகள் வெளியேறினார்கள்.
- கோபால்பூர் மாவட்டத்தில் மக்ஸத்பூர் சேர்மனின் மரணத்தைத் தொடர்ந்து காவலர்களும் தீவிரவாதிகளும் ரகளை செய்யத் தொடங்கினார்கள். அந்தப் பகுதி இந்துக்கள் சித்திரவதைக்கு உள்ளானார்கள். ஷிபு என்பவரின் மனைவியும் குமாரி அஞ்சலி என்பவரும் காவலர்களால் கற்பழிக்கப்பட்டார்கள்.
- ஜூன் 20-ம் தேதி பஸ்டுக்காதி கிராமத்தின் காவலர்கள் திடீரென்று அப்பகுதி இந்துக்களைக் கண்மூடித்தனமாகத் தாக்க ஆரம்பித்தார்கள். அவர்கள் நிலங்களில் விளைந்திருந்த பயிர்கள் நாசமாக்கப்பட்டன. இந்து விவசாயிகள் சுற்றி வளைக்கப்பட்டு, கணிசமான பணத்தைப் பிடுங்கியபின்னரே விடுவித்தார்கள்.
- ஜூன் பதினொன்றாம் தேதி அதே கிராமத்தைச் சேர்ந்த சுகாதாரத் துறை ஊழியர் மினாட்டி ராணி, அவரது சகோதரர், சகோதரர் மனைவி மூவரும் காவல்துறை முகாம் ஒன்றுக்கு இழுத்துப் போகப்பட்டுச் சித்திரவதை செய்யப்பட்டார்கள். பின்னர் ஆயிரம் ரூபாயை வாங்கிக் கொண்டு விடுவித்தார்கள். சுதான்ஷுகுமார் ஹல்தாரின் பதிநான்கு வயது மகள் தன் மாமா வீட்டுக்குப் போய்க்கொண்டிருந்தபோது ஒரு ரௌடியால் கடத்தப்பட்டாள். ஷியூலி என்கிற அந்தச் சிறுமி நடு ரோட்டில் நினைவிழந்த நிலையில் கண்டெடுக்கப்பட்டாள். புகார் செய்த சுதான்ஷு ஹல்தாரிடம் காவல்துறை அதிகாரி, ‘இதையெல்லாம் சகிச்சிகிட்டு இருக்க முடியல்லைன்னா நாட்டை விட்டு ஓடுங்கடா’ என்றார்.
- 1979 ஏப்ரல் 7-ம் தேதி, பாரிகஞ்ச் பஜார் என்கிற இடத்தில் மசூதியின் கட்டட வேலையில் ஏற்பட்ட தகராறின் காரணமாக மசூதி கமிட்டி ஆசாமிகள், டாக்டர் சச்சீந்திர குமார் சாஹா என்பர் வீட்டின்மீது தாக்குதல் நடத்தினார்கள். கதவுகளையும் ஜன்னல்களையும் உடைத்து, வீட்டுக்குள் புகுந்து, எல்லாவற்றையும் கொள்ளை அடித்துக்கொண்டு, இறுதியில் வீட்டைக் கொளுத்தினார்கள். பக்கத்தில் இருந்த கோவிலைத் தரைமட்டமாக்கினார்கள். தொடர்ந்து சூறையாடலில் ஈடுபட்ட அந்தக் கும்பல், சுமார் 11 லட்சம் மதிப்புள்ள பொருட்களைக் கொள்ளையடித் தார்கள். டாக்டர் சாஹா உட்படப் பல இந்துக் குடும்பங்கள் பயத்தால் அந்தப் பகுதியைக் காலி செய்துகொண்டு வெளியேறினார்கள்.

- 1979 மே 3, 4-ம் தேதிகளில் டிக்ரப்பாரா கிராமத்து இந்துக்கள் கொடூரமாகத் தாக்கப்பட்டதில் முன்னோர்கள் காலத்திலிருந்து வசித்துவந்த தங்கள் வீடுகளை விட்டுவிட்டு ஓடினார்கள்.
- ரஹத்பூர் கிராமத்து ஹரன் பிஸ்வாஸின் மனைவி, சின்னஞ்சிறு மகள், மருமகள் ஆகியோரை அந்தப் பகுதியில் அதிகாரம் படைத்த ஒரு நபர் அடித்துத் துன்புறுத்தினார். புகார் கொடுத்த ஹரன் பிஸ்வாஸை அந்த மனிதர் தன் சகாக்களுடன் சேர்ந்துகொண்டு அச்சுறுத்தி நாட்டை விட்டே ஓடச் செய்தார்.
- மே மாதம் 19, 20-ம் தேதிகளில் தேபாகிராம் கிராமத்தைச் சேர்ந்த அனில் குமார் பாக்ச்சி, சுஷீல் குமார் பாண்டே, மாக்கன்லால் கங்குலி ஆகியோரை, கிளர்ச்சி செய்ததாகக் கூறிக் காவலர்கள் கைது செய்தார்கள். பெருந்தொகையை லஞ்சமாகப் பெற்றுக்கொண்ட பின்னரே விடுவித்தார்கள். ரமேஷ் சந்திர ஓஜா என்பவர் அவர் விருப்பத்துக்கு மாறாக வலுக்கட்டாயமாக முஸ்லிமாக மாற்றப்பட்டார். அவரது மனைவியையும் அண்ணனையும் முஸ்லிமாக மாறச் சொல்லிக் கட்டாயப்படுத்தினார்கள். கிராமத்துப் பெரியவர்களிடம் தந்த புகார் செவிடன் காதில் ஊதிய சங்காயிற்று. இறுதியில் அவர்கள் கிராமத்தை விட்டு ஓட வேண்டியதாயிற்று.
- ஜோபாய் கிராமத்தைச் சேர்ந்த சுதீர் வைத்யாவின் மனைவி பணிநீக்கம் செய்யப்பட்ட ஒரு காவலரால் கற்பழிக்கப்பட்டார். பயமும் அவமானமும் தாங்காமல் அவர் தலைமறைவானார்.
- அதே கிராமத்தைச் சேர்ந்த உபேந்திர மாலோவின் பசுவைக் கொன்று கறி சமைத்துத் தின்றார்கள். அதிகாரிகளிடம் புகார் கொடுக்கப் போன உபேந்திரா அவமானப்படுத்தப்பட்டார்.
- பௌல்டோலி கிராமத்து கார்த்திக் ராய், தன் பயிரைத் திருட வந்த முஸ்லிம்களைத் தடுத்தபோது கொல்லப்பட்டார். அது இயற்கை மரணம் என்று எல்லோரிடமும் சொல்லும்படி அவர் மனைவி ரேணுகாவுக்குக் கொலை மிரட்டல் விடுத்தனர்.
- தக்ஷின் சந்த்பூர் கிராமத்தைச் சேர்ந்த ப்ரேமானந்த் சீல் என்பவரின் ஒன்பதாம் வகுப்பு படிக்கும் மகளான மஞ்சு ராணி சீல், 1988 டிசம்பர் 4-ம் தேதி கடத்தப்பட்டார். இதைச் செய்தது அப்துல் ரஹீம் என்பவரும் அவரது சகாக்களும். அடுத்த நாளே லக்ஸம் காவல் நிலையத்தில் வழக்குப் பதிவு செய்தும், இன்றுவரை எந்தத் தகவலும் இல்லை. அந்தப் பகுதி இந்துக் குடும்பங்கள் தங்கள் பெண் பிள்ளைகளைப் பள்ளிக்கு அனுப்பவே இப்போது தயங்குகிறார்கள்.

- ஏப்ரல் 25-ம் தேதி, கூட்டியா கிராமத்தைச் சேர்ந்த பதினாறு வெற்றிலைத் தோட்டத் தொழிலாளிகள் பக்திப் பாடல் பாடிக்கொண்டிருந்தபோது கைது செய்யப்பட்டார்கள்.
- தேசிய மதச் சட்டம் நடைமுறைக்கு வந்ததும் சித்திர்பாஷா கிராமத்தில் இந்துக்கள் தங்கள் சொத்துகளை விற்க முடியாது என்கிற வதந்தியைக் கிளப்பிவிட்டார்கள். இந்துக்கள் எல்லோரும் தங்கள் நிலங்களையும் வீடுகளையும் அடிமாட்டு விலைக்கு விற்க ஆரம்பித்தார்கள். மதாப் நந்தி என்பவர், 'அதெல்லாம் வதந்தி, நம்ப வேண்டாம்' என்று எல்லோரிடமும் சொன்னார். நடு இரவில் அவர் வீட்டுக்குள் புகுந்த ஆயுதம் தாங்கிய கும்பல் ஒன்று, அவர் மகளையும் ஏழு மாத கர்ப்பிணியாக இருந்த மருமகளையும் கற்பழித்தார்கள்.
- கோக்ஸா துணை மாவட்டத்தைச் சேர்ந்த தீபன் பிஸ்வாஸ் சுட்டுக் கொல்லப்பட்டார். வழக்குப் பதிவு செய்தாலும் யாரும் கைது செய்யப் படவில்லை.
- 1988 ஆகஸ்ட் 12 மற்றும் 16-ம் தேதிகளில் கரிப்பூர் கிராமத்தைக் காவலர்களும் ஆயுதம் தாங்கிய காலிகளும் முற்றுகையிட்டார்கள். அங்கிருந்த கோவிலின் கடவுள் சிலையைச் சிதைத்தார்கள். ஊர்ப் பெண்களைக் கற்பழித்தார்கள். இருபத்தைந்து இளைஞர்களை இழுத்துப் போய், கணிசமான தொகை லஞ்சம் பெற்ற பிறகே விடுவித்தார்கள். அதையும் மீறி நாராயண் பைராகி, சுஷாந்தோ தாலி உள்ளிட்ட ஐந்து பேரை விடுவிக்காமல் நீண்ட காலம் வைத்திருந்தார்கள்.
- சர்பாலியாரி கிராமத்திலும் மேற்சொன்ன அதே சம்பவங்கள் நடைபெற்றன. அங்கும் பத்துப் பதினைந்து பேரை இழுத்துப் போய் வைத்திருந்து, லஞ்சம் வாங்கிக்கொண்டபின் விடுவித்தார்கள்.
- ஹிஜிலா, பார்பாரியா கிராமங்களில் எட்டு பேருக்கு இது நடந்தது.
- பர்க்குமிரா கிராமத்து ரவீந்திரநாத் கோஷலின் எட்டு வயது மகளை, 1979 மே 16-ம் தேதி அவளது பள்ளி ஆசிரியர் கற்பழித்தார். இரவு வெராந்தாவில் தூங்கிக் கொண்டிருந்த சந்தா என்கிற அந்தச் சிறுமியைக் கூலிப்படையை வைத்துக் கடத்திப்போய் இதைச் செய்தார். ரத்த வெள்ளத்தில் கிடந்த சந்தா, ஆஸ்பத்திரியில் அனுமதிக்கப்பட்டாள். புகார் செய்தும், யார்மீதும் நடவடிக்கை எடுக்கப்படவில்லை.
- முக்சுத்பூர் துணை மாவட்டத்தில் இந்து ஒருவரின் சொத்துகளை அபகரித்துக்கொண்டு, அவர் மகள் உஜ்ஜாலா ராணியைக் கற்பழித் தார்கள் சில காலிகள். காவல் நிலையத்தில் புகார் செய்தபோது வழக்கைப் பதிவு செய்ய மறுத்துவிட்டார்கள்.

- ஜல்காதி, நோல்சிட்டி உள்ளிட்ட எட்டு ஊர்களில் சிறுபான்மை இந்துச் சமூகத்தைச் சேர்ந்த பலர் சர்பாரா கட்சிக்காரர்கள் என்று சொல்லப்பட்டுக் கைது செய்யப்பட்டார்கள். பல நாட்களுக்குச் சித்திரவதை செய்யப்பட்டு லஞ்சம் வாங்கிக்கொண்டபின் காவலர்களால் விடுவிக்கப்பட்டார்கள். காவல்துறை சித்திரவதைக்குப் பயந்து இந்தப் பகுதி இந்துக்கள் தலைமறைவு ஆனார்கள்.
- அகைல்ஜோரா துணை மாவட்டத்தின் காசிநாத் ஹல்தாரை ஏறக்குறைய செத்துப்போகிற அளவுக்கு அடித்துச் சித்திரவதை செய்தார்கள் காவலர்கள். நயோட்டனா கிராமத்து கேசவ் சாதுவின் மகனை சர்பாரா கட்சியைச் சேர்ந்தவர் என்று பொய்க் குற்றச்சாட்டு சுமத்தி, அடி அடி என்று அடித்தார்கள். அடி எவ்வளவு மோசமானது என்றால், அடிபட்ட மகனைப் பார்த்த மாத்திரத்தில் மாரடைப்பில் இறந்து போனார் கேசவ்.
- சரம்துவா கிராமத்தில் இரண்டு பேர் தலைமையில் எண்பது பேர் அடங்கிய கூலிப் படையினர் தாக்குதல் நடத்தினார்கள். இதன் காரணமாக 150 இந்துக்கள் ஊரைக் காலி செய்துகொண்டு அகதிகளாக ஓடினார்கள்.
- ஜஹாங்கிர்பூர் கிராமத்தில் மே 16-ம் தேதி தீவிரவாதிகள் பினாய் பைஷ்யா என்ற சிறுபான்மைச் சமூகத்துத் தலைவரின் வீட்டில் தாக்குதல் நடத்தினார்கள். அந்தக் குடும்பத்தினரை 36 மணி நேரம் நகராமல் வைத்து, பொறுமையாகக் கொள்ளை அடித்தார்கள். காவல்துறையில் புகார் செய்ததற்கு, அவர் மகன்களே கைது செய்யப்பட்டனர்.
- பேங்கர்கஞ்ச் என்ற இடத்தில் டிசம்பர் 10-ம் தேதி, குலாம் ஹுஸைன் பிண்ட்டு என்பவரின் மேற்பார்வையில் நூறு குண்டர்கள் அடங்கிய படை, ராஜேந்திர சந்திர தாஸ் என்பவரின் வீட்டை முற்றுகையிட்டது. அவர்களைத் தடுக்க முயன்று விவாதத்தில் ஈடுபட்ட குடும்பத்தினர் அடித்துத் தூக்கி எறியப்பட்டார்கள். காவல்துறையில் புகார் செய்தபோது அவர் வீட்டுக்குத் தீயிடப்பட்டது. மாவட்டத் துணை நீதிமன்றத்தில் வழக்குத் தாக்கல் செய்தபோது எந்த நடவடிக்கையும் எடுக்கப்பட வில்லை.
- மிர்வாரிஸ்பூரைச் சேர்ந்த தினேஷ் சந்திர தாஸை மிரட்டிச் சொத்துகள் அனைத்தையும் அபகரித்துக்கொண்டது ஒரு கூட்டம்.

*தொடர்ச்சியாக மனத்தில் ஓடிய இந்தச் சம்பவங்களால் சுரஞ்சனைத் தூக்கம் இன்னமும் ஏமாற்றிக்கொண்டிருந்தது. 1988-89-ல் இரண்டாண்டு காலம் ஏக்தா இதழில் நிருபர் வேலை பார்த்தது ஞாபகத்தில் ஓடியது. குறிப்பேடு முழுதும் இதுபோன்ற துன்பக் கதைகளாலேயே எப்போதும் நிரம்பி வழியும். அவற்றில் சில பிரசுரிக்கப்பட்டன. பல*

விடப்பட்டன. பத்திரிகையின் ஆசிரியர் அவனிடம், 'இதெல்லாமே பலமானவர்கள் பலவீனமானவர்களை ஒடுக்கிய சம்பவங்கள். பணக் காரன் ஏழையை ஒடுக்கிய சம்பவங்கள். நீ பணக்காரனாக இருந்தால் முஸ்லிமாக இருந்தாலும் இந்துவாக இருந்தாலும் பிரச்னை இல்லை. முதலாளித்துவ சமூகம் என்பது இதுதான். கொஞ்சம் கவனித்துப் பார்த்தால் ஏழை முஸ்லிம்களும் துன்பத்துக்கு ஆளாவது புரியும். பணக்காரன் என்பது தனி ஜாதி, தனி மதம். அவனுக்கு ஏழை இந்து, ஏழை முஸ்லிம் எல்லோருமே வேற்று இனம்தான்' என்றார்.

★

# நாள் 3

பொதுவாக டிசம்பரில் இருக்கும் அளவு குளிர் இல்லை. சுரஞ்சன் கம்பளியை விலக்கிப் பக்கவாட்டில் போட்டான். ராத்திரி சரியான தூக்கம் இல்லையாதலால் எழுந்திருக்க மனமில்லை. படுக்கையில் சும்மா படுத்தபடி முன்நாள் நிகழ்வுகளை அசை போட்டான்.

யார் வீட்டுக்கும் போகவோ, யாருடனும் பேசும் மனநிலையிலோ இல்லை என்றாலும் ஊர் முழுதும் சுற்றித் திரிந்தான். அப்பா அம்மா விருப்பத்துக்கு மாறாக வீட்டை விட்டு வெளியில் வந்திருந்தாலும் அவர்கள் மனநிலையை எண்ணி வருத்தமாக இருந்தது. ஆனாலும் அந்த வருத்தம் வீட்டுக்குத் திரும்பிப் போய்விடுகிற அளவு தீவிரமாகவும் இல்லை.

ஏதாவது செய், ஏதாவது செய் என்று திரும்பத் திரும்பச் சொல்லிக் கொண்டிருந்த மாயாவின் கண்களில் இருந்த பயம் இன்னமும் மனத்தில் நின்றது. மாயா அவன் கையைப் பிடித்துக்கொண்டு ஆற்றோரம் நடந்தது இப்போதுதான் நடந்ததுபோல இருந்தது. மாயா ஆண்டுதோறும் ஆயுத பூஜை சமயத்தில் புத்தாடை கேட்டு அடம் பிடிப்பாள். சுரஞ்சன் சொல்வான்: 'என்ன பெரிய பூஜை? மண் பொம்மைகளுக்கு எதிர்ல காரே பூரேன்னு ஆடிகிட்டு. அந்த ஆட்டத் துக்கு உனக்கு புது டிரஸ் வேணுமா? நீ இன்னும் சின்னப் பொண்ணாவே இருக்கே... வளரணும் மாயா நீ!'

மாயா குழந்தைப் பருவத்திலும் ஜப்பான் பொம்மை மாதிரி அழகாக இருப்பாள். கருப்பு விழிகளை உருட்டி, அவன் சொன்னதைக்

காதிலேயே போட்டுக்கொள்ளாமல், 'அண்ணா, என்னைப் பூஜை நடக்கிற இடங்களுக்கு அழைச்சிட்டுப் போயேன்' என்பாள்.

சுரஞ்சனுக்குக் கோபம் வரும். 'சாதாரண மனுஷியா இரு. இந்துக்கள் மாதிரி நடந்துக்காதே.'

'ஏன், இந்துக்கள் சாதாரண மனுஷங்க இல்லையா?'

1971-ல் மாயா, ஃபரிதாவாகப் பெயர் மாற வேண்டியிருந்தது. அந்தப் பெயர் அவசியமில்லாமல் போய் ஒரு வருடம் ஆகியும் பல சமயம் சுரஞ்சன் அவளை ஃபரிதா என்றே அழைப்பான். அதைக் கேட்கும் போது மாயாவுக்கு எரிச்சல் வரும். அவனைத் திட்டுவாள். அவளைச் சமாதானப்படுத்த சாக்லேட் தருவான். அடுத்த நிமிஷம் எல்லாவற்றை யும் மறந்து மாயா சிரிப்பாள். ஒவ்வொரு துளி சாக்லேட்டும் கண்களில் ஒவ்வொரு சந்தோஷ மின்னலை வெளிப்படுத்தும்.

ஈத் பண்டிகையின்போது தன் தோழிகளும் தோழர்களும் வண்ண வண்ண பலூன்கள் வைத்து விளையாடுவதைப் பார்த்து அவளும் பலூன் வேண்டும்என்று கேட்பாள். தானும் பட்டாசு, மத்தாப்பு விட வேண்டும் என்று கேட்பாள். முஸ்லிம் நண்பர்கள் வீட்டில் பிரியாணி செய்யப்படுவதைப் பார்த்து, 'அம்மா, நதிரா வீட்ல பிரியாணி பண்றாங்க. நம்ம வீட்லயும் பண்ணு' என்பாள்.

கிரன்மயி மகளின் ஆசைக்காகப் புலாவ் செய்வார்.

மாயா போய் இரண்டு நாட்கள் ஆகின்றன. இன்னமும் அவளைப் பற்றித் தகவல் ஏதும் இல்லை. ஆனாலும், ஒரு முஸ்லிம் தோழி வீட்டுக்குத்தான் போயிருக்கிறாள் என்பதால் அப்பா அம்மாவுக்குக் கவலை ஏதும் இல்லை. மாயா மிகவும் பொறுப்பான பெண். கல்லூரி யில் படித்துக்கொண்டிருந்தாள் என்றாலும், இரண்டு இடங்களில் டியூஷன் சொல்லித் தந்து பணம் சேமிக்க ஆரம்பித்திருந்தாள். வீட்டில் படிப்புச் செலவுக்கோ இதர தேவைகளுக்கோ பணம் கேட்பதே இல்லை.

சுரஞ்சனுக்குத்தான் பணம் அவ்வப்போது தேவைப்பட்டுக்கொண்டே இருந்தது. அவன் வேலையில் இல்லை. அவனுடைய இயற்பியல் முதுகலைப் பட்டம் வீணாகிக்கொண்டிருந்தது. படித்து முடித்துப் பல்கலைக்கழகத்திலிருந்து வெளிவந்ததும் ஒரு வேலை தேடிக் கொள்ளும் ஆர்வமும் அவசரமும் அவனுக்கு இருந்தன. சில நேர்முகத் தேர்வுகளுக்கும் சென்றான். கல்லூரியில் ஆரம்பித்த எதிர்பாராத விஷயம், வேலை விஷயத்திலும் தொடர்ந்தது.

கல்லூரியில் அவன் மிகவும் புத்திக்கூர்மையான மாணவன். சட்சட்டென்று பாடங்களைப் புரிந்துகொள்வான். நண்பர்கள் பலருக்கும் அவன் பாடங்களை விளக்கி உதவி செய்ததுண்டு. எதிர்பாராதவிதமாக, அவனிடம் கற்றுக்கொண்ட மாணவர்கள் அவனைவிட அதிக மதிப் பெண்கள் வாங்கினார்கள். வேலை என்று வந்தபோது அவனைவிடக் குறைந்த மதிப்பெண் வாங்கியவர்கள் முதலில் வேலைக்குப் போய் விட்டார்கள். இத்தனைக்கும் அவன் நேர்முகத் தேர்வுகளில் சரியான படி பதில் சொல்லாமல் இல்லை. 'ச்சே.. சரியாவே பண்ணலைடா' என்று சொன்ன பயல்கள்தான் சட் சட்டென்று அப்பாயிண்ட்மெண்ட் ஆர்டர்களை வாங்கினார்கள்.

சுரஞ்சனுக்கு வேலை கிடைக்காததற்கு அவன் கேள்விப்பட்ட காரணங்கள், 'அவனுக்கு நாகரிகமும் மரியாதையும் தெரியவில்லை', 'தேர்வு கமிட்டி அதிகாரிகளுக்கு அவன் உரிய மரியாதையைத் தர வில்லை' போன்றவை. 'அஸ்லாம் அலைக்கும்' என்றோ, 'நமஸ்காரம்' என்றோ சொல்லிவிட்டால் மரியாதை என்று அர்த்தமா? முகத்துக்கு நேராக இதையெல்லாம் சொன்னவர்கள்தான் வெளியில் வந்ததும் அதே ஆசாமிகளைத் திட்டவும் செய்வார்கள். அவர்களைத்தான் பண்பும் மரியாதையும் இருக்கிறவர்கள் என்று தேர்வும் செய்திருந் தார்கள்! யார் கண்டது, அரசாங்கத்தில் வேலை கிடைக்காததற்கு உண்மையிலேயே இதுதான் காரணமோ அல்லது தான் இந்து என்பது தான் காரணமோ! தனியார் நிறுவனத்தில் ஒரு வேலை தேடிக்கொண் டான்; ஆனால் மூன்றே மாதங்களில் ராஜினாமா செய்துவிட்டான்.

மாயாவுக்குப் பிழைக்கும் வழி தெரியும். எங்கெல்லாம், எப்படியெல் லாம் விட்டுக்கொடுக்கவேண்டும் என்பது தெரிந்தவள். இப்போதே டியூஷன்கள்மூலம் சம்பாதிக்க ஆரம்பித்துவிட்ட அவளுக்குப் படிப்பு முடிந்ததும் ஒரு வேலை தேடிக்கொள்வதில் சிரமம் இருக்காது. ஆனால் அவளுக்கு எங்கே போனாலும் காரியம் எளிதாக முடிவதற்கு ஜஹாங்கீரின் நட்புதான் காரணம் என்று சுரஞ்சன் நினைத்தான். மாயா தன் நன்றி உணர்வைக் கல்யாணத்தின்மூலம் வெளிப்படுத்தக்கூடும் என்கிற எண்ணம் சுரஞ்சனுக்கு வருத்தம் அளித்தாலும் அந்த எண்ணம் மீண்டும் மீண்டும் வந்துகொண்டேதான் இருந்தது.

டீ கொண்டுவந்து கொடுத்த அம்மாவின் கண்கள் சிவந்திருந்தன. பாவம் அம்மாவுக்கு ராத்திரி தூக்கமில்லை. தானும் ராத்திரி தூங்க வில்லை என்று சொல்லி அம்மாவின் கவலையை மேலும் அதிகரிக்க வேண்டாம் என்று நினைத்து, 'அட... இவ்வளவு நேரம் ஆயிடிச்சா?' என்றவாறு டீயை வாங்கிக்கொண்டான்.

கிரன்மயி இதைக் காதில் வாங்கிக்கொண்டதாகவே தெரியவில்லை. தன்னைச் சுற்றி நடக்கிற விஷயங்களை அவர் கவனிக்கிறாரா என்பதே சந்தேகமாக இருந்தது அவர் பார்வையும் நின்ற விதமும். ஒரு வேளை தன்னிடம் ஏதாவது சொல்ல நினைக்கிறாரோ என்று நினைத்த சுரஞ்சன் சட்டென்று எண்ணத்தை மாற்றிக்கொண்டான். இல்லை. அம்மா காத்திருப்பது காலிக் கோப்பையை எடுத்துப்போகமட்டுமே. அம்மா இவ்வளவு நேரம் எதுவும் பேசாமல் பக்கத்தில் நின்றதே இல்லை. இரண்டு நாளில் இவ்வளவு பெரிய இடைவெளி ஏன் உண்டானது? திரும்பவும் அவனே கேட்டான்: 'மாயா வந்துட்டாளா?'

'இல்லை.' சட்டென்று வந்த இந்த பதில் அந்தக் கேள்வியை அம்மா எதிர்பார்த்ததைக் காட்டியது. சொல்லிவிட்டு உட்கார்ந்தார். மிக நெருக்கமாக உட்கார்ந்தது, அம்மா கொஞ்சம் பாதுகாப்பின்றி உணர் வதைக் காட்டியது. டீயை உறிஞ்சியபடி பொதுவாகப் பேசுவது போலப் பேசினான் சுரஞ்சன்.

'ஏன் இன்னும் வரலை? முஸ்லிம் தோழிகள் அவளை மிகப் பாதுகாப்பா வெச்சிருக்காங்களா? நம்ம மேல நம்பிக்கை இல்லை போலிருக்கு அவளுக்கு. போகட்டும், நாம எப்படி இருக்கோம்னு தெரிஞ்சிக்கவாவது ஒரு ஃபோன் பண்ணியிருக்கலாம் அல்லது யார் கிட்டயாவது சொல்லி அனுப்பியிருக்கலாம், இல்லையா? தன்னைக் காப்பாத்திக்கிறதில இருக்கிற தீவிரம் இதுல இல்லை...'

கிரன்மயி இதற்கும் பதில் சொல்லவில்லை.

பொதுவாக அம்மா அப்பா எதிரில் புகைக்கிறதில்லை என்றாலும் ஏனோ ஒரு சிகரெட்டைப் பற்ற வைத்தான். இந்தச் சுதந்தரம் உண்மை யில் ஓர் அவமதிப்பாக வெளிவரவில்லை என்பது அவன் உள்மனத் துக்குப் புரிந்தது. அம்மாவுக்கும் அவனுக்கும் இடையில் இருந்த மரியாதை தூரம் குறைந்து நெருக்கமாக உணர்வதாகத்தான் நினைத்தான். அவ்வளவு நெருக்கமாக உணர்ந்து நெடுநாட்கள் ஆகியிருந்தன. திடீரென்று அம்மா மடியில் படுத்துக்கொண்டு சின்ன வயதில் செய்தது போலத் தான் பட்டம் விட்ட சாகசங்களைப் பேசவேண்டும்போலத் தோன்றியது. மாமா பட்டம் செய்வதற்கான பொருட்கள் எல்லாம் வாங்கி வருவார். திறமையாகப் பட்டம் செய்வதிலும் விடுவதிலும் அவன் கைதேர்ந்தவன். டீலுக்கு வருகிற பட்டங்கள் எல்லாவற்றையும் அறுத்துப் பறக்கவிட்டு அவனுடைய பட்டம்மட்டும் பட்டொளி வீசிப் பறக்கும்.

அம்மாவின் மடியைக் கொஞ்சம் ஏக்கமாகப் பார்த்தான். சிகரெட்டைக் கீழே போட்டபடி, 'நேத்து கமால், பிலால் யாராவது வந்தாங்களா?' என்று கேட்டான்.

'இல்லை.' மறுபடி ஓர் ஒற்றை வார்த்தை பதில், கிரன்மயியின் உற்சாகமின்மையைக் காட்டியது.

கமால் விசாரிக்கவில்லையா? ஆச்சரியமாக இருக்கிறதே? நண்பர்கள் எல்லோரும் அவன் செத்துவிட்டதாக நினைத்தார்களா அல்லது காப்பாற்றும் அக்கறை இல்லாமல் போய்விட்டதா?

கிரன்மயி நீண்ட யோசனைக்குப் பிறகு அடைக்கிற குரலில் பேச ஆரம்பித்தார்.

'நேத்து ராத்திரி எங்கே இருந்தே? நாங்க ரெண்டு பேர்மட்டும் தனியா வீட்ல இருக்கோம், எங்களுக்கு ஏதாவது ஆயிடும்ங்கிற பயமே உனக்கு இல்லையா? உனக்கு ஏதாவது ஆயிருந்தா என்ன பண்ணுவோம் நாங்க? முட்டை வாங்கணும்ன்னு மதியம் கடைக்குப் போன கௌதமை முஸ்லிம் பசங்க போட்டு உதைச்சிருக்காங்க. ஒரு கால் உடைஞ்சி போச்சு அவனுக்கு. முகத்திலயும் அடி. பல்லு உடைஞ்சிருக்கு.'

'அப்படியா?'

'உனக்கு ஞாபகம் இருக்கா, கீதாவோட அம்மா நம்ம வீட்டுக்கு வேலைக்கு வருவாளே?'

'ஆமாம்.'

'அவளுக்குச் சொந்த வீடே கிடையாது. அவ வீட்டைக் கொளுத் திட்டாங்க. வீட்டு வேலை பண்ணி அவ காசு சேர்த்தது, இருக்க ஒரு குடிசையையாவது கட்டிக்கத்தான். காலையில வந்திருந்தா. என்ன சொன்னா தெரியுமா?'

'என்ன சொன்னா?'

'அவ்வளவு கஷ்டப்பட்டுக் கட்டின புது வீட்டையும் கொளுத்திட்டாங் களாம். விஷம் எந்தக் கடைல கிடைக்கும்னு கேக்கறா. பித்துப் பிடிச்சவ மாதிரி பேசறா.'

'ம்ம்ம்.'

'மாயா வரலைன்னு கோபப்படறியே, அவளும் இருந்தா இன்னும் அதிகக் கவலைதானே ஒழிய அதில் நிம்மதி இருக்கிறதா எனக்குத் தெரியல்லை.'

'அது சரி... அதுக்காக மீதி வாழ்நாளை அவ ஒரு முஸ்லிம் வீட்லயே கழிக்கணும்ங்கிறது இல்லையே?'

சுரஞ்சன்கூடத் தன் குடும்பத்தாரை முஸ்லிம் வீட்டில் பாதுகாப்புக்கு அழைத்துப்போனது உண்டு. அப்போதெல்லாம் நிலைமை இவ்வளவு மோசமில்லை. ஏதோ ஒரு கூட்டம் வன்முறையில் ஈடுபட்டிருக்கும். அவர்களிடமிருந்து காத்துக்கொள்ளவேண்டும் என்றுதான் தோன்றும். எந்த நாட்டில்தான் அந்த மாதிரிக் கலவரம் உண்டுபண்ணுகிற கூட்டம் இல்லை?

இந்த முறை எல்லாமே வித்தியாசமாக இருந்தது.

நாட்டில் இருக்கும் இந்துக்கள் எல்லோரையும் பலி வாங்கி விடுவது என்கிற தீர்மானத்துடன் திட்டமிட்டுச் சில சக்திகள் வேலை செய்வது போல இருந்தது. இம்முறை தன் முஸ்லிம் நண்பர்களே மதவாதம் பேசுவார்களோ என்று சுரஞ்சன் சந்தேகித்தான். நாடு உருப்படியாகத் தான் இருந்தது. ஜியா-உர்-ரஹ்மானின் அரசாங்கம் நடந்தபோது 1978-ல் பிஸ்மில்லா என்கிற சொல்லை அரசியலமைப்பில் சேர்க்க வேண்டும் என்று ஒரு போராட்டம் நடைபெற்றது. 1988-ல் இஸ்லாம் தேசிய மதமாக அறிவிக்கப்படவேண்டும் என்று ஒரு கூட்டம் கிளம்பியது. இல்லையென்றால் அப்படி ஒரு அறிவிப்பு வந்திருக்காது.

மதச்சார்பின்மை என்பது வங்காள முஸ்லிம்களுக்குப் பிறப்பிலேயே இருந்தது. சுதந்தரப் போராட்டத்தில் எல்லோரும் ஒன்றுபட்டுப் போராட அதுதான் துணையாக இருந்தது. ஆனால், சுதந்தரம் கிடைத்த பிறகு அவர்களுக்கெல்லாம் என்ன ஆனது? தேசத்தில் மதவாதம் மெல்ல மெல்ல விதைக்கப்படுவதை அவர்கள் கவனிக்கவில்லையா? அதைக் கண்டு அவர்களுக்குச் சீற்றம் வரவில்லையா? நாட்டுக்குச் சுதந்தரம் கேட்டுப் போராடியபோது அதேபோன்ற ஒரு பிரிவினைச் சக்திக்கு எதிராகத்தானே போராட்டம் வெடித்தது? அன்றைக்குக் கொதித்த ரத்தம் இன்று ஏன் உறைந்து கிடக்கிறது? மதவாதம் என்கிற களையை ஆரம்பத்திலேயே பிடுங்கி எறியவேண்டியதன் அவசியம் ஏன் அவர்களுக்குப் புரியவில்லை?

மதச்சார்பின்மை இல்லாமல் ஜனநாயகம் எப்படிச் சாத்தியமாகும்? சுதந்தரப் போரின்போது ஒற்றுமையைக் கட்டிக் காத்தவர்கள் இப்போது மதத்தின் பெயரால் ஒற்றுமை குலைக்கப்படுவதை வேடிக்கை பார்த்துக் கொண்டிருக்கிற அவலத்தை என்னவென்று சொல்வது?

தொடர்ந்த அம்மாவின் பேச்சு சுரஞ்சனின் எண்ணங்களைக் கலைத்தது.

'நேத்து ஷியாம்பூர் கோவிலையும் ஷோரிகட் கோவிலையும் இடிச்சித் தள்ளிட்டாங்க. அது தெரியுமா உனக்கு?'

சுரஞ்சன் அம்மாவை விநோதமாகப் பார்த்தான். 'கோவில் இடிக்கப் பட்டதுக்கு வருத்தப்படறீங்களே, என்னைக்காவது கோவிலுக்குப் போயிருக்கீங்களா?'

இந்தச் சங்கடமான கேள்விக்கு கிரன்மயி பதில் சொல்லவில்லை.

'இடிச்சித் தள்ளட்டும். எவ்வளவு கோவிலை இடிக்க முடியுமோ அவ்வளவு கோவிலை இடிக்கட்டும். என்ன ஆயிடப்போகுது? மத அடையாளம் இருக்கிற கட்டடங்கள் எல்லாத்தையும் இடிச்சித் தள்ளறது நல்லதுதான்.'

'மசூதியை இடிச்சதுக்குத்தானே இவ்வளவு கோபம் அவங்களுக்கு? கோவில்களை இடிச்சா இந்துக்களுக்கு அதே ஆத்திரம் வரும்ன்னு புரியாதா இவங்களுக்கு? ஒரு மசூதிக்காக நூத்துக்கணக்கான கோவில் களை இடிக்கணுமா? இஸ்லாம் அமைதியை போதிக்கலையா?'

'ம்ம்க்கும். இந்த நாட்டு இந்துக்கள் கோபப்படறதினாலே எந்தப் பாதிப்பும் கிடையாதுன்னு முஸ்லிம்களுக்கு நல்லாவே தெரியும். ஒரு இந்துவாலே ஏதாவது ஒரு மசூதியில கை வைக்க முடிஞ்சதா இங்கே? அந்த தைரியத்திலதான் ஆடறாங்க. நயா பஜார்ல இருக்கிற கோவில் ரெண்டு வருஷமா சிதிலமாக் கிடக்கு. பிள்ளைங்க மேலே ஏறிக் குதிச்சி விளையாடறாங்க. அங்கேயே ஒண்ணுக்குப் போறாங்க. அப்ப இல்லாத வருத்தம் இப்ப என்ன வந்தது?'

கிரன்மயி எழுந்து வெளியில் போய்விட்டார்.

அம்மா தன்னைச் சுற்றி எழுப்பிக்கொண்டிருந்த பாதுகாப்புச் சுவர், தொடர்ந்து பேசுவதிலிருந்து அவரைத் தடுக்கிறது என்பது சுரஞ்சனுக்குப் புரிந்தது. பொதுவாக பர்வீன்களையும் அர்ச்சனாக்களையும் பிரித்துப் பார்க்கிற வழக்கமில்லாத அம்மா இப்போது கொஞ்சம் தடுமாற்றம் அடைவதைப் பார்க்க முடிந்தது.

புண்படுவதற்கும் கோபப்படுவதற்கும் உரிமை முஸ்லிம்களுக்கு மட்டும்தான் உண்டா?

★

1990 கலவரங்களுக்கு மிக முன்னதாகவே இந்துக்கள் தாக்கப்பட ஆரம்பித்துவிட்டார்கள் என்பது வெளிப்படைதான். அதற்குப் பிறகு, 1992-ல்தான் பாபர் மசூதி இடிக்கப்பட்டது. 1979 ஏப்ரல் 21-ம் தேதி நடந்தது சுரஞ்சனுக்கு நன்றாக நினைவிருந்தது. ராஜ்ஷாகி

மாவட்டத்தில், சாஹீப் பஜாரில் இருந்த சரித்திரப் புகழ் வாய்ந்த கோவிலின் காளி சிலை, அயூப் அலி என்பவனால் உருத் தெரியாமல் அடித்துச் சிதைக்கப்பட்டது. அதைத் தொடர்ந்து இந்துக்களின் கடைகள் நொறுக்கப்பட்டன. அடுக்கடுக்கான துன்பங்கள் இந்துக் களுக்கு அப்போது நேர்ந்தது.

- ஏப்ரல் 16ம் தேதி, 1979ம் வருடம் ஷைலகுபா பகுதியில் ராம்கோபால் கோவிலின் புகழ் பெற்ற ராம்கோபால் சிலை திருடப்பட்டது. பின்னர், சிதையுண்ட அந்தச் சிலை சுடுகாட்டில் கண்டெடுக்கப்பட்டது. அதில் இருந்த தங்க வெள்ளி ஆபரணங்கள் திருட்டுப் போயிருந்தன.
- பூர்னாலங்கர் கிராமத்தில் ஜெய்கோபால்காட் காளி கோவில் தரைமட்டமாக்கப்பட்டது.
- உத்தர் சந்த்கவ்னில் குரைஷா சந்த்காவ் துர்காபாரி திருவுருவம் சிதைக்கப்பட்டது.
- இஸ்லாம் தேசிய மதமாக அறிவிக்கப்பட்ட இரண்டு மாதங்களில் தக்ஷின்திஹி கிராமத்தில் கடவுள் சிலையும் அதை அலங்கரித்த நகைகளும் கொள்ளை அடிக்கப்பட்டன. கோவில் அறக்குழுவின் செயலாளர் புகார் கொடுப்பதற்காக ஃபூல்தலா காவல் நிலையம் போனபோது அவரையே பிடித்து வைத்துக்கொண்டு சித்திரவதை செய்தார்கள். போதாதென்று அறக்குழு உறுப்பினர்கள் அனைவருக்கும் அரஸ்ட் வாரண்ட் தரப்பட்டது. வழக்கை விசாரிக்கச் சென்ற காவல்துறை துணைக் கண்காணிப்பாளர், அந்தப் பகுதி இந்துக்கள்தான் சிலையைத் திருடிவிட்டார்கள் என்று குற்றம் சாட்டினார்.
- டிசம்பர் 8-ம் தேதி இரவு, த்விமுகா கிராமத்துப் புராதனக் கோவில் ஒன்று முற்றுகை இடப்பட்டது. பளிங்குக் கல்லில் செய்த சிவலிங்கம், அன்னபூர்ணா, ராதா கோவிந்தா சிலைகள், ஒரு சாலிகிராமம் ஆகிய எல்லாம் திருட்டுப் போயிற்று. விசாரணைக்கு வந்த காவலர்களிடம், நூர் முகமது தாலுக்தார் என்கிறவர்தான் திருட்டுக்குக் காரணமானவர் என்று தெளிவாகச் சொல்லப்பட்டும், எந்த நடவடிக்கையும் எடுக்கப்படவில்லை.
- கோமில்லாவின் மோய்னாமோட்டி என்கிற ஊரில் வசித்த இந்துக்களுக்கு 'விஷ்வ இஸ்லாம்' என்கிற அமைப்பு அனுப்பிய பகிரங்கக் கடிதத்தில் அவர்கள் எல்லோரும் நாட்டை விட்டு உடனடியாக ஓடிவிடவேண்டும் என்று எச்சரிக்கப்பட்டிருந்தது. தொடர்ந்து பூஜைகள் செய்துகொண்டிருந்தால் மோசமான விளைவுகளைச் சந்திக்கவேண்டி யிருக்கும் என்றும் எச்சரித்திருந்தார்கள். ஏப்ரல் 14-ம் தேதி காளி கோவிலுக்கு வெளியில் இருந்த ஆல மரத்தை லோக்கல் முஸ்லிம்

ரௌடிகள் பெட்ரோல் ஊற்றிக் கொளுத்தினார்கள். அலி அஹமத் என்கிற ஆசாமி, 'அந்தப் பகுதி இந்துக்கள் ஒழிக்கப்படவேண்டும்' என்று மார்க்கெட் முழுதும் கூவியபடிப் போனான்.

- மார்ச் 11-ம் தேதி லால்மோஹன் தாலுக்காவில் ஸ்ரீஸ்ரீ மதன் மோஹன் ஜிம்னாசியத்தில் பக்திப் பாடல்கள் பாடிக்கொண்டிருந்தவர்களை, திடீரென்று புகுந்த நூற்றுக்கணக்கானவர்கள் தாக்க ஆரம்பித்தார்கள். கோவிலுக்குள் புகுந்து கர்ப்பக்கிருகத்தை உடைத்து அங்கிருந்த பக்தர்களை உதைத்தார்கள். தொடர்ந்து தத்தாபாராவின் எல்லாக் கோவில்களும் சூறையாடப்பட்டன. ஒரே மாதிரியாக, கோவில்கள் தாக்கப்படுவதும் பக்தர்கள் உதைக்கப்படுவதும் தொடர்ந்தது.
- மானிக்கஞ்சின் போர்ட்டியா கிராமத்தில் நூறாண்டுகள் புராதனமான காளி கோவிலுக்கு அருகில், ஜில்லூர் அஹமத் என்கிற வக்கீலுக்கு ஒரு கல்லறையும் ஒரு மசூதியும் கட்டுவதாகத் தீர்மானம் ஆனது. இந்துக்களின் வழிபாட்டைத் தடங்கல் செய்வதற்காகவே தயாரிக்கப்பட்டது இந்தத் திட்டம்.
- நவகாளியின் முஹம்மத்பூர் என்கிற இடத்தில் புராதன காளி கோவில் ஒன்றைக் கடைகளுக்கான இடமாக மாற்றத் தீர்மானம் செய்யப்பட்டது.
- காஸிப்பூரின் பௌக்கல் கிராமத்தில் மே 26-ம் தேதி லக்ஷ்மி கோவிலின் சிலை சிதைக்கப்பட்டது.
- காஷ்ட்டசாகரா கிராமத்தில் இந்து வருடத்தின் முடிவை முன்னிட்டு விழா ஒன்று நடைபெற்றுக்கொண்டிருந்தது. ரௌடி கும்பல் ஒன்று புகுந்து பூசாரியைத் தாக்கியது. கடவுளுக்குப் படைக்கப்பட்ட பொருட்களை விசிறி அடித்து, மத்தளம் வாசித்தவரிடமிருந்து அதைப் பிடுங்கி எறிந்தார்கள். காவல்துறைக்கு உடனடியாகத் தகவல் சொல்லியும் யாரையும் கைது செய்யவில்லை.
- கோபால்கஞ்சின் நிஜாராவில் முஸ்லிம்கள் இந்துக் கோவில்களைத் தாக்கிப் பெரும் சேதம் விளைவித்தார்கள். உலுப்பூர் சிவன் கோவிலில் பூட்டை உடைத்து உள்ளே புகுந்து, சிவ லிங்கம் உட்படப் பல விலையுயர்ந்த பொருட்களைத் திருடிப் போனார்கள்.
- 1988 அக்டோபர் 17-ம் தேதி குஷ்டியா மாவட்டத்தில், காவல் நிலையம் அருகிலேயே இருக்கும் துர்கா தேவி சிலை உடைக்கப்பட்டது.
- குல்னா மாவட்டத்தில் பூஜைக்காக மக்கள் கூடியிருந்தபோது, பூஜை தொடங்குமுன்னர் ஒரு கூட்டம் வந்து விக்ரகத்தை உடைத்தது.
- ஜெஸ்ஸோர் மாவட்டத்தில் கோப்ராவிலும் துர்கா சிலை உடைக்கப் பட்டது.

- குல்னாவில் 1988 அக்டோபரில், பிரணவ நந்தாஜி வம்சத்து துர்கா சிலைகள் உடைக்கப்பட்டன.
- செப்டம்பர் 30-ம் தேதி சத்கிரா காலிகஞ்ச் பேரிந்து நிலையத்தில் இருந்த துர்கா கோவில் சிலைகள் உடைக்கப்பட்டன.
- அக்டோபர் 17-ம் தேதி குல்னாவில், ஜமா மஸ்ஜித்தின் இமாம், ஆஸானும் நமாஸும் செய்யத் தடையாக இருப்பதால் துர்கா பூஜை அந்த ஆண்டு நடத்தப்படக்கூடாது என்று வருடாந்திர துர்கா பூஜை நடத்தும் குழுவுக்கு ஒரு கடிதம் அனுப்பினார்.
- அக்டோபர் முதல் வாரத்தில் குல்னாவில் நடந்த ஓர் ஆர்பாட்ட ஊர்வலத்தில் உருவ வழிபாட்டைக் கண்டித்தும் கடவுள் சிலைகள் உடைக்கப் படவேண்டும் என்றும் கோஷங்கள் எழுப்பப்பட்டன.
- மோஹிஷ்கோலா கிராமத்தில் அக்டோபர் 23-ம் தேதி, காளி கோவிலில் காளி சிலை உடைக்கப்பட்டது.
- காலிகஞ்ச் மார்க்கெட்டில் பூஜைக்காக நிறுவப்பட்டிருந்த காளி உருவம் சிதைக்கப்பட்டது.
- செப்டம்பர் 30-ம் தேதி, சத்கிராவில் பூஜை தொடங்கவேண்டிய சமயம் காளி சிலை உடைக்கப்பட்டது.
- பிரோஸ்பூர் மாவட்டத்தில் சாக்கடை அமைப்பதற்காக காளி கோவில் சுவர் இடித்துத் தள்ளப்பட்டது.
- ஃபூல்ஜூரி மார்க்கெட்டில் துர்கா பூஜையின் இறுதிநாள் அன்று, முஸ்லிம் வெறியர்களால் துர்கா சிலை உடைக்கப்பட்டது.
- புக்காபுனியா துர்கா கோவிலில் துர்கா பூஜை தொடங்குவதற்குச் சில நாட்கள் முன்னதாக துர்கா சிலை தகர்க்கப்பட்டது.

இந்த லட்சணத்தில் பங்களாதேசத்தை மத ஒற்றுமையில் நாட்டம் இருக்கும் நாடு என்று சொல்லிக்கொள்கிறார்கள். சுரஞ்சன் பெரிதாகச் சிரித்துவிட்டான். அறையில் சுரஞ்சன்மட்டும்தான் இருந்தான். ஜன்னலில் உட்கார்ந்திருந்த ஒரு பூனை திடீரென்று சுரஞ்சனின் வெடிச் சிரிப்புச் சத்தத்தில் நடுங்கிக் கீழே விழுந்து எழுந்து ஓடியது. போய் ஓரமாக உட்கார்ந்து பார்த்தது.

சுரஞ்சனின் கவனம் பூனையின் பக்கம் திரும்பியது.

பூனை எந்த மதம்? தக்ஷினேஸ்வரி கோவிலிலிருந்து வருகிறதா, மசூதி யிலிருந்தா? இந்து வீட்டில் வசிப்பதால் இந்து என்று சொல்வதா? பூனை பார்த்த பார்வை அவன்மேல் பரிதாபப்படுவதுபோல் இருந்தது. அப்படியென்றால் அது முஸ்லிமாக இருக்கலாம். சில மென்மையான

இதயம் கொண்ட முஸ்லிம்கள் இந்துக்கள்மீது மிகவும் இரக்கம் கொண்டவர்கள்.

பூனை எழுந்து போய்விட்டது.

வீட்டில் சமையல் இல்லை. ஏதாவது முஸ்லிம் வீட்டுச் சமையலறைக் குள் புகுந்தால் அந்தப் பூனைக்கு நல்ல வேட்டையாக இருக்கும். எந்த மதமும் இல்லாததால்தானே எல்லா வீட்டுக்குள்ளும் சுதந்தரமாகப் புகுந்து புறப்படமுடிகிறது அதனால்! அன்று டிசம்பர் ஒன்பதாம் தேதி. சூரிய ஒளி நன்றாக வெளிச்சமாக ஜன்னல் வழியாகப் புகுந்ததும்தான் மணி ஆகிவிட்டது என்பது தெரிந்தது.

ஒரு பூனையாகப் பிறந்திருக்கலாம் என்று நினைத்துக்கொண்டான் சுரஞ்சன்.

வாழ்க்கையில் கோவிலுக்குப் போனதாகவோ, சாமி கும்பிட்ட தாகவோ நினைவே இல்லை சுரஞ்சனுக்கு. சமூகத்தில் சோஷலிசம் வரவேண்டும் என்பதே அவன் விருப்பம். அதை வலியுறுத்தும் வகையில் மேடைகளில்கூடப் பேசியிருக்கிறான். விவசாயிகள், தொழி லாளிகள் உரிமைகளுக்காகப் பேசியிருக்கிறான். நாட்டின் சமூகப் பொருளாதார உயர்வுக்காக விவாதித்திருக்கிறான். முயற்சிகள் மேற்கொண்டிருக்கிறான். உண்மையில் தன்னையும் தன் குடும்பத்தை யும் மறக்கிற அளவுக்கு மேற்சொன்ன வேலைகளில் தன்னை ஈடுபடுத்திக் கொண்டவன்தான் சுரஞ்சன். ஆனாலும் சமூகம் ஒருமித்த குரலில் அவனை ஓர் இந்து என்றுதான் அடையாளம் காண்கிறது. 'பிடிடா அவனை' என்று இப்படிப்பட்ட சுரஞ்சனைத்தான் துரத்தினார்கள். நேற்று அடிக்காமல் விட்டுவிட்டார்கள். இன்றைக்கும் விடுவார்களா என்பது தெரியாது.

முட்டை வாங்கப்போன கௌதமுக்கு நேர்ந்த கதி சிகரெட் வாங்கப் போகும்போது அவனுக்கும் நேரலாம். திடீரென்று பிடரியில் ஓர் அறை விழலாம். வாயில் இருக்கிற சிகரட் கீழே விழுந்து திரும்பிப் பார்த்தால், குத்தூஸ், ரெஹ்மான், விலாயத், சோபான் எல்லோரும் கையில் கத்திகளோடும் கம்புகளோடும் நிற்கலாம். ஒரு விநாடி இந்த எண்ணத்தை ஒதுக்கிவைத்து, 'நான் பயப்படுகிறேனா?' என்று தன்னையே கேட்டுக்கொண்டான்.

படுக்கையிலிருந்து எழுந்து வாசல் நோக்கி நடந்தபோது வீட்டின் நிசப்தம் அவனைத் தாக்கியது. பல வருடங்களாக யாருமே வசிக்காத வீடுபோன்ற ஓர் அச்சுறுத்தும் அமைதி. 1971-ல் கிராமத்தைக் காலி

செய்துகொண்டு பிரம்மப்பள்ளிக்குக் குடி வந்தபோது இதே நிசப்தம் அவனை வாட்டியிருக்கிறது. அவனுடைய பட்டம், கேரம் போர்டு, கோலிக் குண்டுகள், புத்தகங்கள், நண்பர்கள் எல்லாவற்றையும் இழக்க நேரிட்டது அப்போது. அதேபோன்ற துக்கம் இன்றும் இருந்தது. அப்பாவின் ரத்த அழுத்தம் ஏறியிருந்தது. அநேகமாக அவர் இன்றும் முழுக்கப் படுக்கையில்தான் இருக்கவேண்டியிருக்கும். எந்த டாக்டர் வருவார், யார் போய் அழைப்பது?

கடைக்குப் போய் சாமான்கள் வாங்கி வருவது, மருந்து வாங்கப் போவது, எலெக்ட்ரீஷியன், மெக்கானிக் இவர்களை அழைத்து வருவது, வீட்டில் இறைந்து கிடக்கும் செய்தித்தாள் உள்ளிட்ட விஷயங்களைச் சீராக அடுக்கி வைப்பதுபோன்ற மாதிரியான வேலைகளை சுரஞ்சன் செய்ததே இல்லை. ஒரு நாளைக்கு மூன்று வேளை அல்லது சில சமயம் இரண்டு வேளை சாப்பிடுவதுதான் வீட்டில் அவன் செய்த ஒரே வேலை. பொதுவாக எல்லோரும் தூங்கினபிறகுதான் தினமும் அவன் வீடு திரும்புவதே. வாசற் கதவு சாத்தியிருந்தால் நேராக அவன் அறைக்குள் நுழைகிறமாதிரி ஒரு கதவு பக்கவாட்டில் உண்டு.

பணம் தேவைப்பட்டபோதெல்லாம் அப்பாவையோ அம்மாவையோ கேட்பான். வெட்கமாகத்தான் இருக்கும். என்ன செய்வது! முப்பத்து மூன்று வயதாகிறது. இன்னும் வேலை எதுவும் கிடைக்கவில்லை. சுதாமய் முன்பெல்லாம் அடிக்கடி அவனிடம், ‘நான் ரிடையர் ஆக கொஞ்ச நாள்தான் இருக்கு. நீ ஏதாவது ஒரு ஏற்பாடு செய்துக்கணும் சுரஞ்சன்’ என்பார்.

ஆனால் ரிடையர் ஆனபிறகும் தான்தான் குடும்பத்தை ஆதரித்தாக வேண்டும் என்பதை உணர்ந்த சுதாமய் இப்போதெல்லாம் எதுவும் சொல்வதில்லை. ஒரு நாளைக்கு ஒன்றிரண்டு நோயாளிகள் என்று சிறிய அளவில் சம்பாதித்துக் குடும்பம் நகர்ந்துகொண்டிருந்தது.

கட்சி அலுவலகம், மது, உணவு விடுதி, கட்டக் தலால் நிர்முல் கமிட்டீ அலுவலகம், பத்திரிகையாளர் கழகம், மற்றும் சில இடங்கள் என்று தினசரி போய்வருகிற வேலையை அவன் தொடர்ந்துகொண்டிருந்தான். இப்படியே தொடர்ந்துகொண்டிருந்ததில் குடும்பத்துக்கும் அவனுக்கும் இடையே இருந்த இடைவெளி அதிகரித்துக்கொண்டே போயிற்று. ஆனால் காலையில் அம்மா டீ கொண்டுவந்தபோது பேசியதிலிருந்து ஒன்று தெரிந்தது. இவ்வளவு உபயோகமில்லாத, அலட்சியம் நிறைந்த, பொறுப்பில்லாத ஒரு மகனாக இருந்தும் உணர்வுபூர்வமாக அம்மாவும் அப்பாவும் அவனைச் சார்ந்திருப்பது புரிந்தது. அதை நினைக்கும்போது கொஞ்சம் உறுத்தலாக இருந்தது.

நான் குடும்பத்துக்கு என்ன கிழித்துவிட்டேன் என்று என்னைப்பற்றி இவ்வளவு கவலைப்படுகிறார்கள்?

அம்மாவும் அப்பாவும் வாழ்க்கையில் எவ்வளவு தூரம் இறங்கி வந்து விட்டார்கள்! 'ஒரு காலத்தில் எவ்வளவு பணக்காரனாக இருந்தேன்; இப்போது இப்படி ஆகிப் போச்சே!' என்கிற மாதிரி மனப்பாங்கு சுதாமய்க்கு வந்ததே இல்லை. கொஞ்சம் சாதமும் பருப்பும் இருந்தால் திருப்தியாகச் சாப்பிட்டுவிட்டு சந்தோஷமாக இருப்பார். ஏறக்குறைய சுரஞ்சனும் அப்படித்தான். சின்ன வயதில் பாலும் வெண்ணெயும் பழங் களுமாக வளர்ந்தவன். தயிர் கடைந்ததும் வெண்ணெயை உருட்டி அவன் வாயில்தான் அம்மா ஊட்டுவாள். வேண்டாம் என்று பிடிவாதம் பிடிக்கிறபோது அம்மா கோபித்துக்கொள்வது இன்னமும் ஞாபகம் இருக்கிறது.

'நல்ல சத்தா சாப்பிட்டாத்தான் கொழு கொழுன்னு அழகா, ஆரோக்யமா இருக்கலாம். இந்தா ஆப்பிள் சாப்பிடு' என்று ஆப்பிளை நறுக்கித் தருவாள்.

இன்றைக்கு அதெல்லாம் கேட்டால்கூட அப்பாவுக்கு வாங்கித் தருகிற வசதி இல்லை. அதிர்ஷ்டவசமாக அவன் செல்வச் செழிப்பையும் ஆடம்பரங்களையும் சிறு வயதிலிருந்தே விரும்பியது இல்லை. இந்தக் குணம் அப்பாவின் ரத்தத்திலிருந்து வந்தது. வசதி இருந்த காலத் திலேயே சுரஞ்சனின் நண்பர்கள் விதவிதமாகத் துணி வாங்கிப் போடும்போது சுதாமய் அவனுக்கு ஆல்பர்ட் ஐன்ஸ்டைன், கலிலியோ, நியூட்டன் ஆகியோர்பற்றிய புத்தகங்கள், ஃபிரஞ்சுப் புரட்சி, இரண்டாம் உலகப் போர் குறித்த புத்தகங்கள் ஆகியவற்றைத்தான் வாங்கித் தருவார்.

சுதாமய் தன் மகனை வித்தியாசமாக வளர்க்க நினைத்தார்.

அப்பா வித்தியாசமாக வளர்க்க நினைத்தாரே, என்ன சாதித்து வித்தியாசப்பட்டுவிட்டேன்; ஓடிப்போன பூனையைத் தேடுவதில் அல்லவா நேரத்தைச் செலவிட்டுக்கொண்டிருக்கிறேன் என்று நினைத்துச் சிரித்துக்கொண்டான். பணங்காசுக்கோ ஆடம்பரப் பொருட் களுக்கோ ஆசைப்பட்டதில்லை. தான் பிழைக்கும் வழியைத் தேடிக் கொள்ளவில்லை என்றாலும் அடுத்தவர்களுக்கு ஏதாவது செய்ய வேண்டும் என்கிற நினைப்பு இருக்கிறவன். ஆனால் இதெல்லாம் பெரிய சாதனைகளா என்ன?

யோசித்துக்கொண்டே வெராந்தாவைக் கடந்தவனை பேப்பர் படித்துக் கொண்டிருந்த அப்பாவின் அழைப்பு நிறுத்தியது.

‘சுரஞ்சன்?’

‘என்னப்பா?’

‘ஜோஷி, அத்வானி உள்பட எட்டு பேரைக் கைது பண்ணியிருக்காங் களாம் தெரியுமா? நானூறுக்கும் அதிகமான பேர் இறந்திருக்காங் களாம். உத்தரப் பிரதேசத்தின் கல்யாண் சிங்குக்குத் தலைவேதனை ஆரம்பம். அமெரிக்கா... ஏன், மொத்த உலகமுமே பாபர் மசூதி இடிப்பைக் கண்டிச்சிருக்கு. போலாவில் ஊரடங்குச் சட்டம் போட்டிருக்காங்க. பங்களாதேஷ் தேசியக் கட்சி, அவாமி லீக் உள்ளிட்ட சில கட்சிகள் மத ஒற்றுமையைக் காக்கக் களம் இறங்கியிருக்காங்க.’

சுதாமய் நிறுத்தியபோது அவர் கண்ணில் இருந்த வியப்பும் ஆர்வமும் அவர் இன்னும் பேசப் போகிறார் என்பதைக் காட்டின. சுரஞ்சன் காத்திருந்தான்.

‘உள்ளபடி நிஜம் என்னன்னு தெரியுமா? இந்தக் கலவரங்களைப் பண்ணிக்கிட்டிருக்கிற எவனுமே எந்த மதத்தின் பேர்லயும் இருக்கிற ஈடுபாட்டில் பண்ணலை. திருடறதும், தின்கிறதும், ரௌடித்தனம் பண்றதும்தான் அவங்க நோக்கம். ஸ்வீட் ஸ்டாலை ஏன் உடைக் கிறாங்க? தின்கிற ஆசை. நகைக்கடையை ஏன் உடைக்கிறாங்க? திருடறதுக்கு. இது வெறும் சமூக விரோத மனப்பான்மை. பார்க்கப் போனா இரண்டு மதக்காரங்களுக்கும் ஒண்ணும் வித்தியாசமே கிடையாது. மத ஒற்றுமைக்காக நடக்கிற கூட்டங்களையும், ஊர்வலங் களையும், அவங்களோட தீவிரத்தையும் பார்க்கும்போது எப்படி யாவது இதையெல்லாம் நிறுத்தி, சீக்கிரம் சகஜ நிலைக்குக் கொண்டு வந்துடுவாங்கன்னு தோணுது. உனக்கு ஞாபகம் இருக்கும். இந்த மாதிரிக் குளறுபடியாலதான் 1990-ல எர்ஷாத் அரசாங்கமே பதவி இறங்கவேண்டியதாப் போச்சு. சுரேன், இந்துக்களோட இழப்பை ஈடு கட்டுவேன்னு எர்ஷாத் உறுதிமொழி கொடுத்தாரே, ஏதாவது பண்ணினாரா, உனக்கு ஞாபகம் வருதா?’

அப்பாவின் நம்பிக்கை அவனுக்கு ஆச்சரியம் தந்தது.

‘சுய நினைவோடதான் பேசறீங்களா அப்பா?’

‘இப்பல்லாம் எனக்கு மறதி ஜாஸ்தி ஆயிடிச்சுடா. நிராதாபாத் கொலை வழக்குல மரணதண்டனை கொடுத்தாங்களே, அந்த...’

சுதாமய் தொடர்ந்து பேசியது அவன் காதில் விழவில்லை.

அப்பா தன்னைத்தானே தேற்றிக்கொள்ள முயற்சிக்கிறார். இந்த நாட்டில் இந்துக்களுக்கு நியாயம் கிடைக்கும் என்று இன்னமும்

நம்புகிறார். அப்பா குறிப்பிடும் சம்பவம் பிரம்மன்பாரியாவின் நிராதாபாத் கிராமத்தில் நடந்தது. பிராஜபாலா தேப்நாத்தையும் அவரது ஐந்து குழந்தைகளையும் தோபாஜுரி ஏரிக்குக் கடத்திப் போய், கொன்று, கோடரியால் துண்டு துண்டாக வெட்டினார்கள். அந்தத் துண்டுகளை ஒரு டிரம்மில் அடைத்து மூடி, ஏரியில் தூக்கிப்போட்டார்கள். அடுத்த நாள் டிரம் ஏரியின் மேற்பரப்புக்கு வந்து மிதந்தது. சிதைக்கப்பட்ட உடல்கள் கண்டெடுக்கப்பட்டன.

பிராஜபாலாவின் கணவரிடம் நிலத்தை அபகரித்துக்கொண்டு அவரைக் கொலை செய்தவர்களேதான் சாட்சிகளாக இருந்த இவர்களையும் கொலை செய்தவர்கள் என்பது தெரியவந்தது. கொலைக்குக் காரணமான தாஜுல் இஸ்லாமுக்கும் சோரா பாட்ஷாவுக்கும் உச்ச நீதிமன்றத்தில் மரண தண்டனை விதிக்கப்பட்டது. இதன் அடிப்படையில்தான் சுதாமய் இந்துக்களுக்கு இந்த நாட்டில் நியாயம் கிடைக்கும் என்று நம்பினார்.

‘நேத்து அமைதி ஊர்வலத்தில கலந்துகிட்டியா சுரஞ்சன்? எத்தனை பேர் வந்திருந்தாங்க?’

‘தெரியலை.’

‘ஜமாத்தீஸ் தவிர்த்து பாக்கி எல்லாக் கட்சியும் வந்திருந்தாங்களாமே, அப்படியா?’

‘தெரியலை.’

‘போலீஸ் பாதுகாப்புக்கு ஏற்பாடு பண்ணியிருந்தாங்களா?’

‘தெரியலை.’

‘சங்கரி பஜார்ல ரெண்டு பக்கமும் வரிசையா போலீஸ் நிக்க வச்சிருந்தாங்களாமே?’

‘தெரியலை.’

‘இந்துக்கள் எல்லாம் கடையைத் திறந்துட்டாங்களாமே?’

‘தெரியலை.’

‘போலாவில்தான் நிலைமை மிக மோசமாமே, நிஜமா இல்லை மிகைப்படுத்தலா சுரஞ்சன்?’

‘தெரியலை.’

'கௌதமை அடிச்சது சொந்த விரோதங்களுக்காகத்தான் இருக்கும். அவன் ஒரு கஞ்சா அடிக்கட்டாமே?'

'தெரியலை.'

சுரஞ்சனின் அலட்சியமும் அழுத்தமும் மெல்ல மெல்ல சுதாமயின் தகவல் சேகரிப்பு ஆர்வத்தை அணைத்தன. செய்தித்தாளை சுரஞ்சன் முகத்துக்கு நேரே நீட்டி, 'நீ பேப்பரே படிக்கிறதில்லையா?' என்றார்.

'என்ன பிரயோஜனம்?'

எதிர்க் கேள்வியைக் காதில் வாங்காமல் சுதாமய் தொடர்ந்தார்.

'எல்லா இடத்திலயும் கலவரங்களை எதிர்த்துக் கூட்டங்களும் ஊர்வலங்களும் நடத்திக்கிட்டு இருக்காங்க. நிலைமை மோசமாயிடக் கூடாதுன்னு எத்தனையோ பேர் முயற்சி எடுத்துக்கிட்டு இருக்காங்க. ஜமாத்திகள் போலீஸ் பாதுகாப்பையும் இந்த மாதிரிப் பொது மக்கள் எதிர்ப்பையும் மீறிக் கோவில்களுக்குள்ளே அத்துமீறி நுழைய முடியுமா?'

'கோவில்கள் மேலே உங்களுக்கென்ன அக்கறை வந்தது? கடைசி காலத்திலே ஆன்மிகப் பழம் ஆகிட்டீங்களா? எல்லாக் கோவில் களையும் இடிச்சித் தரைமட்டமாக்கிட்டாங்கன்னே வெச்சிக்கங்க. அதனால உங்களுக்கென்ன போச்சு? எவ்வளவு முடியுமோ அவ்வளவு இடிச்சிக்கட்டும். எனக்கு சந்தோஷம்தான்.'

சுதாமய் தர்மசங்கடமாக உணர்ந்தார்.

தான் பேசுவது அப்பாவைப் புண்படுத்தும் என்பது புரிந்தாலும் நிலை மையை அவர் புரிந்துகொண்டிருக்கும் விதம் அவனைப் பொறுமை இழக்கச் செய்தது. முதல்தரப் பிரஜைகளான முஸ்லிம்களுக்கு இணை யாகத் தங்களை மைனாரிட்டிகளான இந்துக்கள் நினைத்துக்கொள்வது முட்டாள்தனம் இல்லாமல் வேறு என்ன? இந்துக்கள் இந்த நாட்டில் இந்துக்களாகவே இல்லை. இந்துக்கள் முஸ்லிம்களைச் சகோதர சகோதரிகளாக ஏற்றுக்கொண்டிருக்கிறார்கள். ஆனால் அதனால் சுரஞ்சனுக்கோ, சுதாமயிக்கோ என்ன ஆதாயம் கிடைத்துவிட்டது? இன்னமும் இந்துக்களாகத்தானே பார்க்கப்படுகிறார்கள்? வங்காளி களாக, வங்கதேசிகளாகப் பார்க்கப்படவில்லையே? அடி உதைக்கும் அவமானத்துக்கும் பயந்துதானே வாழவேண்டியிருக்கிறது?

ஏழாம் வகுப்புப் படிக்கும்போது நடந்த ஒரு சம்பவத்தை சுரஞ்சனால் மறக்கவே முடியாது.

ஃபரூக் என்பது அந்த மாணவனின் பெயர். உணவு இடைவேளையின் போது சுரஞ்சன் அருகில் வந்து காதோடு காதாக, 'சாப்பிடச் சுவையா ஒண்ணு கொண்டுவந்திருக்கேன். பாத்தா எல்லாரும் கேப்பாங்க, வா, தனியாப் போயிடலாம்' என்று அழைத்தான்.

இரண்டு பேரும் மாடிப்படி ஏறி மொட்டை மாடிக் கதவருகே போய் நின்றுகொண்டார்கள். ஃபரூக் டிஃபன் பாக்ஸைத் திறந்து எடுத்துக் கொடுத்தான். சுவையாகத்தான் இருந்தது. சுரஞ்சன் ரசித்துச் சாப்பிட்டான்.

'நல்லா இருக்கே.. உங்க அம்மா பண்ணினதா? என்னது இது?' என்றான்.

ஃபரூக் இதற்குப் பதில் சொல்லவில்லை. சுரஞ்சன் கையில் இருந்தது காலி ஆகும்வரை காத்திருந்தான்.

'எங்கம்மா கிட்டச் சொல்லி உனக்குத் தேங்காய் ஸ்வீட் பண்ணிக் கொண்டுவரேன்' என்றான் சுரஞ்சன் நன்றியோடு.

அவன் சொல்லி முடிப்பதற்குள் பின்னால் ஒரு உதை விழுந்தது. படிக் கட்டில் உருண்டு நேராக வகுப்பறைக்குள் வந்து விழுந்தான். எல்லா மாணவர்களும் அவனையே பார்த்தார்கள். அவன் எழுந்து நிற்பதற்குள் மேலேயிருந்து ஃபருக் கத்தியது பள்ளிக்கூடத்துக்கே கேட்டது.

'ய்ய்ய்யேய்... மாட்டுக்கறி சாப்ட்டுட்டாண்டா!'

அவ்வளவுதான். எல்லாரும் அவனைச் சூழ்ந்துகொண்டார்கள். ஒரே சிரிப்பு, கிண்டல். சிலர் கிள்ளுகிறார்கள், சிலர் பின் மண்டையில் அறைகிறார்கள், சிலர் சட்டைக் காலரை இழுக்கிறார்கள், ஓரிருவர் டிரவுசரையே கீழே இழுத்து விட்டார்கள். நாக்கைத் துருத்தி தலையை ஆட்டி நக்கல் செய்தார்கள், சட்டைப் பையில் செத்த கரப்பான் பூச்சியைப் போட்டார்கள்... சுரஞ்சன் நிலை தடுமாறிப் போனான். கண்கள் பொங்கித் தொண்டை அடைத்தது.

மாட்டுக் கறி தின்றதில் அவனுக்கு வருத்தமோ, அவமானமோ இல்லை. அவனைக் கேலிப் பொருளாக ஆக்கியதில்தான் அவமானம். மிகத் தனியாக உணர்ந்தான். அவன்மட்டும் ஓர் இனம், மற்றவர்கள் எல்லாரும் வேறு இனம் என்கிற எண்ணம் மனத்தில் முதன்முதலாகக் குடியேறியது. வீட்டுக்குப் போயும் அழுது கொண்டே இருந்தான். 'அவங்க திட்டம் போட்டு...' என்பதற்குமேல் அப்பாவிடம் காரணம் சொல்ல முடியாமல் தொண்டை அடைத்தது. முழுதாகச் சொன்னதும் சுதாமய் சிரித்தார்.

‘இதுக்குப் போயா அழறே? மாட்டுக் கறிங்கிறதும் ஓர் உணவுதானே? நாளைக்குக் கறிக்கடையிலிருந்து நான் வாங்கிட்டு வர்றேன், எல்லாரும் சேர்ந்தே சாப்பிடலாம்’ என்றார்.

சமைக்க மறுத்த கிரன்மயிக்குப் பொறுமையாக நீண்ட விளக்கம் சொன்னார். இது மாதிரி சம்பிரதாயங்களில் அர்த்தமே இல்லை; உண்மையில் மாட்டுக்கறி சாப்பிட மறுத்தவர்கள் ஒரு சுவையான உணவை இழந்ததைவிட வேறு எதையும் சாதித்துவிடவில்லை என்றார். சுரஞ்சனுக்கு வருத்தம், அவமானம் எல்லாம் பறந்து போயிற்று. அதுதானே சுதாமயிக்குத் தேவை!

சுதாமயின் மொத்தக் குடும்பமும் அவரை அண்ணாந்து பார்க்கிற அளவு உயர்வாகக் குழந்தைகளை அவர் வளர்த்து வந்தார். சுரஞ்சன் அப்பாவை ஒரு மாமனிதராகத்தான் கருதினான். நாடு இருந்த சூழ்நிலையில் அவரைப்போல நேர்மையும் எளிமையும், எண்ணத்திலும் செயலிலும் தூய்மையும், மத வேறுபாடுகள் பாராட்டாத மனப்பக்குவமும் இருக்கிறவர்கள் மிக மிக அரிது என்பது அவன் எண்ணம்.

சுரஞ்சன் அப்பாவின் அறையிலிருந்து மெல்ல வெளியேறினான். அவனுக்கு பேப்பர் படிப்பதில் ஆர்வம் இல்லை. மதவாதம்பற்றி அறிவுஜீவிகள் என்ன சொல்கிறார்கள் என்று அறிவதிலோ, அமைதிக்காக நடந்த ஊர்வலங்களின் படங்களையோ பார்க்கிற ஆசையும் இல்லை. இது மாதிரி விஷயங்களிலிருந்து அப்பாவுக்குக் கிடைத்திருப்பது மாதிரியான ஆறுதல் அவனுக்கு அவசியமில்லை. அதைவிடப் பூனையையே தேடலாம்!

★

கைதிகள் முகாமிலிருந்து சுதாமய் வெளியே வருவதற்குச் சில நாட்கள் பிடித்தது. அநேகமாக அது ஏழு நாட்களாக இருக்கலாம். உறுதியாக நினைவில்லை அவருக்கு. சிறைவாசத்தின்போது எப்போது பார்த்தாலும் நாக்கு வறண்டு தண்ணீர் தாகம் எடுத்ததுமட்டும் நினைவில் இருந்தது. தாகம் என்றால் சாதாரணத் தாகமில்லை. கைகால்களைக் கட்டி, கண்ணையும் கட்டியிருந்தும் அப்படியே தரையில் உருண்டு தண்ணீர்ப் பானையில் இடித்துக்கொள்ள மாட்டோமா என்று பார்க்கிற அளவுக்கு தாகம். ஆனால் தண்ணீர்தான் அங்கே இல்லை. பிரம்மபுத்திரா கரைபுரண்டு ஓடினாலும் கைதிகள் முகாமின் தண்ணீர்ப் பானைகள் காய்ந்துதான் இருந்தன. தண்ணீர், தண்ணீர் என்று கெஞ்சியபோதெல்லாம் காவலர்கள் சிரித்தார்கள். ஒருநாள் தண்ணீர் கேட்கும்போது கண்கட்டை அவிழ்த்தார்கள்.

தண்ணீர்ப் பாத்திரத்தில் சிறுநீர் கழிப்பதைப் பார்க்கவைத்து அதன்பின் அந்தப் பாத்திரத்தை நீட்டினார்கள். மறுத்த அவர் வாயில் பலவந்தமாக ஊற்றினார்கள்.

இது போதாது என்று உத்திரத்திலிருந்து தொங்கவிட்டு அடி அடியென்று அடித்தார்கள். ஒவ்வொரு அடிக்கும் 'முஸ்லிமாக மாறு' என்று சொல்லிச் சொல்லி அடித்தார்கள். சுதாமய் கொஞ்சம்கூட அசைந்துகொடுக்காமல் உறுதியாக மறுத்தார். ஏற்றாலும், மறுத்தாலும் உன்னை முஸ்லிமாக மாற்றியே தீருவோம் என்று அவர்கள் சபதம் செய்தார்கள். சொன்னதுபோலவே ஒருநாள் பலவந்தமாக அவர் லுங்கியை அவிழ்த்து...

பொங்கி வழியும் ரத்தத்தில் அவர் நினைவு இழக்கும்வரை அவர்களின் அராஜகச் சிரிப்பு காதில் கேட்டபடி இருந்தது. இந்த சம்பவத்துக்குப் பிறகு உயிரோடு வீடு திரும்புவோம் என்கிற நம்பிக்கை சுத்தமாக அவருக்கு அற்றுப் போயிற்று. முகாமில் அவருடன்கூட இருந்த இதர இந்துக்கள் உயிர் வாழும் ஆசையில் கலீமா வாசித்து முஸ்லிமாக மாறச் சம்மதித்தார்கள். ஆனால் இறுதியில் அவர்களும் கொல்லத்தான் பட்டார்கள். ஆச்சரியமாக சுதாமய் கொல்லப்படவில்லை. பலவந்த மான ரணகொடூரத்தில் அவர் முஸ்லிமாக மாற்றப்பட்டுவிட்டதாலோ என்னவோ... ஆனால் சித்திரவதை செய்யப்படுவதுமட்டும் நிற்க வில்லை. வெளியில் அனுப்பப்படும்போது சாறு மொத்தமும் பிழியப் பட்ட சக்கையாகத்தான் வந்தார்.

உடம்பு முழுக்கக் காயங்களில் ரத்தம் ஒழுக, கால் உடைந்து, தோள்பட்டை எலும்பு உடைந்து, தான் வீட்டுக்கு வந்து சேர்ந்ததை எண்ணி சுதாமய் ஆச்சரியப்படாத நாட்களே கிடையாது. எங்கிருந்து தான் அவ்வளவு சக்தி வந்ததோ! ஒரு வேளை அந்த மனோசக்திதான் இன்னமும் அவரை உயிருடன் வைத்திருக்கிறதோ என்னவோ. வீடுவரை வந்து விட்டவர் அன்று கிரன்மயியைப் பார்த்ததும் காலடி யிலேயே வீழ்ந்தார். உடம்பெல்லாம் ரத்தமும் உடைந்த காலுமாக வந்த கணவரைப் பார்த்துத் துடித்துப்போனார் கிரன்மயி. ஆனாலும் அவருக்கும் எங்கிருந்தோ ஒரு சக்தி வந்து உடம்பில் புகுந்துகொண்டு, கணவரின் சிகிச்சைக்குப் பரபரவென்று வேலை செய்ய ஆரம்பித்தார். கண்ணீரை மிகச் சிரமப்பட்டு அடக்கிக்கொண்டார், அப்போது மட்டுமல்ல, சுதாமய் குணமாகி ஒரு நிலைக்கு வருவதற்கு ஆன பல மாதங்களுக்கு!

முஸ்லிம் நண்பர்கள் வந்து, 'நாங்கள் மௌல்வியை அழைக்கிறோம். கலீமா படித்து முஸ்லிம்களாக ஆயிடுங்க. அதுதான் இப்போதைக்கு

ஒரே வழி. மாயா அப்பாவுக்கு எடுத்துச் சொல்லுங்க' என்று வலியுறுத்தினார்கள்.

அவர்கள் சொன்னது என்னவோ நன்மையை உத்தேசித்துத்தான் என்றாலும், சிறையில் சுதாமய் காட்டிய அதே உறுதியை கிரன்மயியும் காட்டினார். இரவு முழுக்கத் தூங்காமல், தன் புடைவைகளைக் கிழித்துக் காயங்களுக்கு கட்டு போடுவதும், எரிகிற காயங்களை விசிறியைக்கொண்டு விசிறுவதும், வலித்த இடங்களைத் தடவிக் கொடுப்பதுமாக, முழுமூச்சாக அவரைக் குணப்படுத்துவதில் தன்னை ஈடுபடுத்திக்கொண்டார். அவ்வளவு நாட்கள் அடக்கி வைத்திருந்த அழுகை, அந்தக் கிராமமே சுதந்தரத்தை ஆனந்தமாகக் கொண்டாடும் போது வெடித்து வெளிப்பட்டது. அன்றைக்கு சுதாமயின் தோளில் சாய்ந்து குழந்தை மாதிரி தேம்பித் தேம்பி அழுதார் கிரன்மயி.

1971-ம் ஆண்டு கிரன்மயியைப் பார்த்தபோது, பல மாதங்கள் கண்ணீரைத் தேக்கிவைத்திருந்ததுபோல இப்போதும் அவர் இருப்ப தாகத் தோன்றியது சுதாமய்க்கு. திடீரென்று ஒரு நாள் வெடித்து, இந்தச் செயற்கை அமைதி கரைந்துபோகலாம். கருப்பு மேகங்களாகத் துக்கம் கிரன்மயியின் மனத்தில் சேர்ந்துகொண்டுவருவது புரிந்தது. பங்களாதேசத்தின் சுதந்தர நாள்போல அதைப் பொழிந்து தள்ளிக் காலியாக்க, தக்க தருணம் ஒன்றுக்காகக் காத்திருப்பதாகப்பட்டது அவருக்கு. அநேகமாக அந்தத் தருணம் நெற்றியில் மஞ்சளும் குங்குமமும் திரும்ப அவர் அணிய ஆரம்பிக்கிற தருணமாக, சுதாமய் மீண்டும் வேட்டி அணியத் தொடங்குகிற தருணமாக இருக்கலாம். 1971-ஐப் போன்ற இந்தத் துயரமான இரவுகள் எப்போது முடிவுக்கு வரும்?

சுதாமயிடம் நோயாளிகள் வருவது நின்றுபோனது நிலைமையை இன்னும் மோசமாக்கியது. அடாது மழை பெய்தால்கூட ஏழெட்டு பேர் வந்துகொண்டிருந்தார்கள். ஆனால், கடந்த சில நாட்களில் ஒருவரைக்கூடக் காணோம். நாள் முழுதும் வீட்டிலேயே உட்கார்ந் திருப்பதும், 'இந்துக்களே... இந்துக்களே... உயிர் வேண்டுமென்றால் நாட்டை விட்டு ஓடுங்கள்' என்பதுபோன்ற கோஷங்களுடன் செல்லும் ஊர்வலங்களைப் பயத்தோடு எட்டிப் பார்ப்பதும் இன்னும் எத்தனை நாளைக்கு?

நல்லது நடக்கும் என்கிற நம்பிக்கைக்கும் தீவிர நாட்டுப்பற்றுக்கும் இடையில் அவருக்கு உண்மையும் புரியாமல் இல்லை. எந்நேரமும் ஒரு கும்பல் புகுந்து வீட்டைக் கொளுத்தலாம் அல்லது குண்டு வீசலாம். வீட்டைக் கொள்ளையடிக்கலாம்; அவரைக் கொலைகூடச் செய்யலாம். அப்படி எதுவுமே நடக்கவே நடக்காது என்று உறுதியாகச்

*சொல்ல முடியாது. திரும்பவும் மக்கள் உண்மையிலேயே நாட்டி லிருந்து குடிபெயர ஆரம்பித்து விட்டார்களா என்று ஆச்சரியத்துடன் நினைத்துக்கொண்டார் சுதாமய். 1990-ல் ஏராளமான இந்துக்கள் குடிபெயர்ந்து போனது உண்மைதான். ஆனால், சமீபத்தில் மக்கள் தொகைக் கணக்கெடுப்பு எதுவும் எடுக்கப்படாததால் எத்தனை பேர் போனார்கள் என்று தெரியவில்லை.*

*அலமாரியில் இருந்த புத்தகங்களில் தூசு சேர்ந்திருந்தது. சட்டையின் முனையை வைத்துத் தூசி தட்டினார். 1974, 1981, 1986 ஆகிய ஆண்டு களுக்கான மக்கள் தொகைக் கணக்குக் குறிப்புகள் அலமாரியில் இருந்தது கண்ணில் பட்டது. எடுத்து ஆர்வமாகப் படிக்க ஆரம்பித்தார்.*

1974-ல் சிட்டகாங்கின் மலைப் பகுதிகளின் மொத்த மக்கள் தொகை 5,08,000. அதில் முஸ்லிம்கள் 96,000 பேர். 1981-ல் மொத்த மக்கள் தொகை 5,80,000. ஆனால் முஸ்லிம்கள் எண்ணிக்கை 1,88,000. முஸ்லிம்களின் மக்கள்தொகைப் பெருக்கவிகிதம் 87.05% ஆகவும் இந்துக்களின் பெருக்கவிகிதம் 18.87% ஆகவும் இருந்தது.

கோமில்லாவில் 1974-ல் முஸ்லிம்கள் 52,50,000; அது 1981-ல் 63,00,000 ஆக உயர்ந்தது. அதே சமயம் இந்துக்கள் எண்ணிக்கை 5,64,000-த்திலிருந்து 5,65,000 ஆகமட்டுமே உயர்ந்தது. அதாவது, முஸ்லிம் மக்கள் தொகை உயர்வுவிகிதம் 20%, இந்துக்கள் எண்ணிக்கை உயர்வுவிகிதம் 0.18%.

ஃபரீத்பூரில் மொத்த மக்கள் தொகை 17.34% உயர்ந்தது. இதில் முஸ்லிம்கள் உயர்வுவிகிதம் 24.26% ஆகவும் இந்துக்களின் உயர்வு விகிதம் மைனஸ் 5.3% ஆகவும் இருந்தது. அதாவது 5.3% குறைந்திருந்தது!

பாப்னாவில் 1974-க்கும் 1981-க்கும் இடையே மக்கள் தொகை 21.63% உயர்ந்தது. இங்கும் முஸ்லிம்களின் உயர்வுவிகிதம் 24.39% ஆகவும் இந்துக்களின் உயர்வு விகிதம் -3.4% ஆகவும் இருந்தது.

இதே போல ராஜ்சாஹியில், முஸ்லிம் மக்கள் தொகை உயர்வு விகிதம் 27.2% ஆக இருந்தது. இந்துக்கள் எண்ணிக்கை விகிதம் 9.68% குறைந்தது.

*120-வது பக்கத்தில் ஒரு சுவாரஸ்யமான புள்ளிவிவரம் கிடைத்தது. 1974-ல் மொத்தத்தில் 13.5% ஆக இருந்த இந்துக்களின் மக்கள் தொகை, 1981-ல் 12.1% ஆகக் குறைந்திருந்தது. பாக்கிப் பேர் எங்கே போனார்கள்? நாட்டை விட்டு ஓடுவதுதான் தீர்வா? சொந்த*

நாடுதானே, இங்கேயே இருந்து சண்டை போட்டு ஜெயிக்க வேண்டியதுதானே? கோழைகள்!

சுதாமய் அவ்வளவு ஆரோக்கியமாக இல்லை. சென்சஸ் புத்தகத்தை எடுக்கிறபோதே வலது கை ஒத்துழைக்கவில்லை. திரும்ப வைக்கப் போகும்போது கையை உயர்த்தவே முடியவில்லை. கிரன்மயியை அழைக்கலாமா என்று பார்த்தார். நாக்கு எழும்ப மறுத்தது. பயம் கவ்விக்கொண்டது. ஒரு அடி முன்னால் எடுத்து வைக்க முயன்றபோது கால் இருந்த இடத்திலிருந்து நகரவே மறுத்தது. மிக முயன்று பலவீனமாக, 'கிரன்... கிரன்' என்று அவர் அழைத்தது அவருக்கே கேட்கவில்லை.

கிரன்மயி அப்போதுதான் சாப்பிட ஏதாவது செய்யலாம் என்று பருப்பை வேக வைக்க ஆரம்பித்திருந்தார். சுதாமய் அழைக்கிறாரா, இல்லை பிரமையா என்று தெரியாமல் ஹால் பக்கம் பார்வையை ஓட்டினார். கணவர் நின்றிருந்த நிலை கொஞ்சம் அசாதாரணமாக இருக்கவே வேகமாக அருகில் வந்தார். மனைவியின் தோளைப் பிடித்துக்கொள்ள நீட்டிய கை பொதேர் என்று விழுந்தது.

'கொஞ்சம் என்னை எப்படியாவது படுக்கையில் படுக்க வை' என்றார் பாதி சொல்லாகவும் பாதி காற்றாகவும் குரல் வெளியானது.

கிரன்மயி அதிர்ச்சியில் ஒரு வினாடி உறைந்து, பிறகு சமாளித்துக் கொண்டார். ஏன் இப்படி நடுங்குகிறார்? ஏன் குரல் கிணற்றிலிருந்து வருகிறது?

கைத்தாங்கலாக அழித்துப்போய்ப் படுக்க வைத்தார்.

'என்ன ஆச்சு? என்ன பண்ணுது?'

'சுரஞ்சன் எங்கே?'

'இப்பத்தான் வெளியே போனான். கொஞ்சம் இருடான்னு சொல்லி கிட்டிருக்கிறப்பவே காதுல வாங்காமப் போய்ட்டான்.'

'எனக்கு ரொம்ப முடியலை. ஏதாவது பண்ணு.'

'ஏன் உங்களுக்குப் பேச்சே வரலை? என்ன பண்ணுது, சொல்லுங்க?'

'வலது கை, வலது கால் ரெண்டுலயும் உணர்ச்சியே இல்லை. முடக்கு வாதம் வந்துகிட்டு இருக்கு.'

கிரன்மயியின் பயம் இப்போது அதிகமானது. 'கடவுளே... இல்லை இல்லை... அதெல்லாம் இல்லை. பலவீனமா இருக்கீங்க,

அவ்வளவுதான். சரியா சாப்பிடறதும் இல்லை, சரியாத் தூங்கறதும் இல்லை. அதனாலதான்...'

இந்த சமாதான வார்த்தைகள் சுதாமயின் காதில் ஏறவில்லை.

'சொல்லு கிரன்... நான் செத்துக்கிட்டு இருக்கேனா. சரியாப் பாரு... என்னைப் பார்த்தா இன்னும் கொஞ்ச நேரத்தில் சாகப் போறவன் மாதிரி இருக்கா?'

'அப்படியெல்லாம் சொல்லாதீங்க... யாரைக் கூப்பிடணும்? ஹரிபாதாவைக் கூப்பிடட்டுமா?'

சுதாமய் தன் இடது கையின் பலம் மொத்தத்தையும் உபயோகித்து மனைவியின் கையை அழுத்திப் பிடித்தார்.

'வேணாம்... இங்கிருந்து தயவுசெஞ்சு போயிடாதே. இங்கேயே இரு. மாயா எங்கே?'

'பாருல் வீட்டுக்குப் போறேன்னு சொல்லி அவ போனது தெரியாதா? இன்னும் வரலையே அவ?'

'என் மகன் எங்கே? கிரன்... என் மகன்?'

'கொஞ்சம் புலம்பாம இருங்களேன்... ஏன் இப்படியெல்லாம் பேசறீங்க?'

'கதவு, ஜன்னல்கள் எல்லாத்தையும் திறந்துடு.'

'எதுக்காக இப்ப கதவு ஜன்னல் எல்லாம் திறக்கணும்?'

'கொஞ்சம் வெளிச்சம்... கொஞ்சம் காத்து...'

'கொஞ்சம் பேசாம படுங்க. நா போய் ஹரிபாதாவைக் கூட்டிட்டு வரேன்.'

'இந்துப் பயலுக எல்லாரும் நாட்டை விட்டு ஓடிட்டாங்க. எவனும் இருக்க மாட்டான். மாயாவைக் கூப்பிடு.'

'எப்படி அவளுக்குச் சொல்லி அனுப்பறது? இங்கே யாருமே இல்லையே?'

'வேணாம்... வேணாம்... நகராதே... சுரஞ்சனைக் கூப்பிடு.'

அதற்குப் பிறகு சுதாமய் பேசியது எதுவும் தெளிவாகவோ, காதில் விழுகிற மாதிரியோ இல்லை. கிரன்மயிக்குத் திகிலாகப் போயிற்று.

நிலைமை மிக மோசம் என்பது புரிந்தது. என்ன செய்வது? அண்டை வீட்டுக்காரர்களுக்குக் கேட்கிறமாதிரி அலறுவதா? பல வருடங்களாகப் பக்கத்தில் இருக்கிறார்களே, அவர்கள் உதவிக்கு வர மாட்டார்களா? ம்ஹூம். யார் வருவார்கள்? ஹைதரா? கௌதம் வீட்டிலிருந்தா? அல்லது சஃபீக் சாஹிப் வீட்டிலிருந்தா? கிரன்மயி செய்வதறியாது திகைத்து நின்றார்.

அடுப்பிலிருந்து பருப்பு அடி பிடிக்கும் வாடை அடித்தது.

★

நேற்றுபோலவே இன்றும் எங்கே போவது என்பதில் சுரஞ்சனுக்குத் தெளிவில்லை.

பிலாலின் வீட்டுக்குப் போகலாமா என்று யோசனை வந்தது.

சாலையைக் கடந்ததும் ஜல்காபார் கடை எரிந்து சிதறியிருப்பது கண்ணில் பட்டது. என்ன இது பயங்கரம்! கருகிய மேசைகளும் நாற்காலிகளும் நடைபாதையெங்கும் சிதறிக் கிடந்தன. பிலால் வீட்டுக்குப் போவது உசிதமல்ல என்று தோன்றியது. அதற்குப் பதில் சாம்லிபாக்கில் இருக்கும் புலோக்கின் வீட்டுக்குப் போகலாம். ரிக்ஷா ஒன்றைப் பிடித்து, போகவேண்டிய அபார்ட்மெண்ட் பெயரைச் சொன்னான்.

புலோக், தனியார் நிறுவனம் ஒன்றில் வேலை பார்க்கிறான். அவனைப் பார்த்து நீண்ட காலம் ஆகிவிட்டது. ஒரு காலத்தில் அடுத்த வீட்டில் குடியிருந்தவன். மாலை வேளைகள் சிரிப்பும் அரட்டையுமாகக் கழியும் அப்போதெல்லாம். அப்படி இருந்தும் இப்போதுவரை அவனைச் சந்திக்கிற சந்தர்ப்பம் உண்டாகவில்லை.

புலோக்கின் அபார்ட்மெண்ட்டில் இறங்கிக்கொண்டு ரிக்ஷாவை அனுப்பினான். அழைப்பு மணியை அடித்தபோது பதிலே இல்லை. உடனே திரும்பப் போய்விட மனம் இல்லாததால் அழைப்பு மணியைத் தொடர்ந்து அடித்துக்கொண்டே இருந்தான். மிக நேரம் கழித்து உள்ளேயிருந்து ஒரு பலவீனமான குரல் கேட்டது.

‘யாரு?’

‘நாந்தான், சுரஞ்சன்.’

‘எந்த சுரஞ்சன்?’

‘சுரஞ்சன் தத்தா.’

தாழ்ப்பாள் திறக்கப்படும் சத்தம் கேட்டது. புலோக்தான் திறந்தான். திறந்ததும் திறக்காததுமாக, ‘உள்ளே வா’ என்றான்.

‘ஏண்டா இவ்வளவு முன்னெச்சரிக்கை? ஒரு சின்னக் கதவு லென்ஸ் போட எவ்வளவு செலவாகும்?’ என்றான் சுரஞ்சன்.

புலோக் பதில் சொல்லவில்லை. கதவைத் தாழிட்டபிறகு, சரியாகத் தாழிடப்பட்டிருக்கிறதா என்று ஒன்றுக்கு இரண்டு தரம் சோதித்தான். பிறகு அதே போலச் சின்னக் குரலில், ‘நீ எப்படி வீட்டை விட்டு இன்னைக்கு வெளியில் வந்தே?’ என்றான்.

‘வரணும்ன்னு தோணிச்சு.’

‘என்ன பேசறே? இந்த முட்டாப் பசங்க உன்னைக் கொலை பண்ணிட மாட்டாங்கன்னு நினைக்கிறியா, அல்லது பெரிய சாகசம் பண்ணிட்டதா நினைப்பா?’

‘எப்படி வேணா வெச்சிக்க’ என்றான் சோஃபாவில் பொத்தென்று உட்கார்ந்தபடி.

புலோக்கின் பார்வையில் பயம் வெளிப்படையாகத் தெரிந்தது. ‘நடக்கிறதை எல்லாம் கவனிச்சிக்கிட்டுத்தான் இருக்கியா?’ என்றான் எதிரில் உட்கார்ந்தபடி.

‘இல்லையே.’

‘போலாவில் நிலைமை மிக மோசம். தாஜ்முத்தின், கோலோக்பூர், சோட்டோ தௌரி, ஷாம்புப்பூர், தாஷேர்காட், காஷேர்காட், தரிராம்பூர், பத்மாமோன், மோனிராம் உள்ளிட்ட கிராமங்கள் மிக பாதிக்கப்பட்டிருக்கு. ஏறக்குறைய 10,000 இந்துக் குடும்பங்களைச் சேர்ந்த 50,000 பேர் வாழ்க்கை ஒட்டுமொத்தமாக அழிக்கப்பட்டு விட்டிருக்கிறது. கிடைச்சது எல்லாத்தையும் கொள்ளையடிச்சிட்டு வீடுகளைக் கொளுத்தியிருக்காங்க. சுமார் 50 கோடி பெறுமானமுள்ள சொத்து இழப்புக்கள் ஏற்பட்டிருக்கு. ஜனங்கள், போட்டுக்க உடையும் சாப்பிட உணவும் இல்லாம கஷ்டப்படறாங்க. நூற்றுக்கணக்கான கடை களை அடிச்சி நாசம் பண்ணியிருக்காங்க. ஒரு வீடுகூட உருப்படியா இல்லை. தாஷெர்ஹட் மார்க்கெட்ல ஒரு இந்துவோட கடையைக்கூட விட்டு வைக்கலை. தெருக்கள் பூரா வீடில்லாத மக்கள்! பசியும் குளிரும் தாங்காம உயிரைக் கையில பிடிச்சிகிட்டு தவிச்சிக்கிட்டிருக் காங்க.’

சுரஞ்சன் என்ன சொல்வதென்று தீர்மானிக்கும்முன் அவன் தொடர்ந்தான்.

‘மதன்மோஹன் தாகுர்பாரி, லஷ்மிகோபிந்தோ தாகுர்பாரி, மஹாபிரபு ஜிம்னேசியம் எல்லாத்தையும் எரிச்சி சாம்பலாக்கிட்டாங்க. போரானுதீன், தௌலத்கான், சார்ஃபாஸன், தாஜ்முதீன், லால்மோஹன் போலீஸ் ஸ்டேஷன் பகுதிகளில் ஒரு கோவிலோ ஒரு தியான மண்டபமோகூட விட்டு வைக்கலை. எல்லா வீடுகளையும் திட்டம் போட்டு எரிச்சு, கொள்ளையடிச்சிருக்காங்க. கினார்ஹட் என்கிற இடத்தில் இரண்டு மைல் தூரத்துக்கு எல்லா இந்து வீடுகளும் எரிக்கப் பட்டிருக்கு. ஏழாவது நாள் இரவில், தௌலத்கான் போலீஸ் ஸ்டேஷன் பக்கத்திலேயே ஒரு ஜிம்னேசியத்தைக் கொளுத்தியிருக்காங்க. போரானுத்தின் மார்க்கெட்லயும் அதேதான் ஆகியிருக்கு. குதூபா கிராமத்தில் ஐம்பது வீடுகளை எரிச்சி சாம்பலாக்கியிருக்காங்க. சார்ஃபாஷன் போலீஸ் ஸ்டேஷனுக்கு உட்பட்ட பகுதிகள்ள இருக்கிற இந்துக்கள் வீடுகள் எல்லாத்தையும் கொள்ளையடிச்சிருக்காங்க. அரபிந்தோ டே என்கிறவர் கத்தியால் குத்தப்பட்டிருக்கார்.’ ‘நீலா எங்கே?’

‘அவ பயந்துகிட்டு வெளியிலயே வரமாட்டேங்கறா. உனக்கு பயமில்லையா?’

சுரஞ்சன் கண்மூடி யோசித்தான். பிலால் வீட்டுக்குப் போவதற்கு பதில் இங்கே வரவேண்டும் என்று முடிவு செய்தோமே ஏன். சூழ்நிலை அப்படிச் செய்ய வைத்திருக்கிறதா அல்லது தானும் மதம் சார்ந்து சிந்திக்க ஆரம்பித்துவிட்டோமா?

‘இப்போதைக்கு நான் இன்னும் உயிரோட இருக்கேன்னுமட்டும்தான் என்னால் சொல்ல முடியும்’ என்றான் கண்களைத் திறக்காமலே.

புலோக்கின் ஆறு வயது மகன் அலோக் அழுது கொண்டே உள்ளிருந்து வந்ததில் சுரஞ்சன் கண்ணைத் திறந்து பார்த்தான்.

‘ஏன் அழறான்னு தெரியுமா? வழக்கமா இவனோட சேர்ந்து விளையாடற அடுத்த வீட்டுக் குழந்தைகள் இனிமே உன்னோட சேர மாட்டேன்னு சொல்லிட்டாங்க. இந்துக் குழந்தைகளோட சேரக்கூடாதுன்னு அவங் களை ஹுஜூர் சொல்லியிருப்பார் போலிருக்கு’ என்றான் புலோக்.

‘யாரந்த ஹுஜூர்?’

‘ஹுஜூர்ங்கிறவர் குழந்தைகளுக்கு அராபி மொழி சொல்லித் தர்றதுக்காக வர்ற மௌல்வி.’

'உன் பக்கத்து வீட்டுக்காரர் அனிஸ் அஹமதுதானே? அவர் கம்யூனிஸ்ட் கட்சி அனுதாபியாச்சே, குழந்தைகளுக்கு அராபிய மொழி சொல்லித் தர்றாரா?' என்று வியப்புடன் கேட்டுவிட்டு மறுபடி கண்களை மூடிக்கொண்டான் சுரஞ்சன்.

ஒரு நிமிஷம் தன்னைக் குழந்தை அலோக்கின் இடத்தில் வைத்துப் பார்த்தான். புரிந்துகொள்ள முடியாத நிகழ்வுகளைப் பார்த்து பயமும் துக்கமும் அவனுக்கு வருவதைப் புரிந்துகொள்ள முடிந்தது. நண்பர் களிடமிருந்து பிரிக்கப்பட்டிருப்பதுமட்டுமே அவனுக்குப் புரிகிறது. இதேபோன்ற சூழ்நிலையில் ஒருதரம் மாயா அழுதுகொண்டே வீட்டுக்கு வந்த சம்பவம் இன்னமும் ஞாபகம் இருந்தது அவனுக்கு.

எல்லாப் பள்ளிகளிலும் கட்டாய மத போதனை வகுப்பு இருந்தது. இஸ்லாம் வகுப்பின்போது ஆசிரியை அவளை வகுப்பை விட்டு வெளியேற்றியதில்தான் மாயாவுக்கு அவ்வளவு துக்கம்.

'ஏம்மா உன்னை வெளிலே அனுப்பிச்சிட்டாங்க?' என்று சுதாமய் கேட்டபோது,

'நான் இந்துவாச்சே' என்றாள்.

அந்த நிமிஷம் சுதாமய் வருத்தமும் அவமானமும் அடைந்தார். மகளிடம் விளக்கம், சமாதானம் எதுவும் சொல்லத் தெரியவில்லை. ஆனால் ஒரு வேலை செய்தார். மத போதனை வகுப்பு நடத்தும் ஆசிரியை வீட்டுக்கு அடுத்த நாளே போனார்.

'தயவு பண்ணி நாளைலேர்ந்து அவளை வெளியில அனுப்பாதீங்க. தான் மற்றவங்கள்ளேர்ந்து மாறுபட்டவங்கற எண்ணம் அவளுக்கு வரக்கூடாது. அது நல்லதில்லை' என்று கேட்டுக் கொண்டார்.

அந்த ஆசிரியையும் வேண்டுகோளை ஏற்றுக்கொண்டார். மாயாவுக்கு சந்தோஷம். சந்தோஷம் மட்டுமில்லை. வகுப்பில் சொல்லித்தரப்பட்ட விஷயங்களை மனப்பூர்வமாகக் கற்றுக் கொண்டாள். தனியாக இருக்கிறபோதுகூட 'அல்ஹாம்தோ லில்லாஹி ரப்பில் ஆலெமின். அர் ரஹ்மானிர் ரஹீம் மாலிகே யௌமித்தின்' என்று சின்னக் குரலில் ஜபிக்கிறதைக் கேட்க முடிந்தது. அதைக் கேட்ட கிரன்மயி அதிர்ந்து,

'என்ன பண்றா இந்தப் பொண்ணு! எல்லாரும் படிக்கும்போது தன்னை வெளியே அனுப்பிட்டாங்களேன்னு வருத்தப்படுவாளேன்னு கிளாஸ்ல உட்கார வைக்கச் சொன்னா தன்னோட மதம் என்னன்னே மறந்துடுவா போலிருக்கே?' என்றார்.

சுதாமய்க்கும் இந்த மாற்றம் கவலையளிப்பதாகத்தான் இருந்தது.

கிணறு வெட்ட பூதம் புறப்பட்ட கதையாகப் போயிற்றே என்று தலைமை ஆசிரியருக்கு ஒரு கடிதம் எழுதினார். மதம் என்பது மனிதர்களின் சொந்த வாழ்க்கையுடன் தொடர்புடையது; அதைப் பள்ளியில் கட்டாயப் பாடமாக வைப்பது ஏற்புடையதல்ல. ஒரு குழந்தையின் பெற்றோர் தங்கள் குழந்தை எந்த மதம் குறித்தும் தெரிந்துகொள்ள வேண்டிய அவசியமில்லை என்று நினைக்கும்போது, குறிப்பிட்ட மதம் குறித்துக் கட்டாயமாகச் சொல்லித் தருவதை அவர்களால் எப்படி ஏற்க முடியும்? மதத்தை ஒரு பாடமாக வைப்பதற்கு பதில், பெரிய மகான்களின் போதனைகளையும் அவர்கள் வாழ்க்கையையும் சொல்லித் தரலாம். மைனாரிட்டி சமூகத்தினர் தாழ்வு மனப்பான்மையில் வருந்துவதை இது தவிர்க்கும்; மேலும் எல்லா மதத்தினரும் இதனால் பலனடையலாம்.

பள்ளி நிர்வாகம் இந்த ஆலோசனையை ஏற்கவில்லை. அவர்களின் பாடத் திட்டமே தொடர்ந்தது.

நீலா அறைக்குள் பிரவேசித்தாள்.

எப்போதும் அழகாகத் தோற்றமளிக்கிற அவள் அன்று சற்று ஒளியிழந்து இருந்தது போல இருந்தது. கண்களின் கீழ் கருவளையம் கட்டியிருந்தது. கண்களில் பயமும் பதற்றமும் தெரிந்தன.

‘சுரஞ்சண்ணா, எங்கே ரொம்ப நாளா உங்களை வீட்டுப் பக்கமே காணோம்? நாங்க இருக்கோமா போய்ட்டமான்னுகூடத் தெரிஞ்சிக்கிற எண்ணமில்லையா? அடுத்த வீட்ல இருக்கிறப்ப அடிக்கடி வருவீங்க...’ இதைச் சொல்லும்போது வருத்தத்தில் அவள் குரல் கொஞ்சம் தழுதழுத்தது.

சுரஞ்சன் திடீரென்று அந்தக் குடும்பத்துக்கு நெருக்கமாக உணர்ந்தான்.

‘ஏம்மா பயப்படறே... டாக்காவில் ஒரேயடியா எதுவும் அவங்களால பண்ணிட முடியாது. சங்கரி பஸார், இஸ்லாம்பூர், தாந்த்தி பஸார் எல்லா இடத்திலயும் போலீஸ் பாதுகாப்பு போட்டிருக்காங்க.’

‘இதுக்கு முன்ன கலவரம் நடக்கிற போதெல்லாம்கூட போலீஸ் இருந்தாங்களே.. அவங்களுக்கு எதிர்லயேதானே தாகேஷ்வரி கோவிலுக்குத் தீ வெச்சாங்க? போலீஸால என்ன பண்ண முடிஞ்சது?’

‘ஹூம்ம்ம்ம்.’

'இன்னைக்குப் போய் வெளியில வரணும்ன்னு ஏன் நினைச்சே? முஸ்லிம்களை நம்பவே முடியாது. நண்பன்தானேன்னு நினைச்சி நீ தைரியமா இருப்பே. ஆனா அவன் வந்து உன் தலையைச் சீவிட்டுப் போய்டுவான்.'

சுரஞ்சன் திரும்பவும் கண்மூடி யோசனையில் ஆழ்ந்தான். கண்ணை மூடிக் கொள்வதால் மனதில் இருக்கும் வருத்தங்கள் மறைந்து விடுமா? வெளியே கூச்சலும் அலறலும் கேட்டது. ஏதோ ஒரு இந்துக் கடை தாக்கப்படுகிறது போலிருக்கிறது. எரிகிற வாடை வந்தது. மனக்கண் முன்னால் வெறியர்கள் கைகளில் கடப்பாரைகளும், கோடரிகளுமாக கோர நர்த்தனம் ஆடுவதும் தெரிந்தது. முதல் நாள் கௌதமைப் போய்ப் பார்த்திருந்தான். கண்ணுக்கு அடியிலும், மார்பிலும், முதுகிலும் காயங்களுடன் படுத்திருந்தான். அவன் மார்பில் ஆதரவாகக் கையை வைத்தபடி ஒன்றும் பேசாமல் கொஞ்ச நேரம் அவன் அருகிலேயே உட்கார்ந்திருந்தான்.

'நான் எதுவுமே பண்ணலை சுரோ. மத்யானத் தொழுகையை முடிச்சிகிட்டு மசூதியிலயிருந்து வந்துகிட்டு இருந்தாங்க. முட்டை வாங்கணும்ன்னு கடைக்குப் போனேன். சமைக்க வீட்டில் எதுவுமே இல்லை. நம்ம ஏரியா கடைதானே, பயப்பட ஒண்ணுமில்லைன்னு தைரியமாப் போனேன். முட்டைக்குக் காசு குடுத்துகிட்டு இருக்கும் போது திடீர்னு யாரோ பின்னால ஒரு உதை விட்டாங்க. என்னன்னு தெரியறதுக்குள்ள நான் கீழே விழுந்துட்டேன். ஏழெட்டுப் பேர் சுத்தி நின்னு அடிக்கறாங்க. கடைக்காரனும், ரோட்ல போறவங்களும் இதைப் பார்த்து சிரிக்கிறாங்க. என்னை மிதிச்சப்பக்கூட நான் வாயே திறக்கல்லை. ஆனா அவங்க,

'கீழ்ஜாதி இந்துப் பயலே.'

'கொன்னுடுவோம். தேவ்டியா மகனே. எங்க மசூதியை உடைச்சா சும்மா விட்டுடுவோம்ன்னு நினைச்சியா?'

'உங்க எல்லாரையும் நாட்டை விட்டுத் துரத்திட்டுத்தாண்டா மறு வேலை.'

அப்படி இப்படின்னு சொல்லிகிட்டே இருந்தாங்க.'

சுரஞ்சனுக்கு சமாதானமாக ஏதேதோ சொல்ல வார்த்தைகள் வாய்வரை வந்தாலும் அடக்கிக் கொண்டான். நீலா டீ கொண்டுவர, டீ குடித்தபடி பேச்சு மாயாபற்றித் திரும்பியது.

‘மாயாவைப்பத்தி ரொம்பக் கவலையா இருக்கு. திடீர்னு ஜஹாங்கீரைக் கல்யாணம் பண்ணிக்க முடிவு பண்ணிட்டான்னா என்ன பண்றது?’

‘நிஜமாவா சொல்றீங்க, அப்படி ஒண்ணு நடக்க வாய்ப்பிருந்தா தாமதம் பண்ணாம முதல்ல அதைத் தடுத்து நிறுத்துங்க. சூழ்நிலையின் அழுத் தத்தில் தவறான முடிவு எடுக்கிறது எல்லாருக்கும் நடக்கிறதுதான். பக்கத்தில இருக்கிறவங்கதான் எடுத்துச் சொல்லணும்.’

‘பாக்கலாம். வீட்டுக்குப் போகும்போது பருல் வீட்டுக்குப் போய்ட்டு அவளையும் அழைச்சிட்டுப் போக டிரை பண்றேன். அவ மாறிட்டாங் கறது நல்லாத் தெளிவாத் தெரியுது. உயிரைத் தக்கவெச்சுக்கறதுக்காக அவ ஃபரிதா பேகமாவோ வேற ஏதாகவோ மாற நிறைய வாய்ப்பு இருக்கு. இதெல்லாம் பச்சை சுயநலம்!’

யாரும் பதில் சொல்லவில்லை. குழந்தை தூங்கிவிட்டான். அவன் கன்னத்தில் கண்ணீர்க் கோடுகள் காய்ந்திருந்தன. சுரஞ்சனோ புலோக்கோ பேசட்டும் என்பது மாதிரிக் காத்திருந்தாள் நீலா. புலோக் பொறுமையிழந்து தரையைக் குதிகாலால் இடித்தான். இந்தப் பொறுமையின்மையே அவன் மனத்தை சுரஞ்சனுக்குக் காட்டிற்று. மறுபடி கண்மூடி யோசனையில் ஆழ்ந்தான். என்னதான் சொன்னாலும் என் தாத்தாவுக்கும் கொள்ளுத்தாத்தாவுக்கும் இந்த நாட்டில் எந்த அளவு உரிமை இருந்ததோ அதே அளவுக்கு எனக்கும் என் தந்தைக்கும் இருக்கத்தானே செய்கிறது! அப்படி இருந்தும் ஏன் தனிமையாக உணர்கிறேன்? சொந்த நாட்டிலேயே என் உரிமைகளை அனுபவிக்க முடியாது என்கிற நிலை ஏன் வருகிறது?

சுதந்தரமாகப் பேச முடியவில்லை. சுதந்தரமாகத் திரிய முடிய வில்லை. விரும்பிய உடைகளை அணிய முடியவில்லை. சுருங்கச் சொன்னால் விரும்பிய மாதிரி எதுவுமே செய்ய முடியவில்லை. யாரோ கழுத்தை நெரிப்பதுபோல் ஏன் தோன்றுகிறது? கழுத்தை இரண்டு கைகளாலும் பிடித்து ஒருதரம் அழுத்திக்கொண்டு மூச்சு சீராகப் போகிறதா என்று பார்த்தான். பைத்தியக்காரத்தனமாக ஏதேதோ யோசிக்கிறோம் செய்கிறோம் என்பதை உணர்ந்ததும் கண்ணைத் திறந்துகொண்டு,

‘புலோக்.. எனக்கு முடியல்லை’ என்று சத்தமாகச் சொன்னான்.

புலோக்குக்கு அதிர்ச்சியில் நெற்றி வியர்த்தது.

சுரஞ்சனும் தன் நெற்றியைத் தொட்டுப் பார்த்துக் கொண்டான். அவனுக்கும் வியர்த்திருந்தது. பயப்படுகிறேனா?

சுரஞ்சன் எழுந்து தொலைபேசி அருகே போய் நண்பன் திலிப் டே யின் எண்ணை அழுத்தினான். திலிப் டே கல்லூரியில் மாணவர் தலைவனாக இருந்தவன். ரொம்பப் பிரபலம்! அதிர்ஷ்டவசமாக அவன் வீட்டில்தான் இருந்தான்.

'எப்படி இருக்கே சுரேன்.. ஏதாவது பிரச்னையா?'

'பிரச்னை எதுவும் இல்லை. கொஞ்சம் பயமா இருக்கு. நான் மட்டு மில்லை, இந்த நிலைமை நிறையப் பேருக்கு இருக்கு; என்ன பண்றது...'

'நிஜம்தான்.'

'நீ எப்படி இருக்கே? சிட்டகாங்கில் நடந்த விஷயங்களைக் கேள்விப் பட்டிருப்பே...'

'இல்லையே.. என்ன ஆச்சு அங்கே?'

'சந்திப் போலீஸ் ஸ்டேஷன் பக்கத்தில் மூணு கோவில்கள், காலாபானியா பக்கத்தில் இரண்டு, மாக்த்ராய்ல மூணு, த்யூரியாவில் இரண்டு, ஹரிஷ்பூர்ல ஒரு கோவில், ரஹ்மத்பூர்ல ஒண்ணு, பஸ்சிம் ஷாரிகைத்ல ஒண்ணு, மைட்பாங்காவில் ஒரு கோவில்ன்னு ஏகப்பட்ட கோவில்களை இடிச்சிருக்காங்க. பஸ்சிம் ஷாரிகைத்ல சுச்சரு தாஸ்ங்கிற ஆளைப் போட்டு செம்மையா உதைச்சி அவன் கிட்ட யிருந்து பதினஞ்சாயிரம் டக்காஸைப் பிடுங்கிகிட்டுப் போயிருக்காங்க. டோக்காடோலியில ரெண்டு பேருக்குக் கத்திக் குத்து ரெண்டு வீட்டைக் கொள்ளை அடிச்சிருக்காங்க. கொச்சுவாவில் ஒரு வீடும், பாட்டிகைனேவில் ஒரு கோவிலும்.........'

'எப்படிடா இவ்வளவு விவரமான செய்திகள் உனக்குக் கிடைக்குது?'

'நான் சிட்டகாங்காரங்கிறதையே நீ மறந்துடறே. தகவல் வேணும்ன்னு தேடல்லைன்னாகூட தானா வந்துடுது. பன்ஷிக்காலி போலீஸ் ஸ்டேஷன் லிமிட்ல இருக்கிற போய்ச்சாரியில் மூணு வீடுகளும் பூர்வசம்பல் கிராமத்தில் மூணு வீடுகளும் நாசமாயிருக்கு. சரஃப்பாட்டாவில் அஞ்சு வீடுகள், பைராவில் ஏழு வீடுகள், ஷிலோக்கிலும், பாடாம்டோலியிலும் ஒரு கோவில் எல்லாத்தையும் அடிச்சி உடைச்சிருக்காங்க. ஜோவராவில் ஒரு கோவிலை சூறையாடி யிருக்காங்க. போல்கானில் நாலு கோவில்களையும் ஒரு வீட்டையும் இடிச்சித் தள்ளியிருக்காங்க. டெகோட்டாவில் பதினாறு வீடுகள் தரை மட்டமாயிருக்கு. மெதோஷ்முனி ஆசிரமத்தைக் கொளுத்திட்டாங்க. கைபோல்யாதம், துல்சிதாம், அபயா மித்ராசம்ஷான், சம்ஷான்

காலிபாரி, பஞ்சானந்தம் எல்லா இடங்களையும் சேர்த்து பத்து காளி கோவில்களைக் கொளுத்தியிருக்காங்க.'

மறுமுனை அமைதியாகக் கேட்டுக் கொண்டிருந்தது.

'சதார்பட் காலிபரியையும், கோல்பாஹர் சாம்ஷன் மந்திரையும் சூறையாடியிருக்காங்க. ஜமால்கான் ரோடிலயும், சிராஜ் உத்தெளலா ரோடிலயும் இருக்கிற எல்லாக் கடைகளையும் தாக்கியிருக்காங்க. இனயத் பஸார்ல கே.ஸி. டே ரோடுலயும், பிரிக்ஃபீல்ட் ரோடுலயும் இருக்கிற இந்துக் கடைகளையும் வீடுகளையும் கொளுத்திட்டாங்க. கைபோல்யாதாம்ல முப்பத்தெட்டு வீடுகளும், சதார்கட் ஜெலிபாராவில் நூற்றுக்கும் மேற்பட்ட வீடுகளும் உடைச்சி சிதைக்கப்பட்டிருக்கு. இட்கான், ஆக்ராபாத், ஜிலிபேரா, பஹத்தார்ஹட் இங்கேயெல்லாம் பல வீடுகளைக் கொள்ளை அடிச்சி உடைச்சிருக்காங்க. மீரர்சராயும், சிட்டகுண்டாவும்தான் மிக மோசமா பாதிக்கப்பட்டிருக்கு. சத்பாரி கிராமத்தில எழுபத்தைந்து குடும்பங்கள் பாதிக்கப்பட்டிருக்கு; மஸ்டிடாவில் பத்து, ஹாடிநகர்ல நாலு, பெஸாரட்ல பதினாறு குடும்பங்கள்...

இன்னும் எவ்வளவு நேரம் உன்னை இந்தக் கணக்கைச் சொல்லி அறுக்கிறது... எனக்கே சலிப்பா இருக்கு.'

'உடம்பு கிடம்பு சரியில்லையா சுரஞ்சா? குரலே ஒரு மாதிரி இருக்கே?.'

'எனக்கே தெரியல்லை.'

சுரஞ்சன் ஃபோனை வைக்கப்போனபோது டெபப்ரட்டாவுக்கு ஃபோன் செய்து ஏதும் பிரச்னை இல்லையேயென்று நிச்சயித்துக் கொள்ளச் சொன்னான் புலோக். தொடர்ந்து மாஹாதேப் பட்டாச்சார்யா, அசித் பால், சாஜல் தர், மாதபி கோஷ், குந்தல சௌத்ரி, சாரால் டே, ரவீந்திர குப்தா, நிக்கில் சன்யால், நிர்மல் சென் குப்தா எல்லாருக்கும் பேசி எப்படி இருக்கிறார்கள் என்பதைத் தெரிந்துகொண்டான். இவர்கள் யாரிடமுமே பல நாட்களாக சுரஞ்சன் பேசியதில்லை. இப்போது எதனாலோ ஒரு இனந்தெரியாத நெருக்கம் மனத்துக்குள் தோன்றியிருந்தது. இடையே சின்ன இடைவெளி விட்டபோது ஃபோன் அடித்தது.

காக்ஸ் பஜாரிலிருந்து யாரோ புலோக்கைக் கூப்பிட்டார்கள். பேசி விட்டுச் சொன்னான்:

'ஜமாதி ஷிபீர்ல தேசியக் கொடியை எரிச்சிட்டாங்களாம்.'

இதைக் கேட்டதும் தனக்கு துக்கமும் கோபமும் வராமலிருந்ததை நினைத்து சுரஞ்சன் வியந்து கொண்டான். தேசியக் கொடிக்கு நடந்த அவமானத்தை ஏனோ அசுவாரஸ்யமாகக் கேட்டுக் கொண்டான். என் கொடியா அது... என்று ஒரு நொடி யோசித்தவன் உடனே, ச்சீ.. என்ன இப்படியெல்லாம் நினைக்க ஆரம்பித்து விட்டேன் என்று நொந்து கொண்டான். ஆத்திரப் பட வேண்டியதற்கு அமைதியாக இருக் கிறோமே, இந்த உணர்வு எப்போது மாறும் என்கிற கவலையும் தொடர்ந்து உண்டானது.

புலோக் வந்து பக்கத்தில் உட்கார்ந்துகொண்டான்.

'இன்னைக்கு நீ வீட்டுக்குப் போகவேண்டாம். எங்களோடயே தங்கிக்க. எப்ப என்ன ஆகும்னு சொல்ல முடியாது' என்றான்.

நேற்று லட்ஃபர் சொன்ன அதே எச்சரிக்கை வார்த்தைகள்; ஆனால் ஏனோ புலோக் அதைச் சொல்லும்போது அதிலிருந்த பிரியமும் கவலையும் சுரஞ்சனுக்குத் தெரிந்தது. இதையே லட்ஃபர் சொல்லும்போது அதில் ஒருவித அராஜகமும் திமிரும் இருப்பது போலத் தோன்றியது.

நீலாவிடமிருந்து ஒரு பெருமூச்சு வெளிப்பட்டது.

'சொந்த நாட்டிலேயே தொடர்ந்து இருக்க முடியுமாங்கிறது கேள்விக்குறி ஆயிடிச்சு. இன்னைக்கு எதுவும் ஆகல்லை. நாளைக்கு ஆகாது என்கிற உறுதி இல்லை. இதுமாதிரியான உத்தரவாதமில்லாத வாழ்க்கையைவிட ஏழையா வாழ்றதே பரவாயில்லை போலிருக்கு.'

புலோக்கின் பிரியத்தைப் பார்த்து அங்கேயே தங்கிவிடலாமா என்று ஒரு சில வினாடிகள் யோசித்தாலும் எண்ணத்தை உடனே மாற்றிக் கொண்டான். அப்பாவும் அம்மாவும் தனியாக இருக்கிறார்கள். ஆனாலும் லட்ஃபரிடம் மறுத்ததுபோல நிர்தாட்சண்யமாக மறுக்க மனம் வரவில்லை.

'ரிஸ்க் எடுத்துதான் ஆகணும். மிஞ்சிப் போனா என்ன ஆகும்? முஸ்லிம்களுக்கு பலியாவேன். ரோட்லயே கிடப்பேன். ஜனங்க சுத்தி நின்னு வேடிக்கை பார்ப்பாங்க. விபத்தா இருக்குமோன்னு பேசிக்கு வாங்க. இந்த தேசத்துக்கு இன்னொரு அநாதைப் பிணம்' என்று சொல்லி உரக்கச் சிரித்தான்.

புலோக்கும் நீலாவும் இந்த நகைச்சுவையை ரசிக்கவில்லை.

சுரஞ்சன் வெளியே வந்ததுமே சாலையில் ரிக்ஷா ஒன்று எதிர்ப்பட்டது. மணி இரவு எட்டுதான் என்பதால் வீட்டுக்குப் போகிற எண்ண மில்லை.

புலோக் அதிர்ஷ்டக்காரன். நல்ல பெண்ணாகப் பார்த்துக் கல்யாணம் செய்துகொண்டு செட்டில் ஆகிவிட்டான். அதைப் பார்க்கிறபோது கொஞ்சம் பொறாமையாகக்கூட இருந்தது. அவனால்தான் இன்னமும் செட்டிலாக முடியவில்லை. பர்வீனுக்குக் கல்யாணம் ஆனதும் கல்யாணம் செய்து கொள்கிற எண்ணத்தையே கைவிட்டு விடுகிற மன நிலைக்கு ஆளாயிருந்தான். மெள்ள மெள்ள மனநிலையில் மாற்றம் உண்டானது. இரண்டு மாதங்களுக்கு முன் சந்தித்த ரத்னா என்கிற பெண்ணின் காரணமாகத் திரும்பவும் கல்யாண ஆசை தலைதூக்க ஆரம்பித்திருந்தது. ரத்னாவிடம் இன்னும் தன் ஆசையை அவன் வெளியிடவில்லை. அடுத்து கிடைக்கும் வாய்ப்பில் சொல்லிவிடுவது என்கிற முடிவில் இருந்தான்.

ரத்னாவை முதன் முதலில் சந்தித்தபோது நடந்த உரையாடல் சுவாரஸ்யமானது.

'என்ன பண்றீங்க?' என்றாள்.

'எதுவுமே பண்ணல்லை.'

'ஐ மீன்... வேலை... பிஸினஸ்...'

'இல்லை.'

'அரசியல்ல இருக்கீங்களோ?'

'இல்லை, விட்டாச்சு.'

'இளைஞர் சங்கத்தில் இருக்கிறதாகக் கேள்விப்பட்டேன்?'

'அதெல்லாம் பிடிக்கல்லை.'

'உங்களுக்கு என்ன பிடிக்கும்?'

'சுத்தறது.. நண்பர்கள், பிடித்தமானவர்களைச் சந்திக்கிறது.'

'மரங்கள், நதி இந்த மாதிரி விஷயங்கள் பிடிக்குமா?'

'அதுவும் பிடிக்கும். ஆனா அதைவிட மனிதர்களைத்தான் அதிகம் பிடிக்கும். ஒவ்வொருத்தருக்குள்ளும் அவர்களே அறியாத ஒருத்தர் இருப்பாங்க. அதை அடையாளம் காண்கிறதும், வெளிக்கொண்டு வர்றதும் எனக்கு ரொம்பப் பிடிச்ச விஷயம்.'

'இண்டரஸ்டிங்... கவிதை எழுதுவீங்களா?'

‘ம்ம்ஹூம்.. அதெல்லாம் எனக்கு வராது. என் ஃப்ரெண்ட்ஸ் சிலர் கவிஞர்கள்...’

‘குடிப்பீங்களா?’

‘சில சமயம்.’

‘ஆனா நிறைய சிகரெட் குடிப்பீங்க போலருக்கு’

‘ஆமாம்... ஆனா கைல போதுமான காசு இல்லை.’

‘சிகரெட் உடம்புக்குக் கெடுதல்ன்னு தெரியாதா?’

‘தெரியும். விட முடியல்லை.’

‘ஏன் கல்யாணம் பண்ணிக்கலை?’

‘என்னை யாரும் கல்யாணம் பண்ணிக்க முன் வரல்லை.’

‘யாருமே?’

‘ஆமாம்... இல்லை. ஒருத்தி சம்மதிச்சா... கடைசில எதுக்கு ரிஸ்க்குன்னு விலகிட்டா.’

‘என்ன ரிஸ்க்?’

‘அவ ஒரு முஸ்லிம். நான் இந்துன்னு அழைக்கப்படுகிறவன். கல்யாணம் பண்ணிக்கணும்ன்னா அவ இந்துவா மாறத் தயாரா இருக்கல்லை. ஆனா நான் அப்துல் ஜப்பாரா மாறணும்ன்னு எதிர் பார்த்தா.’

ரத்னாவுக்கு சிரிப்பை அடக்க முடியவில்லை.

‘கல்யாணம் பண்ணிக்காம இருக்கிறதே நல்லது. வாழ்க்கை ரொம்பச் சின்னது. இது மாதிரி பந்தங்களிலும் பொறுப்புக்களிலும் கட்டுண்டு போகிறது தேவையில்லாதது.’

‘ஓ.. அதனாலதான் நீங்களும் கல்யாணம் பண்ணிக்கல்லையோ?’

‘ரொம்ப சரி.’

‘ஒருவிதத்தில் நல்லதுதான்.’

‘இரண்டு பேருக்கும் ஒரே மாதிரிக் கருத்து இருந்தா நட்பு ரொம்ப வலுவா இருக்கும்.’

‘நட்புங்கிறது இன்னும் கொஞ்சம் விசாலமானது, ஆழமானது. ஒரு சில எண்ணங்களில் ஒற்றுமை இருக்கிறதுமட்டுமே ஒரு நட்பை வலுப்படுத்திடும்ன்னு நான் நினைக்கலை.’

‘உங்க நட்பு கிடைக்கணும்ன்னா தவம் பண்ணணும் போலிருக்கே?’

சுரஞ்சன் சிரித்தான்.

‘அவ்வளவு அதிர்ஷ்டக்காரன் இல்லை நான்.’

‘உங்க பேச்சைப் பார்த்தா தன்னம்பிக்கை குறைவா இருக்கிற மாதிரி தோணுது.’

‘ம்ம்ஹூம். எனக்கு என் மேல நிறைய நம்பிக்கை இருக்கு. மத்தவங்க மேலதான் இல்லை.’

‘என்னை நம்ப நீங்க ஏன் முயற்சிக்கக்கூடாது?’

அந்த நாள் சுரஞ்சனுக்கு மிக சந்தோஷமான நாளாக இருந்தது. ரத்னாவுடன் நடந்த உரையாடலை மனதுக்குள் மீண்டும் மீண்டும் அசை போட்டான். சமீப நாட்களில் விரக்தியும் தன்னம்பிக்கைக் குறைவும் வருகிறபோதெல்லாம் ரத்னா ஞாபகம் வந்தாள். ஒரு தரமாவது அஸிம்பூர் போகவேண்டும். சும்மாவாவது அவளை நலம் விசாரிக்கிற மாதிரி போகவேண்டும். திடீரென்று என்னைப் பார்த்தால் தர்ம சங்கடமாக உணர்வாளோ? இல்லையில்லை. இது மாதிரிக் கலவரமான சந்தர்ப்பங்களில் இந்துக்கள் ஒருவரை ஒருவர் சந்தித்து நலன் விசாரிப்பதும் இருவர் நால்வராகக் கூடுவதும் சகஜமே. அந்தவிதத்தில் வந்ததாகத்தான் நினைத்துக் கொள்வாளே ஒழிய அவளைப் பார்ப்பதற்காக அவ்வளவு தூரம் போனதாக நினைக்கமாட்டாள்.

சட்டென்று ரிக்ஷாவை நிறுத்தி ஏறிக்கொண்டு அஸிம்பூர் போகச் சொன்னான். ரிக்ஷா நகர ஆரம்பித்ததும் எண்ணங்கள் திரும்ப ரத்னாவைச் சுற்ற ஆரம்பித்தன. அவள் அப்படி ஒன்றும் உயரமில்லை. தோள்பட்டை உயரம்கூட இல்லை. நல்ல நிறம். வட்டமான முகம். கண்களில் ஒரு இனந்தெரியாத மெல்லிய சோகம். எதனால் இருக்கும்?

இதுதான் அவள் சொன்ன விலாசம். ரிக்ஷாவை நிறுத்தி இறங்கிக் கொண்டான். அழைப்பு மணியை அடித்தான்.

யாரோ ஒரு முதியவர் கதவை ஒரு கீற்றுத் திறந்து குரலைமட்டும் வெளியில் அனுப்பினார்.

‘யாருங்க?’

‘சுரஞ்சன்.’

‘யாரைப் பாக்கணும்?’

‘ரத்னாங்கிறது...’

‘டாக்கா போயிருக்காங்க.’

‘எப்போ போனாங்க... டாக்கால எந்த இடம்?’ இத்தனை அவசரமாக விவரம் கேட்டுத் தன் ஆர்வம் வெளிப்பட்டதில் அவனுக்கே கொஞ்சம் வெட்கமாக இருந்தது.

‘சில்ஹெட்.’

‘எப்ப வருவாங்கன்னு தெரியுமா?’

‘தெரியாதுங்க.’

சில்ஹெட்டா? வேலை விஷயமாகப் போயிருக்கிறாளா, சும்மா விடுமுறைக்காகவா? டாக்காவிலிருந்து புறப்பட்டு வேறெங்காவது போயிருப்பாளோ? டாக்காவே போகவில்லையோ? சும்மாவாவது அவனைத் திருப்பி அனுப்புவதற்காகப் பொய் சொல்லுகிறார்களோ? ஏன் பொய் சொல்லவேண்டும்? சுரஞ்சன் என்பது இந்துப் பெயர் தானே... பயப்படத் தேவையில்லையே?

அடுக்கடுக்காக மனதில் எண்ணங்கள் எழ அஸிம்பூர் வீதிகளில் மெள்ள நடந்தான். அவன் ஒரு இந்து என்பதாக யாரும் அடையாளம் காண வில்லை. பார்த்த மனிதர்கள் எல்லார் தலையிலும் குல்லாய் இருந்தது. சிலர் கோபமாகக் கூடிப் பேசிக் கொண்டிருந்தார்கள். சிலர் எதிலும் தலையிடாமல் தன் பாட்டுக்குப் போய்க் கொண்டிருந்தார்கள். யாருமே அவனைக் கவனிக்கவில்லை. யாராவது அடையாளம் கண்டு கொண்டால் சுடுகாடுதான். அப்படி ஏதாவது நடந்தால் தன்னை எப்படிக் காத்துக் கொள்வது என்பது இதுவரை அவனுக்குத் தெளி வில்லை. கொஞ்சம் பயமாகத்தான் இருந்தது. இதயம் துடிக்கிற ஓசையே கும் கும் என்று கோவில் முரசு மாதிரி கேட்டது. நெற்றியில் வியர்வைத் துளிகள் கூடி மூக்கு வழியாகக் கீழிறங்க ஆரம்பித்தது.

பலாஷி வருகிறவரை நடந்தான். அங்கே இருந்த நிர்மலேந்த்ரு கூன் என்கிற நண்பனைச் சந்திக்கலாம் என்று தோன்றியது. பொறியியல் பல்கலைக் கழகத்துக் கடைநிலை ஊழியர்கள் குடியிருப்பில் ஒன்றை வாடகைக்கு எடுத்துத் தங்கியிருந்தான். ரொம்பப் பண்புடன் பழகு கிறவன், உண்மையானவன், வெளிப்படையாகப் பேசுகிறவன் என்கிற காரணங்களால் அவனை சுரஞ்சனுக்குப் பிடிக்கும். கதவைத் தட்டிய

போது ஒரு பனிரெண்டு வயதுச் சிறுமி கதவைத் திறந்தாள். பின்னால் நிர்மல் உட்கார்ந்து டிவி பார்த்துக் கொண்டிருந்தான். சுரஞ்சனைப் பார்த்ததும் 'என் சிறிய குடிலுக்கு உள்ளே வாயேன்' என்கிற அர்த்தத்தில் எழுதப்பட்ட தாகூரின் பாடலைப் பாடியபடி எழுந்து வந்தான்.

'என்னடா, டிவியில பார்க்கிற மாதிரி ஏதாவது போடறாங்களா?'

'சன்லைட் பேட்டரி, ஸியா சில்க், பெப்ஸ் ஜெல் டூத் பேஸ்ட் விளம்பரங்கள் பிரமாதமா இருக்கு.. அதான் ரசிச்சிப் பார்த்துக்கிட்டு இருக்கேன்.'

சுரஞ்சனால் சிரிப்பை அடக்க முடியவில்லை.

'வீட்ல உட்கார்ந்து இதைத்தான் பண்ணிக்கிட்டு இருக்கியா? வெளியே எங்கயும் போக முடியல்லை இல்லையா?'

'அது ஒண்ணும் அவ்வளவு கஷ்டமில்லை. எங்க வீட்ல ஒரு நாலு வயசு முஸ்லிம் பையன் இருக்கான். நேத்து அஷிமின் வீட்டுக்குப் போகும் போது அவனை முன்னே பைலட் வண்டி மாதிரி அனுப்பிட்டு நான் பின்னாலே போனேன்.'

'நேரம்தான்! அவ்வளவு பாதுகாப்பா இருக்கிறபோது யாருன்னு கேக்காமயே கதவைத் திறந்தா என்ன அர்த்தம்?'

'பாதுகாப்புக்கு ஒண்ணும் குறைச்சலே இல்லை. நேத்து நம்ம வீட்டு வாசல்லே ஒரு ஊர்வலத்துக்கு ஏற்பாடு பண்ணிக்கிட்டு அஞ்சாறு பேர் நின்னு பேசிக்கிட்டு இருந்தாங்க. இந்துக்களைக் கேவலப் படுத்தி என்னென்ன கோஷங்கள் போடலாம்ன்னு விவாதம் பண்ணிக்கிட்டு இருக்காங்க. தமாஷ் என்னன்னா நான் வெளியே நின்னு பார்த்துக் கிட்டே இருந்தேன்.'

'ஐயய்யோ.. அது ரிஸ்க் இல்லையா?'

'ஒரு ரிஸ்கும் இல்லை. என் தலைமுடி ஸ்டைலையும் தாடியையும் பார்த்து எல்லாரும் என்னை ஒரு மௌல்வின்னு நினைச்சிகிட்டு இருக்காங்க.'

'அதுவும் நல்லதுக்குத்தான். அது சரி, நீ கவிதையெல்லாம் எழுதுவியே, இன்னும் எழுதிக்கிட்டு இருக்கியா?'

'அதெல்லாம் நிறுத்தி ரொம்ப நாளாச்சு. ஏன் கேட்கிறே?'

'அஸிம்பூர் மார்க்கெட்ல ராத்திரியில சூதாட்டம் ஆடறயாமே?'

‘நிஜம்தான்.. ஆனா கொஞ்ச நாளா போகிறதில்லை.’

‘ஏன்?’

‘பிடிச்சிடுவாங்களோங்கிற பயம்தான். வெளியிலயே போகிறதில்லை.’

‘ம்ம் சரிதான். சரி, கோவில்கள் இடிச்சதையெல்லாம் டிவியில காட்டினாங்களா?’

‘ம்ம்ஹூம்... அதெல்லாம் காட்டவே இல்லை. டிவி பார்த்துக்கிட்டு உட்கார்ந்திருந்தா நம்ம நாட்டில் அசாதாரணமா எதுவுமே நடக்காதது போல இருக்கும். இந்தியாதான் பத்திகிட்டு எரியுது, நம்ம நாடு அமைதிப்பூங்கான்னு தோணும்.’

‘அன்னைக்கு யாரோ சொல்லிக்கிட்டு இருந்தாங்க. இந்தியாவில நாலாயிரம் கலவரங்கள் நடந்திருக்காம். ஆனாலும் இந்திய முஸ்லிம்கள் தங்கள் நாட்டை விட்டுப் போகல்லையாம். ஆனா இங்கே இருக்கிற இந்துக்கள் ஒரு காலை இந்தியாவிலயும் ஒரு காலை பங்களாதேஷிலும் வெச்சிருக்காங்க. வேற வார்த்தைகள்ல இதைச் சொல்றதுன்னா, இந்திய முஸ்லிம்கள் தங்கள் உரிமைக்குப் போராடறாங்க. இங்கிருக்கிற இந்துக்கள் பயந்து ஓடறாங்க.’

‘ம்ம்ஹூம்.. அங்கிருக்கிற முஸ்லிம்கள் போராடறாங்கன்னா அதுக்குக் காரணம் இந்தியா செக்யுலர் தேசம். இங்கே அதிகாரம் அடிப்படைவாதிகள் கைல இல்ல இருக்கு? போராடறதுங்கிற ஆப்ஷனே இங்கே இல்லையே? இந்துக்கள் இரண்டாம்தரப் பிரஜைகளாச்சே...’

‘இதையெல்லாம் நீ ஏன் எழுதக்கூடாது?’

‘இதையெல்லாம் எழுதணும்ன்னு ஆசைதான். ஆனா இந்தியக் கைக்கூலின்னு சொல்ல ஆரம்பிச்சிடுவாங்க. வேற எந்தப் பிரயோஜனமும் இருக்காது எழுதறதில.’

நிர்மல் சொன்னது சுரஞ்சனை மிகவே யோசிக்க வைத்ததில் கீதா கொண்டு வந்த டீயைக்கூட அவன் சாப்பிடவில்லை.

‘ஆமாம்.. வீடு வீடாப் போய் எல்லாரும் நல்லா இருக்காங்களான்னு குசலம் விசாரிச்சிகிட்டு இருக்கியே... நீயும் உங்க வீட்ல இருக்கிறவங்களும் பத்திரமா இருக்கீங்களா?’ என்று பேச்சை மாற்றினான் நிர்மல்.

சுரஞ்சனும் அந்தக் கேள்வியைத் தவிர்த்துப் பேச்சை மாற்றினான்.

எங்கப்பனுக்குத்தான் பொறந்தேனான்னு சந்தேகப்பட ஆரம்பிச்சிடு வாங்க. எதுக்கு வீணா அப்பாக்குக் கெட்ட பேரு?'

இரண்டு பேரும் சிரித்தார்கள். நிர்மலின் நகைச்சுவை உணர்வால் அவன் யாருடனும் எளிதில் நெருக்கமாகிவிடுவான். இந்தக் குணத்தால் அவனால் லாஸ் வேகாஸில் இருக்கும் கேசினோவில்கூடச் சூதாட முடியும்! எதற்குமே கவலைப் படுவதில்லை. சின்ன ரூம்தான் வீடு என்றாலும் வாழ்வின் சின்னச் சின்ன சந்தோஷங்களை அனுபவிக்கத் தெரிந்தவன். அவனால் இவ்வளவு சந்தோஷமாக இருக்க முடிவதைப் பார்க்கிறபோது சுரஞ்சனுக்கு ஆச்சரியமாக இருக்கும். ஒரு வேளை அவனுடைய சந்தோஷங்கள் மனதின் ஆழத்தில் இருக்கும் துயரங் களை மறைக்கிற திரையோ என்றுகூடச் சில சமயம் தோன்றும். வாழ்வின் நிதர்சனங்களை மறுக்கமுடியாது என்பதால் வலுக்கட்டாய மாக உண்டாக்கிக் கொண்ட சந்தோஷங்களோ அவை என்று தோன்றும்.

சுரஞ்சன் எழுந்தபோது ஏனோ மனது கனமாக இருந்தது. வருத்தம் தொற்று வியாதியோ?

பலாஷியிலிருந்து டிக்காட்டுலி நோக்கி நடக்க ஆரம்பித்தான். கையில் ஐந்து டக்காக்களே இருந்ததால் ரிக்ஷாவில் போகமுடியாது. கடையில் பாங்க்ளா ஃபைவ் சிகரெட் கேட்டபோது கடைக்காரர் பார்த்த பார்வை திகிலூட்டியது. ஒருவேளை இந்து என்பதைக் கண்டுபிடித்திருப் பாரோ? சட்டென்று மீதி காசை வாங்கிக்கொண்டு நகர்ந்தான். கையில் நெருப்புப் பெட்டி இல்லாமல், கடையிலேயே சிகரெட்டையும் பற்ற வைக்காமல் வந்திருந்தான். தன் மனநிலையில் ஏற்பட்டிருக்கும் மாற்றம் அவனுக்கே வியப்பாக இருந்தது.

ஒருவரின் மத அடையாளம் அவர்கள் உடலில் எழுதப்படுவது இல்லை. ஆனாலும் பேச்சிலும், பாவனையிலும் தன்னை அடை யாளம் கண்டுவிடுவார்களோ என்கிற சந்தேகமும், லேசான அச்சமும் அவனுக்கு வரத் தொடங்கியிருந்தது. டிக்காட்டுலி பகுதிக்குள் நுழைகிறபோது தெரு நாய் ஒன்று அவனைப் பார்த்து ஆவேசமாகக் குரைக்கத் தொடங்கியது. ஏறக்குறைய துள்ளிக் குதித்துத் தூரப் போய் நின்ற அதே சமயம், பின்னால் 'பிடிடா, பிடிடா' என்கிற கூச்சல் கேட்டது. திரும்பிப் பார்க்காமல் எவ்வளவு வேகமாக ஓட முடியுமோ அவ்வளவு வேகமாக ஓட ஆரம்பித்தான். உடம்பு பூரா வியர்வை. சட்டைப் பித்தான்கள் அவிழ்ந்தன. இருந்தாலும் தொடர்ந்து ஓடினான். கணிசமான தூரம் போன பிறகு ஒரு தெருமுனையில் நின்று பின்னால் திரும்பிப் பார்த்தான்.

யாரும் கண்ணில் படவில்லை. ஒரு விநாடி தன் செயலை நினைத்துத் தானே வெட்கப்பட்டுக் கொண்டான். நிஜமாகத்தான் சொன்னார்களோ இல்லை பிரமையோ; அவனைத்தான் சொன்னார்களோ வேறு யாரையாவதோ... சுற்றி நடக்கிறவற்றில் கவனமின்றி இருந்த அவன் எல்லாவற்றையும் கூர்ந்து கவனிக்க ஆரம்பித்துவிட்டதுமட்டும் புரிந்தது.

ஓடின ஓட்டத்தில் வீட்டுக்கருகே வந்துவிட்டது அப்போதுதான் தெரிந்தது.

ஏறக்குறைய நடுநிசி ஆகி விட்டதால் முன் வாசல் கதவைத் தட்ட வில்லை. நேராகத் தன் அறைக்குப் போகும் கதவின் பூட்டைத் திறந்து கொண்டு உள்ளே போனான். உள்ளே போகிறபோது யாரோ 'பகவானே.. பகவானே' என்று தழுதழுத்த குரலில் புலம்பிக் கொண்டிருப்பது கேட்டது. யாரது? யாராவது உறவுக்காரர்களா பாதுகாப்புக்கு வந்த இந்து நண்பர்களா? ஆர்வம் அடங்காமல் உள் அறைக்குப் போய் எட்டிப் பார்த்தான்.

தெரு விளக்கு வெளிச்சத்தில் அம்மா கிருஷ்ணர் பொம்மைக்கு எதிரில் உட்கார்ந்து அழுது கொண்டிருப்பது தெரிந்தது. துணுக்குற்று,

'என்னம்மா ஆச்சு... ஏன் அழுதுக்கிட்டு இருக்கே?' என்று கேட்டான்.

'அப்பா.. அப்பா.. ' என்றுமட்டும்தான் சொல்ல முடிந்தது கிரன்மயியால்.

'என்னாச்சு அப்பாக்கு..?' என்றான் பதற்றமாக.

'அப்பாவோட கையும் காலும் அசைவில்லாமப் போச்சு. பேச்சும் திக்கித் திக்கித்தான் வருது.'

சுரஞ்சன் அப்பாவைப் பார்த்தான். இலக்கில்லாத பார்வை பார்த்தபடி என்னவோ சொல்ல முயன்று கொண்டிருந்தார். அவர் அருகில் உட்கார்ந்து அவரது வலது கையை மெல்ல உயர்த்திப் பார்த்தான். விட்டபோது பொத்தென்று விழுந்தது. நிலைமையின் தீவிரம் சுரஞ்சனை உடனே தாக்கியது. தாத்தாவுக்கும்கூட இதே போல ஒருதரம் ஆகியிருக்கிறது. டாக்டர் அது ஸ்ட்ரோக் என்று சொல்லி விட்டார். ஏகப்பட்ட மருந்து மாத்திரைகள் எழுதிக் கொடுத்தார். ஃபிஸியோதெரப்பிஸ்ட் தினமும் வந்து கைகளுக்கும் கால்களுக்கும் தெரப்பி செய்ய வேண்டியிருந்தது.

சொந்தக்காரர்கள் யாரும் அந்த வட்டாரத்தில் இல்லை. சரியாகச் சொன்னால் நெருங்கிய சொந்தக்காரர்கள் யாரும் நாட்டிலேயே

இல்லை. எல்லோரும் போய்விட்டார்கள். யாரிடம் போவது உதவிக்கு? இயலாமை சுரஞ்சனை வதைத்தது. மகன் என்கிற முறையில் பொறுப்பு பூதாகரமாகத் தெரிந்தது. எப்படிப்பட்ட உபயோகமில்லாத மகனாக இருக்கிறோம் என்கிற எண்ணமும் வாட்டியது. இந்த நிமிஷம்வரை உபயோகமாக ஏதாவது செய்யவேண்டும் என்கிற எண்ணம்மட்டுமே இருந்தது. சும்மா சுற்றித் திரிந்துகொண்டுதான் இருக்கிறான். எந்த வேலையிலும் தொடர முடியவில்லை. பிஸினஸ் ஏதாவது செய்கிற திறமையும் இல்லை. அப்பா இந்த நிலைக்கு வந்துவிட்டால் வருகிற சொற்ப சம்பாத்யமும் நின்றுபோய்விடும். தெருவுக்கு வருகிற நிலைக்கு ஆளாக வேண்டியிருக்கும். அந்த நிலைமைக்கு விடமுடியுமா?

'கமாலோ வேறே யாராவதோ வந்தாங்களா?'

அம்மா இல்லை என்று தலையைமட்டும் அசைத்தார்.

என்ன ஒரு அவலமான நிலை. அவன் எப்படி இருக்கிறான் என்று தெரிந்து கொள்கிற கவலை இல்லாமல் போய் விட்டதே யாருக்கும்! அவன்தான் ஊர் பூரா சுற்றித் திரிந்து யார் எப்படி இருக்கிறார்கள் என்று நலம் விசாரித்துக் கொண்டிருக்கிறான். அவனைத் தவிர எல்லாருமே நன்றாகத்தான் இருக்கிறார்கள். வேறெந்தக் குடும்பமும் அவர்கள் அளவுக்கு வறுமையையும், இழப்புகளையும், உறுதியின்மையையும் சந்தித்திருக்கமுடியாது. அப்பாவின் கையை ஆதரவாகப் பிடித்துக் கொண்டு அவர் நிலைக்காக வருந்தினான். அவனுக்கிருக்கிற துரதிர்ஷ்டங்கள் போதாதென்று அப்பாவும் இப்படி ஆகிவிட்டதைக் கெட்டதாக எடுத்துக் கொள்வதா, அல்லது அதுவும் நல்லதுக்குத்தான் என்று கொள்வதா?

'மாயா வந்துட்டாளா?'

'இல்லை.'

'ஏன் இன்னமும் அங்கேயே உட்கார்ந்திருக்கா?' இயலாமையில் சுரஞ்சன் சத்தம் போட்டான்.

அவனது இந்த எதிர்பாராத கொதிப்பு கிரன்மயியை அதிர வைத்தது. அடுத்து என்ன என்கிற மாதிரி அவனையே பார்த்தார். பருல் வீட்டுக்கு மாயா போனது பாதுகாப்பானதுதானே. அவர்களின் சுமை குறைந்து தானே இருக்கிறது. இதற்கு ஏன் இவன் இவ்வளவு ஆத்திரப்பட வேண்டும்?

சுரஞ்சன் செய்வதறியாது அறைக்குள் அங்குமிங்கும் நடந்தான்.

'ஏன் அவளுக்கு முஸ்லிம்கள்மேல் இவ்வளவு நம்பிக்கை. எத்தனை நாளைக்கு விட்டு வைப்பாங்க அவங்க?'

கிரன்மயிக்கு அலுப்பாகவும் ஏமாற்றமாகவும் இருந்தது. பக்கத்தில் செயலிழந்த நிலையில் அப்பா இருக்கிறபோது இவன் எதற்கு மாயா ஒரு முஸ்லிம் வீட்டுக்குப் போனதை நினைத்து இவ்வளவு கோபப்பட வேண்டும்?

'ஒரு டாக்டரைக் கூப்பிடணும் இப்போ. யார் போய் எந்த டாக்டரைக் கூப்பிடறது? வந்தாலும் ஃபீஸ் எப்படிக் கொடுக்கிறது? ரெண்டு சின்னப் பசங்களுக்குப் பயந்து பத்து லட்ச ரூபா சொத்தை இருபதாயிரத்துக்கு வித்துட்டு ஓட்டாண்டி ஆகி வந்து படுத்திருக்காரு. இப்படிப் பண்ணினது தொடர்பா அவருக்கு வெட்கமா இல்லையா?'

'ஏன்டா.. அந்தப் பையன்களுக்கு பயந்துதான் வித்தாருன்னு நினைக் கிறியா? கோர்ட்ல கேஸ் இருந்தது உனக்குத் தெரியாதா?'

'ஆமாம்' எரிச்சலில் ஒரு நாற்காலியை உதைத்தான் சுரஞ்சன்.

'போதாதுன்னு உன் பொண்ணு ஒரு முஸ்லிமைக் கல்யாணம் பண்ணிக்கப் போறா. அந்த முஸ்லிம்கள் அவளைக் கோபுரத்தில் ஏத்தி வச்சி தங்கத்தால அபிஷேகம் பண்ணப் போறாங்கன்னு நினைச்சிருக்கா அவ.'

சுரஞ்சன் வேகமாக வீட்டிலிருந்து வெளியே வந்தான்.

அந்தப் பகுதியில் இரண்டு டாக்டர்கள் இருந்தார்கள். ஹரிபாத பட்டாச்சார்யா டிக்காட்டுலி கிராஸில் இருந்தார். அதிலிருந்து இரண்டு வீடு தள்ளி அம்ஜத் ஹுஸ்ஸைன் என்று ஒருவர் இருந்தார். சுரஞ்சன் அந்தப் பக்கமாக நடக்க ஆரம்பித்தான். நடக்கும்போது மாயாமீது ஆத்திரப்பட்டதற்கு வியந்து கொண்டான்.

இதுவரை தூங்கிக் கொண்டிருந்த மதவாதம் மனத்துக்குள் தலை தூக்க ஆரம்பித்துவிட்டதோ?

★

# நாள் 4

ஹைஹதர் சுரஞ்சன் வீட்டுக்கு வந்ததற்குக் காரணம் வெட்டி வம்பு பேசுவதுதான். நலம் விசாரிப்பது அல்ல. ஹைதர் அவாமி லீகின் அனுதாபி. சுரஞ்சன் ஒருதரம் அவனுடன் சேர்ந்து ஒரு பிஸினஸ் செய்கிற எண்ணத்தில் இணைந்திருந்தான். உருப்படியாக எதுவும் ஆகவில்லை என்பதால் விலகிவிட்டான். ஹைதருக்கு அரசியலில்தான் ஈடுபாடு. சுரஞ்சனுக்கும் அரசியல் ஈடுபாடு இருந்தது. ஆனால், காலப்போக்கில் அது மெல்லக் குறைந்துவிட்டது. எர்ஷாத் என்ன செய்தார், காலிதா என்ன பண்ணிக் கொண்டிருக்கிறார், ஹசீனா என்ன செய்யக்கூடும் இவைபற்றி எல்லாம் கவலைப்படுவதைவிடத் தொந்தரவில்லாமல் நிம்மதியாக இருப்பது சுகம் என்று தோன்றியது.

இஸ்லாம் தேசிய மதமாக இருப்பது குறித்துப் பேச்சு வந்தது.

'வெவ்வேறு மதங்களைச் சேர்ந்தவங்களைப் பிரிச்சிப் பார்க்கிற உரிமை உன் நாட்டுக்கும் உன் பார்லிமெண்ட்டுக்கும் இருக்கா?'

ஏதோ ஒரு புத்தகத்தைப் புரட்டிக் கொண்டிருந்த ஹைதர் சட்டென்று அதை மூடி வைத்து விட்டுச் சிரிக்க ஆரம்பித்தான்.

'அதென்ன உன் நாடு, உன் பார்லிமெண்ட்? நீ வெளிநாட்டுக்காரனா?'

சுரஞ்சன் வேண்டுமென்றேதான் அந்த வார்த்தையை உபயோகித் திருந்தான்.

'சொல்லு. நான் சில கேள்விகள் கேட்கப் போறேன். எல்லாத்துக்கும் நேரடியா, சுத்தி வளைக்காமப் பதில் சொல்லு.'

'சரி. அக்ரீட். உன் கேள்விக்கு பதில். இல்லை. அவங்களுக்கு உரிமை இல்லை.'

'ஒரு மதத்துக்கு எதிரா இன்னொரு மதத்துக்குச் சலுகைகள் தர்றதுக்கு அவங்களுக்கு உரிமை உண்டா?'

'இல்லை.'

'மக்கள் ஜனநாயகக் குடியரசான பங்களாதேசத்தில், அரசியல் நிர்ணயச் சட்டத்தில் மதச் சார்பின்மை மாதிரி முக்கியமான அம்சங்களைத் திருத்துகிற உரிமை உண்டா?'

'நிச்சயமா இல்லை.'

'மக்களின் சம உரிமை என்பதுதான் இந்த நாடு உதிக்கவே காரணமாக இருந்த அடித்தளம். சட்டத்திருத்தம் என்கிற பெயரில் அடிவாரத் தையே ஆட்டிக் கொண்டிருக்கிறோமா?'

ஹைதருக்கு ஆச்சரியமாக இருந்தது. ஏற்கெனவே பலமுறை கேட்கப்பட்டும், விடையளிக்கப்பட்டும் இருக்கும் கேள்விகளை ஏன் மறுபடி இவன் கேட்டுக் கொண்டிருக்கிறான்?

'இஸ்லாமைத் தேசிய மதமா அறிவித்ததன் மூலம் இஸ்லாமியர் அல்லாதவர்களின் தேசிய உரிமைகள் பறிக்கப்பட்டு அவர்கள் ஏமாற்றத்துக்கு உள்ளாக்கப்பட்டார்களா இல்லையா?'

'ஆமாம்.'

ஒருத்தர் கேட்டு ஒருத்தர் சொல்லிக் கொண்டிருந்தார்களே ஒழிய இரண்டு பேருக்குமே எல்லாக் கேள்விகளுக்கும் பதில் தெரியும். ஹைதருக்கும் தனக்கும் பல விஷயங்களில் ஒத்த கருத்து இருப்பது சுரஞ்சனுக்கு நன்றாகவே தெரியும். எட்டாவது அரசியல் சட்டத் திருத்தம் காரணமாக ஹைதருக்கு மத உணர்வுகள் தலை தூக்கி இருக்கின்றனவா என்பதைக் கண்டறிவதே சுரஞ்சனின் நோக்கமாக இருந்தது.

'இன்னும் ஒரு கேள்வி இருக்கு' என்று சொல்லி நிறுத்தினான்.

ஹைதர் 'என்ன அது?' என்பது போலப் பார்த்தான்.

'சுதந்தரத்தின்போது இந்தியா இரு வேறு நாடுகளாகப் பிரிக்கப்பட்டது. அதனால் உண்டான சிரமங்கள் கொஞ்ச நஞ்சமல்ல. பங்களாதேசும் அதேபோன்ற சிரமத்தில் சிக்கிவிட்டது. இதனால் யாருக்கு லாபம்?'

ஹைதர் இதற்கு நேராக பதில் சொல்லவில்லை.

'இருநாடுகள் அல்லது இரு இனங்கள் என்கிற சித்தாந்தத்தை ஜின்னாவும் ஆதரிக்கவில்லை. பாகிஸ்தான் உருவாகிறபோது அவர் சொன்னதை ஞாபகப்படுத்திப் பார். இன்று முதல் இந்துக்கள், முஸ்லிம்கள், பௌத்தர்கள், கிறிஸ்தவர்கள் இவர்களெல்லாம் அவர்களின் மதம் வாயிலாக அடையாளம் காணப்படுவதற்கு பதில் பாகிஸ்தானியர்களாக அடையாளம் காணப்படுவார்கள் என்று சொன்னார்.'

இதைக் கேட்ட சுரஞ்சன் நிமிர்ந்து உட்கார்ந்தான்.

'பாகிஸ்தானியர்களா இருந்தவரைக்கும் நாம பெட்டரா இருந்தோம்னு நினைக்கிறேன், சரியா?'

ஹைதர் இதை அவசரமாக மறுத்தான்.

'ம்ம்ஹூம். பாகிஸ்தான் நீ நினைக்கிற அளவு உகந்ததாக இல்லை. பாகிஸ்தானா இருந்தவரைக்கும் நீங்க யாரும் எதையும் எதிர்பார்க்கக் கூட முடியல்லை. பங்களாதேஷாக மாறும்போது மதச் சார்பற்ற நாடாக அறிவிக்கப்பட்டதால், சமமாக நடத்தப்படுவீர்கள் என்கிற வாக்குறுதி யாவது கிடைத்தது. அந்த வாக்குறுதி பொய்ன்னு தெரிஞ்ச பிறகுதான் உங்களுக்கு ஏமாற்றம் ஆரம்பிச்சது.'

சுரஞ்சன் சிரிக்க ஆரம்பித்தான். அந்தச் சிரிப்பில் நகைச்சுவை உணர்வைவிடக் கிண்டலும் விரக்தியுமே விஞ்சியிருந்தன.

'நீங்க.. உங்க... உங்களுக்கு ஏமாற்றம்.. யாருடா அந்த உங்க? என்னை என்ன அடையாளத்தில் பார்க்கிறே?' என்று கேட்டுவிட்டு இந்தியா வில் நடந்திருக்கும் விஷயங்களை மனத்துக்குள் அசை போட்டான்.

கிட்டத்தட்ட 650 பேர் இதுவரை இறந்திருக்கிறார்கள். எட்டு தீவிரவாத அமைப்புகளின் தலைவர்களைக் கைது செய்திருக்கிறார்கள். அவர்களில் பி.ஜே.பி யின் முரளி மனோகர் ஜோஷியும், அத்வானியும் அடக்கம். பாபர் மசூதி இடிப்புக்குக் கண்டனம் தெரிவித்து ஒரு நாள் முழு அடைப்பு அறிவிக்கப்பட்டிருந்தது. பம்பாய், ராஞ்ச்சி, கர்நாடகா, மஹாராஷ்ட்ரா மாநிலங்களின் சில நகரங்களில் கலவரங்கள் நடந் திருந்தன. சுரஞ்சனுக்கு மதவெறியர்கள்மேல் ஆத்திரம் வந்து பல்லைக் கடித்துக்கொண்டு முஷ்டியை இறுக்கினான். அவனுக்குமட்டும் அதிகாரம் இருந்திருந்தால் எல்லா மதவெறியர்களையும் வரிசையாக நிறுத்தி வைத்துச் சுட்டுத் தள்ளியிருப்பான்.

பாபர் மசூதி இடிப்புக்கு இந்திய அரசாங்கமே பொறுப்பு. அதற்காக பங்களாதேசின் இந்துக்கள் தண்டிக்கப்படக்கூடாது. எங்களுக்கு இந்த

நாட்டின் இந்துக்கள் மீதோ அவர்களின் கோவில்கள் மீதோ எந்தக் காழ்ப்புணர்வும் இல்லை. அமைதியைக் காத்து இஸ்லாமின் புனிதத்தைக் காப்போம், என்று பங்களாதேசின் கம்யூனிஸ்ட் கட்சி அறிவித்திருந்தது. இந்த அறிவிப்பு வானொலி, தொலைக்காட்சி அலைவரிசைகளில் பெருமளவில் ஒலிபரப்பப்பட்டது.

துரதிர்ஷ்டவசமாக இந்த அறிவிப்பு எதிர்மறையாகத்தான் செயல் பட்டது. எதிர்ப்புத் தெரிவிக்கிற போர்வையில் 1971ம் வருஷத்தில் அராஜகங்களை அரங்கேற்றிய அதே கும்பல் தன் வெறியாட்டத்தைத் தொடங்கியது. கட்டக் தலால் நிர்மல் கமிட்டியையும் கம்யூனிஸ்ட் கட்சி அலுவலகத்தையும் தீயிட்டுக் கொளுத்தியது.

ஏன்?

ஜமாத்-இ-இஸ்லாமி கட்சியைச் சேர்ந்த ஒரு குழு பி.ஜே.பி தலைவர் களைச் சந்தித்து விவாதித்தது என்ன? என்ன சதித்திட்டத்தைத் தீட்டி னார்கள்? இந்தக் கேள்விகளுக்கு விடை தேடி சுரஞ்சன் மண்டையை உடைத்துக்கொண்டான். துணைக் கண்டம் முழுவதும் மதத்தின் பெயரால் கலவரங்கள். எல்லா இடத்திலும் சிறுபான்மையினர் பாதிப்புக்கு உள்ளானார்கள். போஸ்னியாவிலும், ஹெர்ஸிகோவினா விலும் அரங்கேறிய அராஜகங்களுக்கு பங்களாதேஷின் கிறிஸ்தவர் களைத் தண்டிக்கவில்லையே, இந்தியாவில் நடந்த தப்புக்குமட்டும் பங்களாதேஷ் இந்துக்கள் ஏன் தண்டிக்கப்படவேண்டும்? சுரஞ்சனின் இந்த லாஜிக் எத்தனை பேருக்குப் புரியப்போகிறது!

ஹைதர் சிந்தனையைக் கலைத்தான்.

'சரி, எழுந்திரு. மத ஒற்றுமைக்காக ஏற்பாடு பண்ணியிருக்கிற மனிதச் சங்கிலியில் நாம கலந்துக்கணும்'

மனிதச் சங்கிலி!

சுதந்தரம் பெற்றது, அதனுடன் தொடர்புடைய பல்வேறு கனவுகள் இவை எல்லாமே மக்கள் ஒற்றுமையாக ஒரே குறிக்கோளுடன் போராடியதால் கிடைத்திருந்தன. சுதந்தரத்தையும் தேசத்தின் இறையாண்மையையும் பேணிக் காக்க ஒரு சகோதரத்துவ உணர்வு அவசியம். இதற்காக 1971-ல் ஒரு இயக்கமே தொடங்கப்பட்டது. மத உணர்வுகளையும் ஏகாதிபத்ய மனப்பாங்கையும் எதிர்த்து நிற்கவும் சகோதர உணர்வை வளர்க்கவும் இது தொடங்கப்பட்டது. தேசிய ஒருமைப்பாட்டுக் குழு அமைக்கப்பட்டு உலகளாவிய சகோதரத்துவ உணர்வு வளர்க்க முயற்சிகள் மேற்கொள்ளப்பட்டன. அந்தக் குழுதான் இப்போது மனிதச் சங்கிலிக்கு ஏற்பாடு செய்திருந்தது.

‘எனக்கும் அதுக்கும் என்ன சம்பந்தம்?’ என்றான் சுரஞ்சன்.

‘என்ன பேசறே? உனக்கும் அதுக்கும் சம்பந்தமே இல்லையா?’ என்றான் ஹைதர் வியப்புடன்.

‘இல்லை’ என்று சுரஞ்சன் பதில் சொல்லும்போது அழுத்தமும் தெளிவும் அதில் இருந்தன.

ஹைதர் முகத்தில் வியப்பும் அதிர்ச்சியும் தெரிந்தன. சிகரெட் ஒன்றைப் பற்ற வைத்துக்கொண்டான்.

‘ஒரு டீ கிடைக்குமா?’ என்று கேட்டான்.

உட்கார்ந்திருந்த சுரஞ்சன் படுத்தபடி, ‘ம்ஹூம், வீட்ல சர்க்கரை இல்லை’ என்றான்.

மனிதச் சங்கிலி பஹதூர் ஷா பார்க்கிலிருந்து பார்லிமெண்ட்வரை என்பதாக ஏற்பாடு நடந்து கொண்டிருந்தது. காலையிலிருந்து போக்கு வரத்தை அந்தப் பகுதியிலிருந்து திசை மாற்றியிருந்தார்கள். மனிதச் சங்கிலி குறித்தும் அதன் முக்கியத்துவம் குறித்தும் இன்னும் கொஞ்சம் எடுத்துச்சொல்ல ஹைதர் முற்படும்போது சுரஞ்சன் இடைமறித்து,

‘நேத்து அவாமி லீக் மீட்டிங்ல ஹசீனா என்ன சொன்னாங்க?’ என்றான்.

‘மத ஒருமைப்பாடு மீட்டிங்லயா?’

‘ம்.’

‘மத ஒற்றுமையைக் காக்கிறதுக்காக ஒவ்வொரு பகுதியிலயும் ஒரு அமைதிக்குழுவைப் பரிந்துரைச்சிருக்காங்க.’

‘இது இந்துக்களை... அதாவது ‘எங்களை’ப் பாதுகாக்குமா? எங்களைக் கொல்லாம விட்டு வைப்பாங்களா?’

ஹைதர் இதற்குப் பதிலேதும் சொல்லாமல் சுரஞ்சன் முகத்தையே பார்த்தான். சுரஞ்சனின் சவரம் செய்யாத முகத்தையும், சீவாத தலைமுடியையும் கொஞ்ச நேரம் உற்றுப் பார்த்துவிட்டுப் பேச்சின் போக்கை மாற்றினான்.

‘மாயா எங்கே?’

‘ஷி ஹேஸ் கான் டு ஹெல்.’

ஒரு விநாடி அதிர்ந்துபோன ஹைதர், சிரித்து, ‘அந்த ஹெல் எப்படி இருக்கும், எங்கே இருக்குன்னு நான் தெரிஞ்சிக்கலாமா?’ என்றான்.

‘இங்கதான்... பாம்பு பிடுங்கும், தேள் கொட்டும், உடம்பைச் சுத்தி நெருப்பு எரியும் ஆனா உயிர்மட்டும் போகாது.’

‘பரவாயில்லை.. நரகத்தைப் பத்தி எனக்கிருக்கிற ஐடியாவைவிட உன் வர்ணனை பொருத்தமா இருக்கு.’

‘இல்லாம எப்படி இருக்கும். நான் சொன்ன எல்லாத்தையும் நாங்கதானே அனுபவிச்சிக்கிட்டு இருக்கோம்?’

‘ஏன் வீடே நிசத்தமா இருக்கு? அம்மா அப்பா இருக்காங்களா அல்லது எங்கயாவது அனுப்பியிருக்கியா?’

‘எங்கயும் அனுப்பல்லை.’

‘ஒரு விஷயம் கவனிச்சியா சுரஞ்சன், குலாம் ஆஸாம்(குலாம் ஆஸாம்: புகலிடம் வேண்டி பங்களாதேசத்துக்கு வந்து தஞ்சமடைந்த அரசியல் வாதி. தேச விரோத நடவடிக்கைகளில் அவர் ஈடுபடுவதாக ஒரு சாராரால் குற்றம் சாட்டப்பட்டவர். இந்த விஷயத்தில் தாங்கள் எடுக்கும் நிலைப்பாட்டின் அடிப்படையில் பங்களாதேசத்தின் பல்வேறு அரசியல் கட்சிகள் தங்களுக்குள் வேறுபட்டு நின்றன. அவர்மீது சுமத்தப்பட்டிருக்கும் குற்றச்சாட்டுக்கள் சரியே, அவர் கடுமையாகத் தண்டிக்கப்படவேண்டும் என்பது சிலரின் நிலைப்பாடு. குற்றச் சாட்டுக்கள் எல்லாமே தவறானவை என்பது சிலரின் நிலைப்பாடு) நீதி கேட்டு எழுப்பியிருக்கிற குரலுக்கு ஜமாதிக்கள் பாபர் மசூதியை முன்வைத்து வேறு நிறம் கொடுத்திருக்காங்களே.. பாத்தியா?’

‘இருக்கலாம். ஆனா குலாம் ஆஸாமை நீ பார்க்கிற விதத்தில் என்னால பார்க்க முடியாது. அவருக்கு மரண தண்டனை தரப்பட்டாலும், இல்லை என்றாலும் இரண்டுமே என்னை எந்த விதத்திலும் பாதிக்கப் போவது இல்லை.’

‘நீ ரொம்ப மாறியிருக்கே.’

‘ஹைதர், காலிதா ஸியாகூட பாபர் மசூதி திரும்பக் கட்டப்பட வேண்டும் என்று வலியுறுத்தியிருக்கிறார். இடிக்கப்பட்ட கோவில்கள் திரும்பக் கட்டப்பட வேண்டியது குறித்தும் அவர் பேசுவாரா?’

‘கோவில்கள் திரும்பக் கட்டப்படவேண்டும் என்பது உன் நிஜமான விருப்பமா?’

‘எனக்குக் கோவில்கள் மசூதிகள் இரண்டின் மேலும் சுவாரஸ்யம் கிடையாதுங்கிறது உனக்கு நல்லாவே தெரியும். ஆனா திரும்பக் கட்டறதுன்னு ஆயிட்டா, ஏன் மசூதியோட நிறுத்திக்கணும்?’

ஹைதர் சிகரெட் ஒன்றைப் பற்ற வைத்துக்கொண்டான். மனிதச் சங்கிலிப் போராட்டம் ஏற்பாடு செய்யப்பட்டிருக்கும் நாளில் வெளியே வருவதில்லை என்கிற முடிவுக்கு சுரஞ்சன் ஏன் வந்தான் என்று அவனுக்குப் புரியவில்லை. இதே வருடம் மார்ச் 26ம் தேதி மக்கள் நீதிமன்றம் குரல் கொடுத்த அன்றைக்கு மழை கொட்டிக் கொண்டிருந்தது. அன்று சுரஞ்சன்தான் அவனை வந்து எழுப்பினான். ஹைதருக்கு அன்று வீட்டை விட்டு வெளியே வரவே விருப்பமில்லை.

'வீட்ல உட்கார்ந்துக்கிட்டு நொறுக்குத் தீனி சாப்பிட்டுக்கிட்டு இருக்கலாம்டா. மழைக்கு அதுதான் ஜாலியா இருக்கும்' என்றான். சுரஞ்சன் அதற்கு ஒப்புக்கொள்ளவில்லை.

'நீ கலந்துக்கிட்டுத்தான் ஆகணும்' என்றான் உறுதியாக. உட்காரக்கூட இல்லை,

'சீக்கிரம் ரெடியாகு. கொஞ்சம் தாமதிச்சாலும் தயங்கினாலும் உரிமைகளை இழக்க வேண்டியதாயிடும்' என்றான்.

மழையையும் காற்றையும் பொருட்படுத்தாமல் இருவரும் புறப் பட்டார்கள். அதே சுரஞ்சன்தான் இன்று கூட்டங்களிலும் குரலெழுப்பு வதிலும் தனக்கு நம்பிக்கையும் விருப்பமும் இல்லை என்று சொல்லிக் கொண்டிருப்பது. மனிதச் சங்கிலி என்பது வெறும் ஏமாற்று என்கிறான். காலை ஒன்பதிலிருந்து பதினோரு மணிவரை முயன்றும் ஹைதரால் சுரஞ்சனைச் சம்மதிக்க வைக்க முடியவில்லை.

★

கிரன்மயி பருலின் வீட்டிலிருந்து மாயாவை அழைத்து வந்தார்.

அப்பாவைப் பார்த்ததும் அவளுக்கு அழுகை பொங்கிவந்தது. அவர் மார்பில் முகத்தைப் புதைத்து அழுது தீர்த்தாள். சுதாமயால் மகளைச் சமாதானம் செய்ய முடியவில்லை. அடுத்த அறையிலிருந்து கவனித்துக் கொண்டிருந்த சுரஞ்சனுக்குக் கோபம் வந்தது. அர்த்தமில்லாத கண்ணீரை வெறுக்கிறவன் அவன். உலகத்தில் கண்ணீரால் ஏதாவது சாதிக்க முடிந்திருக்கிறதா? உடனடி மருத்துவ உதவிதான் அப்போதைய தேவை. டாக்டர் ஹரிபாதா சொன்னபடி மூன்று நாட்களுக்கு மருந்துகள் வாங்கி வந்திருந்தான். இன்னும் நிறைய, சக்தி வாய்ந்த மருந்துகள் சுதாமயின் மேசையில் இருக்கலாம். சுட்டிக் காட்டும் நிலையில் அவர் இல்லையே!

சுரஞ்சனின் கோபத்தில் கொஞ்சம் சுய பச்சாதாபமும் கலந்திருந்தது. தன் குடும்பத்தினர் யாருமே தன்னை ஒரு பொருட்டாக மதிப்பதில்லை

என்கிற வருத்தம் அவனுக்கு இருந்தது. தனக்கு இன்னும் வேலை கிடைக்காததுதான் அதற்குக் காரணம் என்றும் நம்பினான். ஒரு வேலையிலும் அவனால் நிலைத்திருக்க முடியவில்லை என்பது நிஜம்தான். ஆனால் அதற்குக் காரணம் யாரின் கீழும் வேலை செய்யும் மனப்பாங்கு அவனுக்கில்லை என்பதே. ஹைதருடன் கூட்டணியாகச் செய்து கொண்டிருந்த பிஸினஸைத் திரும்பச் செய்ய ஆரம்பிக்கலாமா என்று தீவிரமாக யோசிக்க ஆரம்பித்திருந்தான்.

சுரஞ்சனுக்குப் பசித்தது.

பசியும் அவனுக்குத் தன்னிரக்கத்தை உண்டாக்கியது. இந்த அசந்தர்ப்ப மான வேளையில் யாரிடம் போய்ச் சாப்பாடு போடு என்று கேட்பது? அவனுக்குப் பசிக்கிறதா என்று கேட்கிற மனநிலையில் மாயாவும் இல்லை, அம்மாவும் இல்லை. ராத்திரிச் சாப்பாட்டுக்கு என்ன பண்ணப்போகிறோம் என்று தானேதான் கேட்கவேண்டும் என்பது பெரிய சவாலாகப்பட்டது. வேலை எதுவும் பார்க்கவில்லை என்கிற காரணத்தினாலேயே அவர்கள் இவனைப் புறக்கணிக்கவேண்டுமா?

இன்று அப்பாவைப் பார்க்கவே இல்லை அவன். குடும்பத்திலிருக்கும் மற்றவர்கள்மீது என்ன அக்கறை கொண்டிருக்கிறான் என்பதை இதில் இருந்தே புரிந்துகொள்ளலாம்.. குடும்பத்துக்கு எதுவுமே செய்திருக்கா விட்டாலும் குடும்பத்தினரிடமிருந்து அவன் எதிர்பார்ப்பது அதிகமாகவே இருந்தது. அவனுடைய காலம் இலக்கின்றியும் பொறுப்பின்றியும் கழிந் தது. ஊரைச் சுற்றுவதும் பல்வேறுவிதமான நண்பர்களுடன் அரட்டை அடிப்பதுமே ஒவ்வொரு நாளிலும் அதிக நேரத்தை எடுத்துக் கொண்டன. வீட்டைப் பொறுத்தவரை வாக்குவாதங்களும் முரண்பாடு களும்மட்டுமே. கட்சி அரசியலில் மார்க்ஸையும், லெனினையும் மிகத் தீவிரமாகப் பின்பற்றியவன். அது அவனுக்கோ, அவன் குடும்பத் துக்கோ எந்தவகையில் அனுகூலமாக இருந்தது?

ஹைதர் புறப்பட்டுப் போய்விட்டான். அது சுரஞ்சனைப் பாதிக்க வில்லை. அரசியலை முழுவதுமாக சுரஞ்சன் ஒதுக்கிவிடவில்லை. ஆனால் எதற்காக இந்த மனிதச் சங்கிலியில் கலந்துகொள்ளவேண்டும் என்பது புரியவில்லை. அப்படிக் கலந்துகொள்வது தன்னுடைய சமீபத்திய தனிமைப் படுத்தப்பட்ட உணர்விலிருந்து விடுதலை அளிக்குமா? நிச்சயமாக இல்லை. சுரஞ்சனின் தீர்மானமின்மையும் கோபமும் அவனது நம்பிக்கையின்மையின் வெளிப்பாடுகள்தான்.

ஹைதரும் அவனும் பல வருடங்களாக நண்பர்கள். பல விஷயங்கள் குறித்து விவாதிப்பார்கள். பக்குவமான மனம், அறிவுப்பூர்வமான சிந்தனை, மனசாட்சி இவற்றின் அனுகூலமும் பிரதிகூலமும் அந்த

வாதங்களில் அடக்கம். இருவரும் இணைந்து தங்கள் சக பிரஜைகளுக்கு நாட்டின் கலாசாரப் பாரம்பரியத்தையும் மனித உரிமைகளையும் போற்றிப் பாதுகாக்கும்படி விண்ணப்பம் செய்ததுண்டு. திடீரென்று இன்றைக்கு இந்த முயற்சிகளெல்லாம் வீண் என்கிற ஞானம் சுரஞ்சனுக்கு வந்திருக்கிறது. இதைவிட சுரஞ்சன் தன்னைப் பற்றிமட்டும் அக்கறை கொள்ளும் மனிதனாகவோ தன் குடும்பத்தின் பொறுப்பு மிக்க ஆளாகவோ இருந்திருக்கலாம். லட்சியம்தான் இந்தத் தேவையற்ற கவலைகளையும் பதற்றத்தையும் தந்திருக்கிறது.

யோசனையுடன் மேசைமேல் கிடந்த சின்னப் புத்தகம் ஒன்றைப் புரட்டினான். அது 1990ம் ஆண்டு நடந்த மதக் கலவரங்கள் குறித்தது.

- அக்டோபர் 30, 1990, இரவு மணி 1.00. பஞ்சானந்தம் ஆஷ்ரம் கிராம மக்கள், ஊர்வலம் ஒன்றின் சத்தமான கோஷங்கள் கேட்டு விழித்தார்கள். ஊர்வலக்காரர்கள் காம்பவுண்டு கேட்டை உடைத்துக் கொண்டு அத்து மீறி ஆஸ்ரமத்துக்குள் நுழைந்தார்கள். உள்ளிருந்த ஒரு குடிலில் மண்ணெண்ணெய் ஊற்றிப் பற்ற வைத்தார்கள். விக்கிரஹங்களை ஒவ்வொன்றாக உடைத்தார்கள். குருவின் சமாதிக்குமேல் எழுப்பப்பட்டிருந்த கோபுரத்தின் மேலிருந்த சிலைவரை எல்லாவற்றையும் நாசமாக்கினார்கள். மத நூல்கள் எல்லாவற்றையும் கொளுத்தினார்கள். கிடைத்த பணத்தையெல்லாம் அபகரித்துக் கொண்டார்கள்.

  அதே இரவில், ஆயுதம் தாங்கிய சுமார் 2500 பேர் சதார்கட் கலிபரியைச் செங்கற்கள்கொண்டு தாக்கினார்கள். கோவிலுக்குள் புகுந்து கர்ப்பக்கிரகம்வரை உடைத்துத் தள்ளினார்கள். சட்டேஸ்வரி மாயர் கோவிலை ஒட்டிய பகுதிகளையும் கடைகளையும் அடித்து நொறுக்கினார்கள். கோல்பஹாரின் சுடுகாட்டைக்கூட விட்டுவைக்கவில்லை.

  அக்டோபர் 30ம் தேதி இரவு வாய்ஸ் ஆஃப் அமெரிக்கா ஒலிபரப்பிய செய்தி ஒன்றின் விளைவாக கைபோல்யா ஆஸ்ரமம் தாக்கப்பட்டது. ஒன்றுவிடாமல் ஆசிரமத்தில் இருந்த அனைத்தும் தரைமட்டமாயின. ஆசிரமத்தில் இருந்தவர்கள் பயந்து தப்பி ஓடி மலைப் பகுதியில் ஒளிந்தார்கள். தப்பிக்க முடியாதவர்கள் இரும்புத் தடிகளால் தாக்கப்பட்டார்கள்.

  ஹரகௌரி கோவிலிலும் இதேபோன்ற வன்முறைகள் அரங்கேறின. கோவிலைச் சுற்றியிருந்த பகுதிகள் சிதிலமாயின. அந்தப் பகுதி மக்கள் அனைவரும் வீடிழந்து தெருவில் நின்றார்கள். கிருஷ்ண கோபால்ஜி கோவிலை ஆயுதம் தாங்கியவர்கள் அன்று மாலையே தாக்கினார்கள்.

கோவிலின் தங்கம், வெள்ளி நகைகளைக் கொல்லையடித்துக்கொண்டுபோனார்கள்.

பஹதூர்ஹட் பகுதியின் இலியாஸ் காலனி சுடுகாடானது. இந்துக்கள் வயது, பால் வித்தியாசமின்றி வன்முறைக்கு ஆளானார்கள்.

- தாஸ்புஜா துர்காபாரி, பரமஹன்ஸ்கா மஹாத்மா நரசிங்க மந்திர் உள்ளிட்ட சிட்டகாங்கின் பல பகுதிகளில் மிகப் பெரிய அளவில் கொள்ளையும் வன்முறையும் அரங்கேறின.

- நூறு பேர் அடங்கிய மதவெறிக் கும்பல் இரவு 11 மணிக்கு மிர்ஸாபூர் ஜகந்நாத் ஆசிரமத்தைத் தாக்கியது. சிலைகள் எல்லாம் உடைக்கப் பட்டு ஜகந்நாதரின் நகைகள் கொள்ளையடிக்கப்பட்டன. அடுத்த நாள் அதிகாலை அந்தக் கும்பல் ஆசிரமத்துக்குத் தீ வைத்தது. இரண்டாம் முறை தாக்குதல் நடைபெறும் அபாயம் இருப்பது காவல்துறைக்குச் சொல்லப்பட்டிருந்தும் அவர்கள் காவலை விலக்கிக் கொண்டார்கள். புதிதாக இன்னொரு புகார் தந்தும் பயனில்லை. மாலை நாற்பத்தைந்து பேர் அடங்கிய ஆயுதம் தாங்கிய கும்பல் சுற்றுப்புறக் கிராமத்தினரைக் கடுமையாகத் தாக்கினார்கள்.

- தைராஹட் ஹரி மந்திரும் இதே முறையில் தாக்கப்பட்டது. பதந்தண்டியில் மாத்ரி மந்திரும் ராதாகோபிந்தா மந்திரும் சிதைக்கப் பட்டன. புராதனமான ரிஷிதாம் ஆசிரமம் சாம்பலாக்கப்பட்டது.

- சிட்டகுண்ட்டாவின் ஜகந்நாதர் ஆசிரமம் அக்டோபர் 31'ம் தேதி தாக்குதலுக்கு உள்ளானது. பட்டாலாவில் 200 ஆண்டுகளுக்கு முன்னர் கட்டப்பட்ட காளி கோவில் தாக்குதலுக்கு இலக்காகிச் சிதைந்தது. தங்க நகைகள் கொள்ளையடிக்கப்பட்டன. இந்துக்கள் பெரும்பான்மையாக இருந்த சர்ஸரத் கிராமத்தில் இரவில் முன்னூறு பேர் புகுந்து சர்வ நாசம் செய்து கொள்ளையடித்தார்கள். எடுத்துப் போக முடியாதவற்றைக் கொளுத்தினார்கள். பத்து நாட்களுக்குள் கிராமத்தைக் காலி செய்யாவிட்டால் இதை விட மோசமான தாக்குதல் நடக்கும் என்று எச்சரித்துச் சென்றார்கள்.

*படித்துக் கொண்டே போன சுரஞ்சன் வெறுப்பில் அந்தப் புத்தகத்தை வீசி எறிந்தான்.*

★

*டாக்டர் ஹரிபாதா சுதாமய்க்கு எப்படி ஃபிஸியோதெரப்பி செய்வது என்று மாயாவுக்கும் கிரன்மயிக்கும் சொல்லித் தந்திருந்தார்.*

மருந்துகளும் இந்த தெரப்பியும் சேர்ந்து சுதாமய் மெல்லக் குணம் பெற ஆரம்பித்தார். ஆனாலும் பழைய நிலைக்கு முழுமையாகத் திரும்ப இயலாது போலத்தான் இருந்தது. இதனால் பெரிய அளவில் பாதிக்கப்பட்டது மாயாதான். உற்சாகமும் வலிமையுமாகச் சிங்கம் போல் சுற்றித் திரிந்த அப்பா வெட்டிச் சாய்க்கப்பட்ட மரம் போல விழுந்து கிடப்பதை அவளால் சகிக்க முடியவில்லை. அவர் பலவீன மான குரலில் 'மாயா' என்று அழைக்கிற போதெல்லாம் அவளுக்குத் துக்கம் தொண்டையை அடைத்தது. பேச முடியாவிட்டாலும், இலக்கில்லாத உணர்வற்ற வெறித்த பார்வையாக இருந்தாலும் அவர் கண்கள் ஒரு வகையில் மாயாவுடன் பேசிக்கொண்டுதான் இருந்தன.

உனக்கு நீ உண்மையாக இருக்கவேண்டும் என்றும், வெளிப்படையாக, நேர்மையாக இரு என்றும் அப்பா அடிக்கடி சொல்வார் அவளுக்கு. சமூகத்தின் அர்த்தமில்லாத கட்டுப்பாடுகளுக்கு எதிரானவராக, தான் நினைப்பதைச் சரியாகச் செய்பவராகத் தானே இருந்து காட்டிக் கொண்டிருந்தார்.

'பொண்ணுக்கு வயசாகிட்டுப் போகுது, அவளுக்குக் காலாகாலத்தில் ஒரு கல்யாணத்தைப் பண்ணி வைக்கணும்' என்று கிரன்மயி அடிக்கடிச் சொல்வதுண்டு. அவர் அதை ஏற்பதில்லை. 'அவள் இன்னும் நிறையப் படிக்கணும்; படிச்சப்புறம் வேலைக்குப் போகணும். அதற்கப்புறம் அவ விருப்பப்பட்டா கல்யாணம் செய்துக்கலாம்' என்பார். இதற்கு ஒரு பெருமூச்சைத்தான் கிரன்மயியால் ஒவ்வொரு முறையும் பதிலாகத் தரமுடிந்தது. அடுத்த முயற்சியாக மாயாவை கல்கத்தாவில் அவளுடைய தாய் மாமா வீட்டுக்கு அனுப்பி வைக்கவேண்டும் என்கிற கதையை ஆரம்பிப்பார்.

'அஞ்சலி, ஆபா, நீலிமா, ஷிபானி எல்லோரும் நம்ம மாயா ஜோட்டுப் பொண்கள்தானே? அவங்கள்ளாம் மேல் படிப்புக்கு கல்கத்தா போயாகிவிட்டது. நம்ம பொண்ணும் போனா என்னவாம்?' என்பார்.

சுதாமய்க்குக் கோபம் வரும்.

'ஏன் போகணும்? கல்விக்கு இந்த நாட்டுல ஏதாவது தடை இருக்கா? பள்ளி, கல்லூரிகள் எல்லாத்தையும் மூடிட்டாங்களா?' என்று வெடிப்பார்.

'நம்ம பொண்ணு வளர்ந்துட்டாங்கிறதை ஞாபகம் வெச்சிக்கணும். வயித்துல நெருப்பைக் கட்டிகிட்டு இருக்கேன். ராத்திரியில தூக்கம் வர்றதில்லை. பிஜோயாவை பசங்க வழிமறிச்சி தொந்தரவு பண்ணின விஷயம் உங்களுக்குத் தெரியாதா?'

‘இதெல்லாம் இஸ்லாமியப் பெண்களுக்கும் நடந்துக்கிட்டுத்தான் இருக்கு. அவங்களையெல்லாம் யாரும் கடத்தறதோ கற்பழிக்கிறதோ இல்லைன்னு நினைக்கிறியா?’

‘அதென்னமோ சரிதான்; ஆனாலும்...’ என்று ஆரம்பித்துச் சட்டென்று நிறுத்திவிடுவார் கிரன்மயி. எவ்வளவு சொன்னாலும் இவர் ஒப்புக் கொள்ளப்போவதில்லை...

மூதாதையர் வீட்டையே இழந்த பிறகும் அதுதான் தங்கள் சொந்த மண் என்கிற எண்ணம்மட்டும் இன்னும் போகவில்லை. இது என் தாய்நாடு என்கிற எண்ணமே சுதாமய்க்குப் போதுமானதாக இருந்தது. மாயாவும் கல்கத்தா போவதற்கு ஆர்வம் காட்டவில்லை. அத்தை வீட்டுக்கு ஒரே ஒரு முறை போயிருக்கிறாள். ஆனால் அதை அவள் ரசித்ததாகத் தெரியவில்லை. அத்தை பிள்ளைகள் மாயாவைப் பார்த்த கோணத்தில் அவளைச் சற்று இழிவாகப் பார்ப்பதாக உணர்ந்தாள். அவர்கள் என்ன செய்தாலும் மாயாவைச் சேர்த்துக்கொள்ளவில்லை. அவள் பாட்டுக்குத் தனியாக உட்கார்ந்து பங்களாதேசத்தில் இருக்கும் தன் வீட்டைப்பற்றியே நினைத்தபடி இருப்பாள். அவர்களின் அந்த ஆணவம் அவளுக்குப் பிடிக்கவில்லை. பூஜை விடுமுறை முடிகிறவரை மாயா அங்கிருப்பதாகத்தான் ஏற்பாடு. ஆனால் அதற்கு முன்னரே தன்னைக் கொண்டுவிடும்படி மாமாவை நச்சரிக்க ஆரம்பித்தாள்.

‘பத்து நாளாவது இருக்கணும்ன்னுதானம்மா அக்கா உன்னை அனுப்பியிருக்கா?’

‘எனக்கு வீட்டுக்குப் போகணும்’

பூஜை சமயத்தில் கல்கத்தா நகரமே ஒளியோடு, கோலாகலமாக இருக்கும். ஆனால் அதெல்லாம் மாயாவைக் கவர்ந்ததாகவே தெரியவில்லை. இடம் பிடித்துப் போய் அங்கேயே இருந்து விடுகிறேன் என்று மாயா சொல்வாள் என எதிர்பார்த்த கிரன்மயிக்கு ஏமாற்றம். ஒரு வாரத்துக்குள் திரும்ப வந்துவிட்டாள்.

சுதாமயின் தலைமாட்டில் அமர்ந்திருந்த மாயாவுக்கு ஜஹாங்கீரின் நினைவு வந்தது. பருல் வீட்டிலிருந்தபோது இரண்டு முறை தொலைபேசியில் பேசியிருந்தாள். மாயாமீது முன்னமிருந்த மோகம் சற்று குறைந்திருப்பதாகவே தோன்றியது. அமெரிக்காவில் இருக்கும் மாமா மேல் படிப்புக்காக அவனை அழைத்திருப்பதாகத் தெரிந்தது. புறப்படுவதற்கு ஆயத்தம் செய்து கொண்டிருப்பதாக ஜஹாங்கீர் சொன்னான். அதிர்ச்சி அடைந்த மாயா ஏறக்குறைய அலறினாள்.

'நிஜமாவே போறதா முடிவு பண்ணிட்டியா?'

'அமெரிக்காதானேப்பா.. போனா என்ன? போகத்தான் போறேன்.'

'அங்கே போய் என்ன பண்ணுவே?'

'சிட்டிஸன்ஷிப் கிடைக்கிறவரைக்கும் அதை இதை பண்ணிக்கிட்டு காத்திருப்பேன்.'

'திரும்ப வர்ற ஐடியா இல்லையா?'

'வந்து என்ன கிழிக்கப் போறேன்? சித்த சுவாதீனம் இருக்கிற எவனாவது இந்தத் துரதிர்ஷ்டம் பிடிச்ச நாட்டுல இருப்பானா?'

'எப்பப் புறப்படணும்?'

'அடுத்த மாசம். நான் இங்கே இருந்தா இந்தக் கண்றாவி அரசியல்ல புகுந்துடுவேன்னு தாத்தா பயப்படறார்.'

'ஓஹோ...'

நான் ஊருக்குப் போகிறேனே.. நீ என்ன பண்ணுவே, உன்னால் இருக்க முடியுமா? என்றெல்லாம் ஒரு தரம்கூட அவன் கேட்கவே இல்லை. நீயும் வர்றியா என்று கேட்கவில்லை. நான் வர்றவரைக்கும் காத்திரு என்றுகூடச் சொல்லவில்லை. வருவேன் என்றே சொல்லவில்லையே? ஹோட்டல்களில் உட்கார்ந்து சாப்பிட்டபடி அரட்டை அடித்தது, கிரஸண்ட் ஏரியின் கரையில் உட்கார்ந்து கல்யாணம்பற்றிப் பேசியது... நாலு வருடங்களாக வளர்த்த காதலை அமெரிக்க வாழ்வு என்கிற கனவு சுத்தமாக அழித்துவிட்டதா? வரப் போகிற சந்தோஷத்துக்காக வாழ்க்கையையே அழித்துக் கொள்பவர்கள் உண்டா? மாயாவால் அவன் நினைவுகளை அழிக்க முடியவில்லை. அப்பாவின் பக்கவாதமும் அந்த வலியில் சேர்ந்துகொண்டது.

கிரன்மயியின் வேதனை வேறுவிதமாக வெளிப்பட்டது. மனதுக்குள் அடைத்து வைத்த அந்த வேதனை திடீரென்று நடு இரவில் விழித்து வெடிக்கும் அழுகையாக வெளிப்பட்டது. எதற்காக அந்த அழுகை என்பது யாருக்கும் புரியாது. கன்னத்தில் கண்ணீர் உப்புக் கோடு களாய்க் காய்ந்து மௌனமாக அடுத்த வேலையில் ஈடுபடப் போய் விடுவார்.

இந்துப் பெண்களுக்கே உரித்தான அடையாளங்களாக இருக்கும் வகிட்டில் குங்குமம் இடுவதையும் கைவளை அணிவதையும் கிரன்மயி நிறுத்திப் பல வருடங்கள் ஆகிவிட்டன. 1971 லிருந்து

அவற்றை நிறுத்தும்படி சுதாமய் சொல்லிக் கொண்டே இருந்தார். 1975 இல் ஒருவழியாக கிரன்மயி நிறுத்தினார். சுதாமயும் தான் மிகவும் விரும்பும் வங்காளி இந்துக்களின் பாரம்பரிய ஆடைகளை அணிவதை நிறுத்திவிட்டார். தையல்காரர் டாரு கலீஃபாவிடம் சொல்லி இஸ்லாமியர்கள் போல் இரண்டு செட் பைஜாமாக்கள் தைக்க ஆர்டர் கொடுத்தார். ஆர்டர் கொடுத்துவிட்டு வீட்டுக்கு வந்ததும் தலைவலியும் ஜுரமும் வந்து படுத்து விட்டார். எதனால் அந்த சுகவீனம் என்பது கிரன்மயிக்குப் புரிந்தது.

★

வீடே இத்தனை பிரச்னைகளில் சிக்கியிருக்கும்போதும் சுரஞ்சனால் எப்படி அவனுடைய வழக்கமான சோம்பேறித்தனத்தைத் தொடரமுடிகிறது என்பது மாயாவுக்கு ஆச்சரியமாக இருந்தது. நாள் முழுக்கத் தன் அறையிலேயே முடங்கியிருந்தான். பசித்தாலும் சாப்பாடு போடுகிறாயா என்று யாரையும் கேட்கவில்லை. மரணத்துக்கு அருகில் இருந்த அப்பாவைப்பற்றிக்கூடவா கவலை இருக்காது? அவனைப் பார்க்க வந்த நண்பர்களோடு உரக்கப் பேசிக் கொண்டிருப்பான். திடீரென்று எங்கே போகிறேன் என்று யாரிடமும் சொல்லிக் கொள்ளாமல் வெளியே போவதும், இஷ்டப்பட்ட நேரத்தில் திரும்பி வருவதுமாக இருந்தான். அவனுக்கு எந்தப் பொறுப்பும் கிடையாதா? மாயாவுக்கு வருத்தமாக இருந்தது.

அவனிடம் யாரும் பணம் கேட்பதில்லை. ஆனால் பொறுப்பான ஒரு பிள்ளையாக அப்பாவுக்குத் துணையாக இருக்கலாமில்லையா? மருந்து வாங்கி வரலாம், டாக்டரை அழைத்து வரலாம்.. இதெல்லாம் கூட வேண்டாம். அப்பாவுக்குப் பக்கத்தில் ஆதரவாக உட்கார்ந்திருக்கலாமே?

டாக்டர் ஹரிபாதாவின் கவனிப்பில் சின்னச் சின்ன முன்னேற்றங்களை சுதாமயிடம் பார்க்க முடிந்தது. பேச்சில் குழறல் மெல்லக் குறைந்தது. ஆனாலும் கைகால்களை இன்னமும் அசைக்க முடியவில்லை. தெரப்பியை விடாமல் செய்தால் குணம் தெரியும் என்று டாக்டர் உறுதியாக நம்பினார். மாயா அப்பாவின் அருகிலேயே இருந்தாள்; அவரது தேவைகளை உடனுக்குடன் கவனித்தாள். ட்யூஷன் சொல்லித் தருவதையெல்லாம் நிறுத்தியிருந்ததால் முழுக்க இந்த உதவியில் கவனமாக இருந்தாள். ட்யூஷன் மாணவி மியாட்டியின் அம்மாவோடு நடந்த உரையாடல் மாயாவுக்கு நினைவு வந்தது.

'அவ இனிமே ட்யூஷனுக்கு வரமாட்டா.'

'ஏம்மா?'

'அவளை இந்தியாக்கு அனுப்பப் போறோம்.'

'ஏன் இந்தியாக்கு?'

இதற்கு மியாட்டியின் அம்மா பதிலேதும் சொல்லவில்லை. ஒரு வெற்றுச் சிரிப்புமட்டும் சிரித்தாள். காரணம் மாயாவுக்கு ஓரளவு புரிந்தது. ஒருநாள் மியாட்டிக்கு கணக்குப் பாடம் சொல்லித் தந்து கொண்டிருந்தபோது மியாட்டியின் உதடுகள் முணுமுணுக்கும் வார்த்தைகள் அவள் காதில் விழுந்தன :

'அல்ஹாம்தோ லில்லாஹே ரப்பில் ஆலேமின் அர் ரஹ்மானிற் றஹீம்.'

'என்ன இது? என்ன சொல்றே நீ?' என்று ஆச்சரியமாகக் கேட்டாள் மாயா.

'பிரேயரின்போது நாங்க சொல்ற சூரா (திருக் குர்-ஆனில் வரும் ஒரு பகுதி).'

'பிரேயர்ல சூரா ஓதுகிற வழக்கம் உண்டா உங்க ஸ்கூல்லே?'

'ஆமாம்.. தினமும் இரண்டு சூராக்கள். அதுக்கப்புறம் தேசிய கீதம்.'

'எல்லாரும் சூரா ஓதும்போது நீ என்ன பண்ணுவே?'

'நானும் அவங்களை மாதிரியே தலையில் துணியைப் போட்டு சூரா ஓதுவேன்.'

'இந்துக்கள், கிறிஸ்தவர்கள், பௌத்தர்களுக்கெல்லாம்கூட இதே மாதிரி பிரேயர் உண்டா?'

'ம்ம்ஹூம். இதுமட்டும்தான்.'

ஏனோ மாயாவுக்கு இது தவறாகப் பட்டது; பலவித நம்பிக்கைகள் இருக்கும் குடும்பத்துப் பிள்ளைகள் படிக்கும் பள்ளியில் இப்படி ஒருவிதமான நம்பிக்கையைமட்டும் கடைப்பிடிப்பது சரிதானா?

சுமைய்யா என்கிற இன்னொரு மாணவியுடன் ஏற்பட்ட அனுபவம் வேறுவிதமானது. திடீரென்று ஒருநாள் அந்த மாணவி மாயாவிடம் வந்து,

'அக்கா.. நா இனிமே ட்யூஷனுக்கு வரமாட்டேன்' என்றாள்.

‘ஏம்ப்பா?’

‘அப்பா ஒரு முஸ்லிம் டீச்சர் வைக்கிறேன்னு சொல்லியிருக்கார்.’

வந்து கொண்டிருந்த இரண்டு மாணவிகளும் இந்த மாதிரியே நின்று விட்டார்கள். வீட்டில் யாரிடமும் மாயா இதைச் சொல்லவில்லை. சொன்னால் அநாவசியமாகக் கவலைப்படுவார்கள். ஏற்கெனவே சுரஞ்சன் வீட்டிலிருந்து செலவுக்குப் பணம் எடுத்துக் கொள்கிறான்; மாயாவும் அப்படிச் செய்ய ஆரம்பித்தால் கிரன்மயி எப்படிச் சமாளிப்பார்?

கிரன்மயி சமைத்துக் கொண்டிருந்தார். வழக்கமான சாதம், பருப்பு நீங்கலாகக் கொஞ்சம் சூப்பும் பழரசமும் சுதாமய்க்காகச் செய்ய வேண்டும். யார் போய்ப் பழம் வாங்கி வருவார்கள்? கிரன்மயிக்கு வேதனையான ஆச்சரியம்; தன்னுடைய ஆதரவும் உதவியும் குடும்பத் துக்குத் தேவை என்பது வெளிப்படையாகத் தெரிகிறது, ஒரு மகனால் எப்படி எந்தக் கவலையும் இல்லாமல் படுக்கையில் படுத்துக் கொண் டிருக்க முடியும்? மாயாவுக்குத் தன் அண்ணன்மேல் வேறுவிதமான கோபம். கலவரம் முடிகிறவரை யார் வீட்டிலாவது தங்குவதற்கு ஏற்பாடு செய்யும்படிக் கெஞ்சிக் கூத்தாடிக் கேட்டுக் கொண்டாள். சுரஞ்சன் அது சம்பந்தமாக ஒரு விரலைக்கூட அசைக்கவில்லை.

இன்னமும் எந்நேரம் என்ன ஆகுமோ என்கிற அபாய நிலையில்தான் இருந்தார்கள். ஆனாலும் சும்மா சுற்றிக்கொண்டு திரிகிறானே ஒழிய எந்தக் கவலையும் இல்லை அவனுக்கு. சுரஞ்சனின் அலட்சியப் போக்கினால் வெறுப்படைந்த மாயாவும் பாதுகாப்பு முயற்சிகளைக் கைவிட்டு விட்டாள். சுரஞ்சனே கவலையில்லாமல் இருக்கும்போது அவள் என்ன செய்வாள்? அவளுக்குப் பாதுகாப்புக்காக அடைக்கலம் தரும் அளவுக்குப் பெரிய நண்பர்கள் யாரும் கிடையாது. பருல் வீட்டில்கூட அவள் அத்தனை சௌகரியமாக உணரவில்லை என்பதுதான் நிஜம். எவ்வளவு தான் நெருங்கிய நண்பர்களாக இருந்தும், பருல் வீட்டில் அவளை அந்நியமாகப் பார்த்தார்கள். அதிக நாள் இங்கே இருப்பது பாதுகாப்பல்ல என்கிறரீதியில் அவ்வப்போது பேசிக் கொண்டிருந்தார்கள்.

ச்சே.. என்ன துரதிர்ஷ்டம்! இந்தப் பாதுகாப்பின்மை எனக்குமட்டும் தானா? பருல் போன்றவர்களுக்கு அந்தக் கவலையே இல்லையே என்று நினைத்துக் கொண்டாள் மாயா. பருல் என்றைக்காவது பாதுகாப்புக்காகத் தன் வீட்டுக்கு வந்ததுண்டோ? அப்படி ஒரு நிலை வரவே வராது.

ஒரு சமயம் பருலின் உறவினர் ஒருவர் மாயாவைப் பார்த்து,

‘உன் பேர் என்ன?’ என்று கேட்டார்.

'மாயா' என்றதும்

'முழுப் பேர் என்ன?' என்றார் விடாமல்.

அப்போது சட்டென்று பருல் குறுக்கிட்டு,

'அவ பேர் ஸகியா சுல்தான் என்று சொல்லிச் சமாளித்தாள்.

ஏன் இப்படிப் பெயரை மாற்றிச் சொன்னாய் என்று பின்னர் ஒருநாள் கேட்டபோது, எங்கள் உறவினர்கள் எங்களை மாதிரியானவர்கள் இல்லை. உயர் வர்க்க மதகுருக்கள் மாதிரியானவர்கள் உன்னைப் பார்த்துட்டு நாங்க இந்துக்களுக்கு அடைக்கலம் கொடுக்கறோம்ன்னு ஊர் பூராச் சொல்ல ஆரம்பிச்சாலும் ஆச்சரியப்படறதுக்கில்லை' என்று சொன்னாள்.

தோழியின் கோணத்திலிருந்து நிலைமையைப் புரிந்துகொள்ள முயன்றாள் மாயா. ஆனாலும் அந்தச் சம்பவம் கொஞ்சம் புண்படுத்தத் தான் செய்தது. இந்துக்களுக்கு அடைக்கலம் தருவது குற்றச்செயலா? இந்துக்கள் அடைக்கலம் தேட வேண்டிய அவசியம் ஏன் ஏற்படுகிறது? மாயா அதிக மதிப்பெண்களுடன், முதல் வகுப்பில், மாவட்ட அளவிலான ரேங்கில் பள்ளிப் படிப்பை முடித்தாள். ஆனால் பருல் இரண்டாம் வகுப்பில் சுமார் மதிப்பெண்களுடன் தேர்ச்சி பெற்றாள். ஆனாலும் அவளுக்குக் கிடைக்கிற அளவு சந்தர்ப்பங்களும் வாய்ப்பு களும் மாயாவுக்குக் கிடைப்பதில்லை.

மனதில் எண்ணங்கள் ஓட சுதாமய்க்கு சிகிச்சை செய்தாள் மாயா.

'அப்பா, கைவிரல்களை மடக்குங்க. மெல்லக் கையை உயர்த்துங்க.'

சுதாமய் சின்னக் குழந்தை போல அந்தக் கட்டளைக்குப் பணிந்தார். மாயாவுக்கு இது உற்சாகத்தைக் கொடுத்தது. பாராட்டுகிற பாவனை யில் அப்பாவின் கையைப் பிடித்துக் கொண்டாள். பின்னால் காலடிச் சத்தம் கேட்டு மாயா திரும்பினாள். அம்மா.

'அண்ணா சாப்பிடப் போறதில்லையாமா?' என்று கேட்டாள்.

'யாருக்குத் தெரியும்? அவன் இன்னும் தூங்கறானா முழிச்சிட்டானான்னு கூட எனக்குத் தெரியாது.'

அம்மாவின் பதிலில் இருந்தது விரக்தியா, அலட்சியமா, கோபமா புரியவில்லை.

கிரன்மயியே சாப்பிடவில்லை. மாயா சாப்பிடமட்டும் கொஞ்சம் வைத்திருந்தார். மாயா சற்றுச் சோர்வாக இருந்தாள். அம்மாவின்

வார்த்தைகளுக்குத் தலையை மேலும் கீழும் அசைத்தபடி இருந்தவள் வாசலில் கேட்ட சத்தத்தில் சட்டென்று கொஞ்சம் பரபரப்பு அடைந்தாள். கதவுகளும் ஜன்னல்களும் மூடியிருந்தாலும் வாசலிலிருந்து கோஷங்கள் கேட்டன.

'இந்துக்களே, உயிர்மேல் ஆசையிருந்தால் இந்த நாட்டை விட்டு ஓடுங்கள்.'

மாயாவின் கையைப் பற்றியிருந்த சுதாமயின் விரல்கள் இதைக் கேட்டு இறுகின. அவர் நிலை சீரடைந்து வருவதைக் காட்டிய இந்த சமிக்ஞை அந்த அச்சத்தின் ஊடேயும் மாயாவுக்கு சின்ன சந்தோஷத்தை அளித்தது.

★

சுரஞ்சனின் வயிற்றைப் பசி அலைகள் புரட்டி எடுத்தன.

முன்பெல்லாம் அவன் சாப்பிடாவிட்டாலும்கூடக் கொஞ்சம் சாதம் டைனிங் டேபிளில் அவனுக்காகக் காத்திருக்கும். குடும்பத்தினருக்கு அவன் மீதிருந்த அக்கறை குறைந்திருப்பது நன்றாகத் தெரிந்ததால் பசி என்றுகூட அவன் சொல்வதில்லை. பாத்ரூமுக்குப் போய் முகம் கழுவிக் கொண்டு, சட்டையை மாட்டிக்கொண்டு வெளியேறினான். வெளியே வந்துவிட்டானே ஒழிய எங்கே போவது என்பதில் தெளிவில்லை.

ஹைதர் வீட்டுக்குப் போகலாமா? அவன் இந்நேரம் வீட்டில் இருக்க மாட்டான். பிலால் அல்லது கமால் வீட்டுக்குப் போகலாம். ஆனால் அவர்கள் அடைக்கலம் தேடி வந்ததாக நினைக்கலாம். வேண்டாம். சும்மா கால் போன போக்கில் போகலாம் என்று தீர்மானித்துக் கொண்டான். மொத்த நகரமே என்னுடையதுதானே என்று நினைத்தவன் அதிலிருந்த அபத்தத்தை நினைத்துச் சிரித்துக் கொண்டான். இப்படித்தான் மைமன்சிங் நகரையும் நினைத்திருந்தான். என்றைக்கும் எழுந்திருப்பது போலத் தூங்கி எழுந்த ஒரு காலை அந்த தத்தாக்கள் பட்டணம் இனி தனதல்ல என்று தெரிந்திருக்கவில்லை. தெளிவான நீர்நிலைகளும், காமினிப் பூக்களின் வாசம் கமழும் காற்றும் கொண்ட அவனது பிறந்த ஊரிலிருந்து அடுத்த ஏழு நாட்களுக்குள் காலி செய்தாகவேண்டும் என்று அப்பா சொல்வாரென அவன் எதிர்பார்க்க வில்லை. வீட்டை விற்றாயிற்று. புது ஊருக்கு வந்த இரண்டு நாட்களுக்கு வருத்தத்தில் வீட்டுப் பக்கமே போகவில்லை அவன்.

தன் உற்சாகமும் பெருமிதமும் ஏன் அவ்வப்போது காணாமல் போகின்றன? ஏன் இப்படித் தொட்டாற் சிணுங்கியாக இருக்கிறோம் என்பது அவனுக்கே புரியாத புதிராக இருந்தது. சில சமயம் தன்

மொத்தக் குடும்பத்துடன் தன்னையும் சேர்த்து நொந்து கொள்வான். சில சமயம் பர்வீன்தான் எல்லாவற்றுக்கும் காரணம் என்று நினைப்பான். எவ்வளவு பிரியமாக இருந்தாள்! சில சமயம் அவனைத் தேடி அவசரமாக வந்து,

'வா ரெண்டு பேரும் ஓடிடலாம்' என்பாள்.

'எங்கே?'

'எங்கயாவது... மலை உச்சிக்கு... '

'மலை எங்கே இருக்கு? சில்ஹெட்டுக்கோ, சிட்டகாங்குக்கோதான் போகணும் மலை வேணும்ன்னா.'

'போலாம்.. நாமே நமக்கு ஒரு வீடு கட்டிக்கலாம்.'

'அது சரி..! என்ன சாப்பிடறது? புல்லா?'

இதைக் கேட்டதும் அவள் சிரித்து விடுவாள். சுரஞ்சனின் தோளில் சாய்ந்து,

'நீ இல்லாம என்னால இருக்க முடியாது' என்பாள்.

'இது பொய்யில்லை.. ஆனா நிஜமும் இல்லை. இதெல்லாம் பெண்கள் சும்மா விளையாட்டாச் சொல்றது.'

சுரஞ்சன் சொன்னது சரிதான். பர்வீன் ஒன்றும் செத்துப் போய்விட வில்லை. அது மட்டுமில்லை, ரொம்ப நல்ல பிள்ளையாக அம்மா அப்பா சொன்ன பையனை சந்தோஷமாகக் கல்யாணம் செய்து கொண் டாள். இன்னும் ரெண்டு நாளில் கல்யாணம் என்கிறபோது வந்தாள்.

'எங்க அப்பா அம்மா உன்னை முஸ்லிமா மாறச் சொல்றாங்க' என்றாள்.

சுரஞ்சன் சிரித்தான்.

'எனக்கு எந்த மதத்திலுமே நம்பிக்கை கிடையாதுன்னு உனக்கே நல்லாத் தெரியுமே?' என்றான்.

'இல்லை. நீ மாறித்தான் ஆகணும்.'

'சான்ஸே இல்லை.. எனக்கு மதம் வேண்டாம்.'

'அப்படீன்னா நானும் வேண்டாம்ன்னு அர்த்தம்.'

'இல்லை. நீ நிச்சயம் வேணும். ஆனா அதுக்காக நான் ஏன் முஸ்லிமா மாறணும்?'

பர்வீனின் முகத்தில் கோபச் சிவப்பு தெரிந்தது. பர்வீனின் பெற்றோர் அவளைத் தன்னிடமிருந்து பிரிக்க முயன்று வருவதை அவனால் புரிந்துகொள்ள முடிந்தது. அவள் சகோதரன் ஹைதர் யார் பக்கம் என்று புரிந்துகொள்ள முடியவில்லை. நெருங்கிய நண்பனாக இருந்தாலும் பர்வீன்-சுரஞ்சன் நட்பு குறித்து அவன் எதுவுமே பேசியதில்லை. அவனுடைய இந்த மௌனம் கொஞ்சம் அசௌகரியமாக இருந்ததால் நேரிடையாக அவனை ஆதரிக்கச் சொல்லிக் கேட்கத் தயக்கமாக இருந்தது.

சுரஞ்சன் மதமாற்றத்துக்கு ஒப்புக்கொள்ளாததைத் தொடர்ந்து பர்வீன் தீயாக எரிந்து கொண்டிருந்த தன் காதலையும், அவனுடன் மலை யுச்சிக்குப் போய் வாழ்கிற கனவுகளையும் நீர் ஊற்றி அணைத்தாள். அத்தனை தீவிரமான கனவுகளைக் களிமண் பொம்மை போல நீரில் மூழ்கடித்துக் கரைத்து விட்டு மறந்து விட முடியுமா? இது மாதிரிக் கனவுகள் வெறும் தாற்காலிக சுகத்துக்குத்தானா?

பர்வீன் ஒரு முஸ்லிம் தொழிலதிபரை மணந்துகொண்டாள். ஆனால் துரதிர்ஷ்டவசமாக சீக்கிரமே அவள் பிரச்னைகளைச் சந்திக்க வேண்டியிருந்தது. பர்வீன் விவாகரத்து செய்ய வேண்டியிருக்கும் என்று ஹைதர் அவனிடம் ஒருநாள் சொன்னான்.

ரெண்டு வருஷத்துக்குள்ளேயா? என்று கேட்க நினைத்தான்; ஆனாலும் அடக்கிக் கொண்டான். பர்வீனை மனதிலிருந்து சுத்தமாக நீக்கியிருந்த தாகத்தான் நினைத்தான் சுரஞ்சன். ஆனாலும் இந்தச் செய்தி ஏனோ அவனுக்கு ஒரு சந்தோஷத்தைக் கொடுத்தது. அதனால் அவள் குறித்த நினைவுகள் மறுபடி மனதை ஆட்கொண்டன. பூச்சி அரிக்காமல் பாச்சை உருண்டைகளைப் போட்டு மூடிப் பரணில் பத்திரப்படுத்துவது போலத்தான் பர்வீனின் நினைவுகளை வைத்திருந்திருக்கவேண்டும், அதனால்தான் திரும்ப எழுகிறபோது அதே பழைய தீவிரம் இருக்கிறது.

கடைசியாக அவளைப் பார்த்து எத்தனை நாட்கள் இருக்கும்?

பர்வீனைச் சுற்றும் நினைவுகளைப் பிடிவாதமாக ரத்னாவின் பக்கம் திருப்பினான் சுரஞ்சன். அழகான பெண், பொருத்தமாக இருப்பாள் என்றெல்லாம் நினைத்து பர்வீன் நினைவுகளை மறக்கப் பார்த்தான். பர்வீன் டைவர்ஸீ ஆகப் போகிறாளா? அது எந்த வகையில் தன்னைப் பாதிக்கும் என்றெல்லாம் மறுபடி எண்ணம் ஓடியது. குடும்பத்தாரே பார்த்துத் தேர்ந்தெடுத்த தன் மதத்து ஆடவனைத்தான் கல்யாணம் செய்து கொண்டாள். ஏதோ ஜாதி, மதம், இனம் எல்லாம் பார்த்துச் செய்தாலே திருமணங்கள் இணக்கமாக இருக்கும் என்று நம்பினார்கள். அது சரியென்றால் ஏன் இப்படி ஒரு நிலை உருவாகவேண்டும்?

ஒருக்கால் அவள் கணவன் அவளை மலையுச்சிக்கு அழைத்துப் போக
வில்லையோ? நான் எங்கே இதில் பொருந்துகிறேன்? நான் ஒரு
வேலையில்லாமல் ஊர் சுற்றித் திரியும் இந்து இளைஞன். இப்படி
யெல்லாம் சொல்லி எண்ணங்களைத் திசை திருப்ப நினைத்தவாறு
டிக்காட்டூலி கிராஸில் ரிக்ஷா ஒன்றைப் பிடித்தான். பர்வீன்
மனத்திலிருந்து வெளியேற மறுத்தாள்.

தனியாக இருக்கும் போதெல்லாம் பர்வீன் அவனை முத்தமிடுவாள்.
அவளை இறுக அணைத்து,

'நீ ஒரு சிட்டுக்குருவி' என்பான் சுரஞ்சன் செல்லமாக.

இதற்குப் பதிலாக ஒரு கிண்டல் சிரிப்பு சிரித்து,

'நீ ஒரு வாலில்லாக் குரங்கு' என்பாள் பர்வீன்.

அவள் சொன்னது சரிதான் போலிருக்கிறது. ஐந்து வருஷங்களாக
உபயோகமில்லாமல் சுற்றிக் கொண்டிருக்கிறேன். பர்வீன் போல
இதுவரை யாரும் வெளிப்படையாக, அழுத்தமாக 'உன்னை எனக்குப்
பிடிச்சிருக்கு' என்று சொன்னதில்லை. அவள் அப்படிச் சொன்னபோது
சுரஞ்சன் வியந்து,

'யார் கிட்டயாவது பந்தயம் கட்டியிருக்கியா?' என்று கேட்டான்.

'ஏன் அப்படிக் கேக்கறே?' என்றாள் பர்வீன் புரியாமல்.

'அப்ப என்னைப் பிடிச்சிருக்குன்னு சொன்னதை அப்படியே அர்த்தம்
எடுத்துக்கலாமா?'

'எப்பவுமே நான் என்ன சொல்றேனோ, அதுதான் அர்த்தமும். அதையும்
ஞாபகத்தில் வெச்சிக்கலாம்.'

அவ்வளவு உறுதியாக இருந்தவள் வீட்டில் கல்யாணப் பேச்சு எடுத்ததும்
நிலைகுலைய ஆரம்பித்துவிட்டாள். அவள் தன் சுயத்தை இழந்து
கனவுகளைக் கரைக்கத் தயாராகிவிட்டாள். கல்யாணம் முடிகிறவரை
ஒருதரம்கூட 'அந்த வாலில்லாக் குரங்கைத்தான் கல்யாணம் செய்து
கொள்ள ஆசைப்படுகிறேன்' என்று ஒருதரம்கூட அவள் சொல்லாதது
சுரஞ்சனுக்கு ஏமாற்றமே!

ரிக்ஷாக்காரரிடம் சாமிலிபாக் போகச் சொல்லிச் சொன்னான்.

மாலை மங்கி இருள் கவிய ஆரம்பித்தது. பசி வயிற்றைக் கிள்ளியது.
ஏற்கெனவே அசிடிட்டி பிரச்னை உண்டு அவனுக்கு. அப்பா சிபாரிசு

செய்த ஆண்டாசிட்களை அவன் சாப்பிடுவதில்லை. உதட்டை வெள்ளையாக்கி விடுகிற அந்த மருந்துகளை அவன் வெறுத்தான். புலோக்கின் வீட்டுக்குப்போய் ஏதாவது சாப்பிடலாம் என்று தோன்றியது. புலோக் கடந்த ஐந்தாறு நாட்களாக வெளியில் தலை காட்டவில்லை. ஆகவே நிச்சயம் வீட்டிலிருப்பான் என்று தோன்றியது.

புலோக் கதவைத் திறந்ததும் திறக்காததுமாக,

'சாப்பிட ஏதாவது வேணும்.. வீட்டில் இன்னைக்கு சமையல் இல்லை' என்றான்.

'ஏன்.. என்னாச்சு?'

'சுதாமய் தத்தாவுக்கு ஸ்ட்ரோக். அவருடைய மனைவியும் மகளும் அவருக்கு சிஷ்ருஷை செய்வதில் பிஸியாக இருக்கிறார்கள். மஹா செல்வந்தரான சுகுமார் தத்தாவின் மகன் சுதாமய் தத்தாவுக்கு தன் வைத்தியத்துக்கே இன்னைக்குக் கையில் காசில்லை.'

'நீ ஒரு வேலை தேடிக்கணும். உருப்படியா ஏதாவது செய்யணும்.'

'நான் முயற்சிக்காமயா இருக்கேன்? ஒரு முஸ்லிம் தேசத்தில் வேலை கிடைப்பது அவ்வளவு எளிதாக இல்லை. கிடைச்சாலும் இந்தத் தற்குறிகளிடம் எவன் வேலை செய்வான்?'

புலோக் கொஞ்சம் கலவரமடைந்தான்.

'முஸ்லிம்களைக் குறை சொல்றியா?' என்றான் புருவத்தைச் சுருக்கி.

'பதற்றப்படாதே. ஆமாம், குறைதான் சொல்றேன். ஆனா உன்கிட்ட தானே சொல்றேன். அவங்க முகத்துக்கு நேரே சொல்ல முடியுமா என்ன? தலையைக் கிள்ளித் தூரப் போட்டுட மாட்டாங்களா?'

நீலா கொஞ்சம் சாதமும் கூட்டும் கொண்டு வந்தாள்.

'ஏன்ணா, காலைலேர்ந்து எதுவுமே சாப்பிடல்லையா?'

'நான் சாப்ட்டேனா இல்லையான்னு கவலைப் பட யார் இருக்காங்க?' என்றான் பலஹீனமாகச் சிரித்தபடி.

'நீங்க கல்யாணம் பண்ணிக்கணும்ன்னா.'

'கல்யாணமா?' என்று அவசரமாகக் கேட்ட போதே சுரஞ்சனுக்குப் புரையேறியது. 'என்னை யார் கல்யாணம் பண்ணிப்பாங்க?'

'ஒரு பர்வீன் ஏமாத்திட்டாங்கிறதுக்காக கல்யாணம் பத்தியே யோசிக்காம இருக்கிறது தப்பு.'

'ம்ஹூம்.. அதெல்லாமில்லை. ஒருநாள் கல்யாணம் செய்துக்கிட்டுத் தான் ஆக வேண்டியிருக்கும் என்கிற உண்மையை இன்னும் உணராம இருக்கேன்.. அவ்வளவுதான்.'

புலோக்கும் நீலாவும் ஒருவரை ஒருவர் பார்த்துக்கொண்டு சிரித்துக் கொண்டார்கள். சுரஞ்சனால் சாப்பாட்டை ரசிக்க முடியவில்லை. நாக்கின் சுவை நாளங்கள் எல்லாம் செயலற்றுப் போனது போல இருந்தது. ஆனாலும் பசியை ஆற்றியாக வேண்டுமே என்று சாப்பிட்டான்.

'கொஞ்சம் பணம் கைமாத்தாக் குடுக்க முடியுமா புலோக்?' என்றான் சாப்பிட்டுக் கொண்டே.

'எவ்வளவு வேணும்?'

'உன்னாலே எவ்வளவு முடியுமோ அவ்வளவு. வீட்ல பொருளாதார நிலை என்னன்னு என் கிட்டே யாரும் சொல்றதே இல்லை. அம்மாவோட பர்ஸ் காலியாயிருக்கிறது எனக்குத் தெரியும்.'

'உனக்குத் தேவையான அளவு உதவி பண்ண முடியும்ன்னு நினைக் கிறேன். சரி.. அப்புறம்... நாட்டு நிலைமை இப்ப எப்படியிருக்கு? போலா, சிட்டகாங், சில்ஹெட்... எல்லாம் எப்படி இருக்கு? ஏதாவது தகவல் உண்டா?'

'என்ன சொல்லப் போறேன்னு தெரியும். கோவில்களை இடிச்சிட்டாங்க, இந்துக்கள் வீடுகளைக் கொள்ளை அடிச்சிட்டாங்க, கொளுத்திட்டாங்க, இந்து ஆண்களைக் கொலை பண்ணிட்டாங்க, பெண்கலைக் கற்பழிச்சிட்டாங்க... வேறே புதுசா ஏதாவது இருக்கா?'

'இதெல்லாம் உனக்குச் சாதாரண விஷயங்களா இருக்கா?'

'சாதாரணமில்லாம பின்னே அசாதாரணமா? இந்த நாட்டில் வேறே என்ன நடக்கும்ன்னு நினைக்கிறே? நடக்கிறதுக்கெல்லாம் முதுகைக் காட்டிக்கிட்டு உட்கார்ந்திருக்கே. பிரச்னை உனக்கு வர்றப்போதான் ரியாக்ட் பண்றே. இது எந்த வகையில் நியாயம்?'

டைனிங் டேபிளில் சுரஞ்சனுக்கு எதிரில் உட்கார்ந்திருந்த புலோக் கொஞ்ச நேரம் மௌனத்தில் ஆழ்ந்தான். பிறகு மெள்ள ஆரம்பித்தான்.

'சில்ஹெட்டில் சைதன்யாதேபின் குடிலைக் கொளுத்திட்டாங்க. பழைய நூலகத்தைக்கூட விட்டு வைக்கலை. சில்ஹெட்லேர்ந்து எங்கண்ணன் வந்திருந்தாரு, அவர்தான் சொன்னார் : காலிகட் காலிபரி,

ஷிவ்பரி, ஜகன்னாத் ஜிம்னாசியம் உள்ளிட்ட ஏறக்குறைய நூறு இடங்கள்ள மக்களை உயிரோட கொளுத்தியிருக்காங்க.'

'அப்படியா?'

'என்னென்னமோ நடக்குது. இந்த நாட்டுல எப்படி இருக்கப் போறோம்ன்னு புரியவே இல்லை. சிட்டகாங்கில ஜமாதிகளும் பி.என்.பி யும் ஒண்ணு கூடி வீடுகளையும் கோவில்களையும் நாசம் பண்ணிக்கிட்டு இருக்காங்க. முடிஞ்ச அளவுக்கு இந்துக்கள் வீடுகள்ள கொள்ளை அடிக்கறாங்க. அவங்க பகுதியில் இருக்கிற குட்டைகள்ள இருக்கிற மீன்களைக்கூட விட்டு வைக்கலை. இந்துக்கள் பல நாட்களா சாப்பிட எதுவுமில்லாம தவிக்கிறாங்க. கஜ‌ூரியா கிராமத்தில் கனுபிஹாரினாத் கிட்டயும் அவர் மகன் கிட்டயும் இருபதாயிரம் டக்காஸ் குடுக்கல்லைன்னா சொந்த வீட்டை விட்டே துரத்திடுவோம்ன்னு மிரட்டியிருக்காங்க. அவங்க உயிருக்குப் பயந்து ஓடிட்டாங்க. மீரர்சராய் காலேஜ் டீச்சரோட பொண்ணு உத்பலா ராணியைக் கடத்தி கிட்டுப் போய்ட்டு சாயந்திரத்துக்குப் பிறகுதான் கொண்டு விட்டிருக்காங்க. இது எதையுமே நாம் எதிர்த்துக் குரல் கொடுக்கப் போற தில்லையா?'

'எதிர்க்கலாம்.. எதிர்த்தா என்ன ஆகும்? டி.எல்.ராயின் பாட்டு ஞாபகம் இருக்கா? உதைத்ததென்னவோ உண்மைதான், அதுக்குப்போய் வலிக்குதுன்னு அழறியே எத்தனை திமிர்' என்று சொன்ன சுரஞ்சன் நாற்காலியில் சாய்ந்து கண் மூடிக்கொண்டான். புலோக் தொடர்ந்தான்.

'போலாவில் ஆயிரக்கணக்கான வீடுகளை நாசம் பண்ணிட்டாங்க. ஒரு பனிரெண்டு மணி நேரம் தடையுத்தரவை விலக்கினாங்க. அந்த நேரத்துக்குள்ளே ஆயுதம் தாங்கிய கலகக்காரர்கள் லஷ்மிநாராயணன் ஜிம்மை உடைச்சி நாசம் பண்ணியிருக்காங்க. போலீஸ்காரங்க கைகட்டி வேடிக்கை பார்த்துக்கிட்டு இருந்திருக்காங்க. அது மட்டுமில்லை மொத்தம் இருநூற்று அறுபது கோவில்களை இடிச்சிருக்காங்க. போர்ஹானுத்தின்ல ஆயிரத்தைந்நூறு பேரைத் தாக்கியிருக்காங்க. ஆயிரம் வீடுகள் நாசமாகியிருக்கு. தாஜ்முத்தின்ல இரண்டாயிரத்துக்கு மேற்பட்ட வீடுகள் நாசமாகியிருக்கு.'

சுரஞ்சன் சிரித்தான்.

'செய்தி வாசிக்கிறவர் மாதிரி ரகம் வாரியா எண்ணிக்கையோட தகவல் சொல்லிக்கிட்டு இருக்கியே.. இந்த நிகழ்வுக்கெல்லாம் வருத்தப் படறியோ?'

புலோக் ஒரு வெற்றுப்பார்வை பார்த்தான்.

'உனக்கு வருத்தமிருக்கா?'

சுரஞ்சன் சிரித்துவிட்டு, 'இல்லை. எனக்கு எந்த வருத்தமும் இல்லை' என்றான்.

'நான் குறிப்பிட்ட இடங்கள் எல்லாத்திலயும் என் சொந்தக்காரங்க இருக்காங்க. என்னாலே வருத்தப்படறதைத் தவிர வேறொண்ணும் பண்ண முடியாது' என்றான் புலோக்.

'முஸ்லிம்கள் அவங்களால முடிஞ்சதைப் பண்ணிக்கிட்டு இருக்காங்க. ஆனா அதுக்காக இந்துக்கள் தங்கள் பக்க நியாயத்தைக் காட்டப் பழி வாங்கும் நடவடிக்கையில் இறங்கலாம் என்பது சரியாக இருக்காது. உன்பால் இரக்கப்பட என்னால் முடியவில்லை. மன்னிக்கணும் புலோக்.'

புலோக் பதிலொன்றும் சொல்லவில்லை. அமைதியாகத் தன் அறைக்குப் போய் அவன் திரும்பியபோது கையில் இரண்டாயிரம் டக்காக்கள் வைத்திருந்தான். அதை சுரஞ்சனிடம் நீட்டினான். அதை வாங்கிப் பையில் செருகியபடி

'அலோக் எப்படி இருக்கான்? அவன் நண்பர்கள் அவனைத் தங்கள் குழுவில் சேர்த்துகிட்டாங்களா?' என்றான்.

'ம்ம்ஹூம்.. அவனால முடிஞ்சதெல்லாம் நண்பர்கள் விளையாடறதை வேடிக்கை பார்க்கிறதுமட்டும்தான்.'

'உனக்கொரு விஷயம் தெரியுமா புலோக்? யாரையெல்லாம் மதச் சார்பில்லாதவன், நம்ம ஆளு, நண்பன்னு நினைக்கிறோமோ அவங்க தான் மனசுக்குள்ளே ஆழ்ந்த மதவாதிகளா இருக்காங்க. நாம் இந்த நாட்டு முஸ்லிம்களுடன் இணைந்து இரண்டறக் கலந்துட்டோம். சலாம் அலைக்கும், குதா ஹஃபிஸ்ன்னு சொல்றதுல நமக்கு எந்தத் தயக்கமும் இல்லையே. ஜலத்தை பானின்னே சொல்லப் பழகிட்டோம். ஸ்நானம்னு சொல்றதில்லை. அவங்க மத உணர்வுகளை நாம மதிக் கிறோம். ரம்ஜான் மாதத்தில் பொது இடத்தில் டீ குடிப்பது, புகை பிடிப்பதெல்லாம்கூடச் செய்வதில்லை நாம். இன்னும் சொல்லப் போனால், அந்த நாட்களில் அவங்க நடத்தும் ரெஸ்டாரண்ட்டுகளுக்குக் கூடப் போறதில்லை. ஆனா அவங்க நம்மகிட்ட எந்த அளவுக்கு நெருக்கமா இருக்காங்க? அவங்களுக்காக இவ்வளவும் செய்கிற நமக்கு பூஜா விடுமுறை நாட்கள் எவ்வளவு கிடைக்குது? ஈத் விடுமுறை நாட்களின்போது அவர்கள் சந்தோஷமாகக் கொண்டாடும்போது,

அலுவலகங்களிலும், மருத்துவ மனைகளிலும் இந்துக்கள் ஓவர்டைம் செய்ய வேண்டியிருக்கிறதே? 8 வது சட்டத் திருத்தம் வந்தது. அவாமி லீக் பெரிய குரலெடுத்து அழுதது. அவ்வளவுதான். ஹஜ் யாத்திரை போய் வருகிறவர்கள் போல ஹஸினா தலையை மறைத்துக்கொண்டு விட்டார். எல்லாரும் ஒண்ணுதான். ஒரு வித்யாசமும் கிடையாது. ஒண்ணு நாம தற்கொலை பண்ணிக்கணும், இல்லைன்னா நாட்டை விட்டு ஓடணும்.'

சுரஞ்சன் எழுந்து கதவை நோக்கி நடந்தான். அம்மா அவனிடம் கொஞ்ச நாள் முன்பு மைமென்சிங்கில் ராய்சுத்தினைப் போய்ப் பார்த்து வரச் சொல்லிக் கொண்டிருந்தாள். ராய்சுத்தின்தான் அவர்கள் வீட்டை அடிமாடு விலைக்கு வாங்கியவர். கஷ்டத்தைச் சொன்னால் அவர் ஏதாவது உதவக்கூடும் என்பது அம்மாவின் எண்ணம். ஆனால், சுரஞ்சனுக்கு அதில் சம்மதமில்லை. சுரஞ்சனுக்கு கடன் வாங்குவதில் என்றைக்குமே விருப்பம் இருந்ததில்லை. ஆனால் மளிகைக்கும் பாலுக்கும் வாடகைக்கும் பணம் தர வேண்டிய நிலையில், அவர்கள் கழுத்தைப் பிடிக்கும் சூழ்நிலையில் என்ன செய்வது? ராய்சுத்தினிடம் கையேந்துவதை விட புலோக்கிடம் கேட்பது பரவாயில்லை என்று தோன்றியது. முன்பொரு சமயம் புலோக்குக்கு அவன் உதவியதுண்டு. அப்படி இல்லாவிட்டாலும் ஒரு சக இந்து என்கிற முறையில் மைனாரிட்டிகளின் சிரமம் தெரிந்தவன். கடந்த சில நாட்களாக எந்த முஸ்லிமிடமும் உதவி கேட்பதில்லை என்று முடிவெடுத்திருந்தான்.

வந்தனம் சொல்லிப் புறப்பட்டான். வீட்டை நோக்கிப் போகும்போது வீட்டில் தான் நடத்தப்படும் விதத்தை நினைத்தான். வீட்டுப் பொறுப்பில் இம்மியளவுகூட அவனிடம் தருவதில்லை. வீட்டைப் பற்றிக் கவலையில்லாத ஒரு சமூக சேவகன் என்று நினைத்தார்களா.. இவனைப் போய்த் தொந்தரவு செய்வதில் அர்த்தமில்லை என்று நினைத்தார்களா தெரியாது. பணத்தைக் கொண்டு போய் அம்மாவிடம் தரவேண்டும். அம்மா குடும்பத்தை நிர்வகிப்பதை நினைத்து அவனுக்கு வியப்பாக இருந்தது. யாரையுமே, எதையுமே குறை சொல்வதில்லை. உபயோகமில்லாத மகனைக்கூடக் குறை சொல்வதில்லை. எத்தனை கஷ்டங்கள் வந்தாலும் அம்மா குறை சொன்னதே இல்லை.

திடீரென்று இந்த வாழ்க்கைக்கு அர்த்தமே இல்லையோ என்று தோன்றியது சுரஞ்சனுக்கு. ஏற்கெனவே அப்பா வாழ்வா சாவா என்று திணறிக்கொண்டிருக்கிறார். அவரைக் கவனிப்பதே அம்மாவுக்கும் மாயாவுக்கும் பெரிய சிரமமாக இருக்கிறது. தான் வேறு ஒரு பாரமாக இருக்க வேண்டுமா? பேசாமல் கொஞ்சம் பெத்தடின் வாங்கி சிரிஞ்ச்

வழியாகச் செலுத்திக்கொண்டு போய்ச் சேர்ந்துவிடலாமா என்று தோன்றியது. அவன் செத்துப்போகிற காட்சிகள் மனக்கண்ணில் ஓடின. அவன் பாட்டுக்குச் செத்துப்போய் படுக்கையில் படுத்திருப்பான். தூங்கிக் கொண்டிருப்பதாக நினைத்து எல்லாரும் விட்டுவிடுவார்கள். ரொம்ப நேரமான பிறகு மாயா வந்து அண்ணா எழுந்திரு, அப்பாவுக்கு ஏதாவது பண்ணியாகணும் என்பாள். அண்ணா எழுந்திருக்க மாட்டான் என்பது தெரிய அவளுக்கு ரொம்ப நேரம் ஆகும்.

யோசனைகளோடு நடந்தபோது பிஜய் நகர் கிராஸில் ஒரு ஊர்வலம் போய்க் கொண்டிருந்தது. மத ஒற்றுமைக்கான ஊர்வலம். முஸ்லிம் களுக்கும் இந்துக்களுக்கும் இடையே ஒற்றுமை நிலவ வேண்டும் என்கிற ரீதியிலான கோஷங்கள். சுரஞ்சனால் விரக்தியும் கிண்டலுமான சிரிப்பைத் தவிர்க்க முடியவில்லை.

வீட்டுக்குப் போகுமுன் கௌதம் வீட்டுக்குப் போனான். கொஞ்சம் தேறியிருந்தான். ஆனாலும் சின்னச் சத்தம் கேட்டாலும் பயந்தான். கௌதம்போல அரசியல் ஆர்வம் இல்லாத, தன் மருத்துவப் படிப்பில் கவனமாக இருக்கிற, விரோதிகளே இல்லாத ஒருவன் இந்த பாபர் மசூதிப் பிரச்னையில் சம்பந்தமே இல்லாமல் அடி வாங்குவது அபத்தம். கௌதமின் அருகில் உட்கார்ந்திருந்த அவன் அம்மா கிசுகிசுப்பான குரலில் சுரஞ்சனிடம்,

'நாங்க போறோம்' என்றாள்.

'போறோம்ன்னா?' என்றான் சுரஞ்சன் அதிர்ந்து.

'வீட்டை விற்க ஏற்பாடு பண்ணியாச்சு.'

எங்கே போகப்போகிறீர்கள் என்று கேட்க விருப்பமில்லை அவனுக்கு. வேறு தெருவா, வேறு ஊரா, வேறு நாடா... எதுவாக வேண்டு மானாலும் இருக்கலாம். சுரஞ்சன் எழுந்துவிட்டான். கௌதமின் அம்மா அவனைக் கையமர்த்தி,

'எங்கே அதுக்குள்ள கிளம்பறே? நாங்க புறப்படறதுக்குள்ளே மறுபடி பார்க்க முடியுமோ முடியாதோ. கொஞ்சம் உட்காரேன்' என்றாள். குரலில் வருத்தம் தெரிந்தது.

'வேணாம்மா... வீட்ல கொஞ்சம் வேலை இருக்கு. அப்புறம் வந்து பாக்கறேன்' என்று புறப்பட்டான். திரும்பிப் பார்க்காமல் நடக்க ஆரம்பித்தான்.

★

# நாள் 5

சுரஞ்சனின் அரசியல் கட்சியில் பிருபாக்ஷா என்றொரு துடிப்பான இளைஞன் இருந்தான். அவன் சுரஞ்சனைப் பார்க்க வந்தபோது சுரஞ்சன் இன்னும் படுக்கையிலிருந்து எழுந்திருக்கவே இல்லை.

'மணி பத்தாகுது, இன்னும் படுத்துக்கிட்டு இருக்கே?'

'தூங்கல்லை. சும்மாதான் படுத்திருக்கேன். செய்யறதுக்கு எதுவும் இல்லைன்னா படுத்திருக்கிறதேமேல். எழுந்து என்ன மசூதியையா நம்மால் இடிக்க முடியும்? அதுக்கெல்லாம் தைரியம் கிடையாது. அதான் படுத்திருக்கேன்.'

'நீ சொல்றது சரிதான். நூத்துக்கணக்கிலே கோவில்களை இடிச்சித் தள்ளிக்கிட்டு இருக்காங்க. ஒரு மசூதி மேல ஒரு கல்லை விட்டெறிஞ்சா என்ன ஆகும்? நானூறு வருஷம் புராதன ரொமானா காலிபரியை பாகிஸ்தானியர்கள் வெறும் மண் குவியலா சிதைச்சிட்டாங்க. அதைத் திருப்பிக் கட்டிக் குடுக்கிறதா எந்த உத்திரவாதமும் அரசாங்கத்திலேர்ந்து இல்லை.'

'ஹஸினா சதா பாபர் மசூதியைத் திரும்பக் கட்டுவது பத்தி பேசிக் கிட்டே இருக்காங்க. ஆனா பங்களாதேசத்தில் சிற்சில நஷ்ட ஈடுகள் தரப்படும் என்றாலும் கோவில்களைக் கட்டித் தருவதைப் பத்திப் பேச்சே இல்லை. இந்துக்கள் ஒண்ணும் பங்களாதேசத்துக்கு ஆத்து வெள்ளத்துல அடித்து வரப்பட்டவர்கள் இல்லை. இந்த மண்ணின் மைந்தர்கள். நம்முடைய சொத்துக்களையும் உரிமைகளையும்

வழிபாட்டிடங்களையும் பாதுகாத்துக்கிற அதிகாரமும் உரிமையும் நமக்கும் இருக்கு.'

'இந்தக் கொள்ளைகளும் கலவரங்களும் இடிப்பும் பாபர் மசூதியை முன் வைத்துமட்டும்தானா நடக்குது? 1992 மார்ச்ல பகேர்ஹட்டா கிராமத்தில் மொக்லேஷுர் ரஹ்மானும் சந்த் மியா தாலுக்தாரும் காளிந்திர ஹல்தாரின் மகள் பட்டுல் ராணியைக் கடத்திகிட்டுப் போனது என்ன கணக்கு?'

'உபாஸிலா பரிஷாத் தலைவர் யூனஸ் மியாவும், யுபி உறுப்பினர் நபி அலி மிரிண்டாவும் மோனி கனைலால் குடும்பத்தாரை அவங்க நாட்டை விட்டே ஓடிப்போகிற அளவு சித்திரவதை பண்ணியிருக் காங்க.'

'ராஜ்நகர் கிராமத்தில பீரேன் என்கிறவரை மடக்கி ரகசிய இடத்தில் வெச்சி சொத்துக்களை எல்லாம் விட்டுட்டு ஓடிப் போகச் சொல்லிப் பயமுறுத்தி இருக்காங்க. இன்னைக்குவரைக்கும் அவர் எங்கே இருக்கார்ன்னே தெரியல்லை. சுதீர் என்கிறவரைக் கொடுமைப் படுத்தி நாட்டை விட்டு துரத்திவிட்டு அவருடைய வீட்டு மனையை அபகரித் தார்கள். சந்தன் சீல் என்கிறவரை கிராமத் தலைவரே கடத்திப் போனார். போகா கிராமத்தில் சித்தரஞ்சன் சக்கரவர்த்தியின் நிலத்திலிருந்து தானியங்களைக் கொள்ளையடித்தார்கள். புகார் கொடுத்தால் புகாரைத் திரும்பப் பெறாவிட்டால் கொன்றுவிடுவோம் என்று மிரட்டினார்கள்.'

விருப்பமில்லாவிட்டாலும் விவாதத்துக்குள் தான் இழுக்கப்படுவதை சுரஞ்சன் உணர்ந்தான்.

'ஏப்ரல் முதல் தேதி ஜல்காபாரில் ஸ்வபன் சந்திர கோஷ் என்கிறவரைத் துப்பாக்கி முனையில் மிரட்டிப் பணம் கொடுத்தால்தான் விடுவோம் என்றார்கள். மறுத்ததற்கு அங்கிருந்த பணியாட்களையும் அவரையும் அடித்து, உதைத்துப் பணப் பெட்டியை உடைத்து இருபதாயிரம் டக்காக்களை திருடிக்கொண்டு போய்விட்டார்கள். இது ஒரு தலை வேதனையாக ஆகிக் கொண்டிருக்கிறது. சித்திக் பஜாரில் மானிக்லால் தூபிக்கு ஆனதும் இதுதான். அதே பகுதியைச் சேர்ந்த ஷஹாபுத்தின், சிராஜ் பர்வேஸ், சலாஹுத்தின் இவர்கள் சேர்ந்து அவருடைய சொத்துக்களைப் பிடுங்கிக்கொண்டார்கள்.'

சுரஞ்சன் கொஞ்ச நேரம் அமைதியாக இருந்து விட்டுப் பிறகு தொடர்ந்தான்,

'பயிர்களைத் திருடுவது, பெண்களைக் கடத்திப்போவது, கற்பழிப்பது, சொத்துக்களை அபகரிப்பது, கொலை மிரட்டல், அடி உதை இவற்றால்

மக்களைச் சொந்த வீட்டை விட்டும் நாட்டை விட்டும் விரட்டுவது இவையெல்லாம் நாடு முழுக்க நடக்கிறது. அந்தக் கொடூரங்களின் முழு வீச்சு நமக்குத் தெரிவதில்லை. நாட்டை விட்டுத் துரத்தப்பட்டவர்கள் எத்தனை பேர் என்பது நமக்குத் தெரியாது.'

'ஆமாம். அவ்வப்போது கேள்விப்படுகிற நிகழ்வுகள்மட்டும்தான் நமக்குத் தெரியும். நவகாளியில் கிருஷ்ணலால் தாஸின் மனைவி சுவர்ணபாலாவை அபுல் கலாம் முன்ஷியும் அபுல் காசீமும் இன்னும் சிலரும் கடத்திய செய்தியை எத்தனை பேர் கேள்விப்பட்டார்களோ. நினைவிழந்த நிலையில் பக்கத்து வயலில் கிடந்தாராம் சுவர்ணபாலா' என்றான் பிருபாக்ஷன்.

சுரஞ்சன் எழுந்து முகம் கழுவப் போனான். பாத்ரூம் போகிற வழியில் கிச்சனில் எட்டிப் பார்த்து அம்மாவிடம் இரண்டு கப் டீ போடுமாறு கேட்டுக் கொண்டான். முந்தாநாள் நண்பனிடம் கடன் வாங்கிய இரண்டாயிரம் டக்காக்களை அம்மாவிடம் கொடுத்திருந்தான். மகனுக்குச் சுத்தமாகப் பொறுப்பில்லை என்கிற எண்ணத்தை கிரன்மயி கைவிட்டிருக்கக் கூடும். அவர் முகத்தில் கொஞ்சம் அமைதியும் தெளிவும் இருந்தது இன்று. சுரஞ்சன் அறைக்குத் திரும்பும்போது நாற்காலியில் உட்கார்ந்திருந்த பிருபாக்ஷன் முகம் கவலையாக இருப்பதைக் கவனித்தான். அவனை உற்சாகப் படுத்தினான். சுரஞ்சனே அன்று கொஞ்சம் உற்சாகமாக இருந்தான். சுதாமயின் அறைக்குப் போய் அவரது உடல்நலம் எப்படி இருக்கிறது என்று பார்க்க விரும்பினான்.

மாயா இரண்டு கப் டீயுடன் வந்தாள்.

'ரொம்ப இளைச்சிட்டியே.. பருல் வீட்ல ஒழுங்கா சாப்பாடு தரல்லையா?' என்றான் சுரஞ்சன்.

மாயா இதைக் காதில் வாங்கியதாகவே காட்டிக்கொள்ளவில்லை. டீயை வைத்துவிட்டுப் போய்க்கொண்டே இருந்தாள். அவள் சுரஞ்சன்மேல் ரொம்ப அதிருப்தியில் இருந்தாள். அப்பா உடல்நிலை சரியில்லாமல் இருக்கும்போது தமாஷ் பண்ணிக் கொண்டிருப்பது சரியாகவே இருக்காது என்று நினைத்தாள். மாயாவின் எதிர்வினை சுரஞ்சனை உடனே வாயை மூடிக்கொள்ளச் செய்தது.

பிருபாக்ஷாவின் கேள்வி சுரஞ்சனைத் திரும்பப் பழைய மனநிலைக்கு அழைத்து வந்தது.

'சுரஞ்சன், உனக்கு மதங்களில் நம்பிக்கை கிடையாது. கோவிலுக்குப் போகிறதில்லை, சாமி கும்பிடுவதில்லை. மாட்டுக் கறிகூடச்

சாப்பிடறே.. நான் ஹிந்துவே இல்லை. சரியாச் சொன்னா பாதி முஸ்லிம்ன்னு சொல்லிக்கலாமே நீ?'

'ப்ச்.. எந்த மதம் என்கிறதில பிரச்னையே இல்லை. ஹிந்துத் தீவிரவாதி களுக்கும், முஸ்லிம் தீவிரவாதிகளுக்கும் மனோபாவத்தில் வேறுபாடே இல்லை. நம்ம ஜமாதிகளுக்கும் இந்தியாவில் இருக்கிற பி.ஜே.பி க்கும் ஒற்றுமைகள் இருக்கிறதை நீ கவனிச்சிருக்கியோ தெரியாது. மனிதத் தன்மையே இல்லாத இடத்தில் மனிதனாக இருக்க முயற்சிக் கிறதே பிரச்னை அல்லவா?'

சுரஞ்சன் பதில் சொல்லுமுன் அவனே தொடர்ந்து பேசினான்.

'இந்தியாவில் நடந்த கலவரங்களில் ஆயிரம் பேர் இறந்திருக்காங்க. விஸ்வ ஹிந்து பரிஷத், ஆர்.எஸ்.எஸ்., பஜ்ரங் தள், ஜமாதி இஸ்லாமி அமைப்புகள் இவை எல்லாவற்றையும் தடை பண்ணியிருக்காங்க. சில்ஹட்ல ஒரு போராட்டம் அறிவிச்சிருக்காங்க, பிரோஸ்பூரில் 144 போட்டிருக்காங்க, போலாவில் தடைச் சட்டம், மத ஒற்றுமைக்காக நாடு பூரா அணிவகுப்புக்கள். அவர்கள் போடும் கோஷங்கள் மத அமைப்புகள் எல்லாவற்றுக்கும் எதிராக இருக்கின்றன. இங்கிலாந்தில் கூடக் கோவில்கள்மீது தாக்குதல் நடத்த முயற்சி நடந்திருப்பதாகத் தோன்றுகிறது. போலாவில் ராணுவத்தை அனுப்பி அமைதி காக்க வேண்டிய அளவுக்கு நிலைமை மோசமாக இருக்கிறது.'

'அது சரி! எல்லாம் எரிந்து நாசமாய்ப் போன பிறகு ராணுவம் போய் என்ன பயன்? சாம்பலைத்தான் அள்ளமுடியும். கலவரம் ஆரம்பித்ததுமே இந்த நடவடிக்கை எடுக்கப்பட்டிருக்கவேண்டும்' என்று சொன்ன சுரஞ்சன் குரலில் கொஞ்சம் ஆவேசம் தெரிந்தது. தொடர்ந்து 'அவாமி லீகில் இருப்பவர்கள் ஒன்றும் சாதுகளோ ஞானிகளோ இல்லை' என்றான்.

'ஒருவேளை இந்தச் சட்டம் ஒழுங்குக் குலைவுக்குப் பழி அரசாங்கம் மேல் வரவேண்டும் என்பதற்காகத்தான் நிலைமை மோசமாகிறவரை அவாமி லீக் வாயை மூடிக்கொண்டு இருந்ததோ?'

'தெரியவில்லை. இருந்தாலும் இருக்கலாம். எல்லாருக்கும் வோட்டு தேவைப்படுகிறது. இந்த நாட்டில் வோட்டின் அடிப்படையிலான அரசியல்தான் நடந்து கொண்டிருக்கிறது. யாருக்கும் கொள்கைகள் பற்றி அக்கறை கிடையாது. எதையாவது செய்து வோட்டு வாங்க வேண்டும். அவாமி லீகுக்கு இந்துக்களின் வோட்டைப் பெற்று விட முடியும் என்கிற நம்பிக்கை இருக்கிறது. வோட்டு வங்கி என்கிறார்கள்

அதை! சில இடங்களில் அவர்களேகூட வன்முறையைத் தூண்டி விட்டிருக்கிறார்கள்'

'நான்கூட ஒரு விஷயம் கேள்விப்பட்டிருக்கிறேன். அவாமி லீக் வெற்றிஅடைந்த தொகுதிகளில் பிஎன்பி கட்சி கோவில்களை இடிப்பது உள்ளிட்ட வன்முறைகளை அரங்கேற்றுவார்களாம். மக்களிடம் போய் நீங்கள் வோட்டுப் போட்ட கட்சி என்ன பண்ணிக் கொண்டிருக்கிறது? உங்களைப் பாதுகாக்க அவர்கள் ஏன் எதுவும் செய்யவில்லை என்று தூண்டியும்விடுவார்களாம். பிஎன்பி ஜெயித்த இடங்களில் இதே வேலையை அவாமி லீக் செய்கிறதாம்.'

'ம்ம்ம்... நடந்த ரகளைகளுக்கு அரசியலும் ஒரு காரணம்தான். ஆனால் அடிப்படைவாதிகளின் உதவியில்லாமல் எதுவும் செய்யமுடியாது என்பதும் நிஜம்தான். அது சரி, பத்திரிகைகள் எல்லாம் ஒரே மாதிரி தானே எதிர்வினை செய்திருக்கின்றன? அவர்கள் எல்லாருமே மத ஒற்றுமையைத்தானே வலியுறுத்துகிறார்கள்?'

'நீ பேப்பரே படிக்கிறதில்லையா?'

'ஏனோ படிக்கணும்ன்னு தோணறதில்லை.'

இந்தநேரத்தில் மாயா அறைக்குள் நுழைந்தாள். அவள் கையில் ஒரு கவர் இருந்தது. அதை மேசைமீது வைத்தபடி,

'அம்மா இதை உன்கிட்டே குடுக்கச் சொன்னாங்க. தேவை யில்லைன்னு சொல்லச் சொன்னாங்க.'

என்ன அது என்று கேட்பதற்குள் மாயா அறையை விட்டுப் போய் விட்டாள். எழுந்து போய் என்னவென்று பார்த்தான். நேற்றிரவு கொடுத்த இரண்டாயிரம் டக்காக்கள். சுரஞ்சன் செவிட்டில் அறை விழுந்தாற்போல உணர்ந்தான். அம்மா என்ன நினைக்கிறாள்? இதை மறுப்பதுதான் கௌரவம் என்று நினைக்கிறாளா? ஒருவேளை வேலை எதுவும் இல்லாத பையனுக்குப் பணம் எப்படிக் கிடைத்தது, எங்கே யாவது திருடி விட்டான் என்று நினைத்தாளா? பிருபாக்ஷாவிடம் தொடர்ந்து பேச விருப்பமில்லாமல் போனது சுரஞ்சனுக்கு. தனியாக இருக்கவேண்டும்போல இருந்தது.

★

கிரன்மயியின் தகப்பனார் அகில் சந்திர பாசு ஒரு பிரபல வழக்கறிஞர். மகள் பதினாறு வயதாக இருக்கும்போதே டாக்டருக்கு அவளை

மணமுடித்துக் கொடுத்துவிட்டுக் குடும்பத்தோடு கல்கத்தா போய் விட்டார். எப்படியும் மகளும் மாப்பிள்ளையும்கூடக் கொஞ்ச நாளில் வந்துவிடுவார்கள் என்று நம்பினார். கிரன்மயிகூட அப்படித்தான் நம்பினார். குடும்பத்தின் பெரும்பாலோர் கல்கத்தாவில் இருக்கும் போது தாமும் போய்விடத்தான் சுதாமய் எண்ணுவார் என்பது அவர் நம்பிக்கை.

தான் வாழ்க்கைப்பட்டது ஒரு வித்தியாசமான குடும்பம் என்பது கிரன்மயிக்குத் தெரியக் கொஞ்ச காலம் பிடித்தது. சுமார் ஆறு ஆண்டுகள் மாமனார் மாமியாருடன் சேர்ந்து வாழ்ந்தார். அந்த ஆறு ஆண்டுகளில் ஏகப்பட்ட நண்பர்களும் உறவினர்களும் மூட்டை முடிச்சுகளைக் கட்டிக்கொண்டு கல்கத்தா புறப்பட்டுப் போய்விட்டார்கள். ஆனால் சுதாமய் குடும்பத்தில் யாருக்குமே அந்த எண்ணம் இம்மியளவுகூட எழாதது கிரன்மயிக்கு ஆச்சரியமாகவும் கவலையாகவும் இருந்தது. அப்பா அவ்வப்போது வரச் சொல்லி எழுதும் கடிதங்களில் ஒன்று இப்படி இருந்தது:

அன்புள்ள கிரன்,

கடைசியில் இங்கே வருவதில்லை என்று முடிவு செய்துவிட்டாய் என்று நினைக்கிறேன். சுதாமயை இன்னும் கொஞ்சம் ஆழ்ந்து யோசிக்கச் சொல். எங்களுக்கும் அந்த நாட்டை விட்டு வரப் பிடிக்கவில்லைதான். ஆனால் என்ன செய்வது, அந்த நிலைக்குத் தள்ளப்பட்டோம். இங்கே வந்ததும் மிக சந்தோஷமாகிவிட்டோம் என்று நினைக்க வேண்டாம். தாய்நாட்டை நினைத்து வருத்தப்படாத நாளில்லை. ஆனாலும் சூழ்நிலை என்ன என்பதைப் புரிந்து நடை முறைக்கு ஒத்து வருகிற முடிவை எடுப்பதுதான் விவேகம். எனக்கு உன்னை நினைத்துக் கவலையாக இருக்கிறது.

இப்படிக்கு
அப்பா.

இந்தக் கடிதத்தை கிரன்மயி பலமுறை வாசித்துவிட்டார். ஒவ்வொரு தரம் படிக்கும்போதும் துக்கம் தொண்டையை அடைக்கும். சில சமயம் நடுராத்திரி கடிதத்தைப் படித்துவிட்டு சுதாமயை எப்படியாவது சம்மதிக்க வைத்துவிட முயல்வார்.

'உங்க சொந்தக்காரங்கள்ளயும் சரி, என்னோட சொந்தக்காரங்கள்ளயும் சரி. ஏகப்பட்ட பேர் போயாச்சு. இந்தத் தொந்திரவான சூழல்ல நாம இருக்கத் தீர்மானிச்சாலும் நமக்கு உதவிக்கு வர ஒருத்தரும்

கிடையாது. ஒரு டம்ளர் தண்ணி குடுக்கக்கூட ஆள் கிடையாது' என்று கிரன்மயி சொன்னதும் கிண்டலாக சுதாமய் சிரிப்பார்.

'ஒரு டம்ளர் தண்ணிக்காக ஏன் யாசகம் பண்ணணும்? ஒட்டு மொத்த பிரம்மபுத்ராவும் நம்முடையதுதானே? எவ்வளவு குடிக்க முடியுமோ குடிச்சிக்கலாம். சொந்தக்காரங்க கிட்டே பிரம்மபுத்ராவில் இருக்கிறத விடவா அதிகத் தண்ணி இருக்கப் போகுது?'

இது மெல்லப் பழகிப் போனது. சுதாமயியின் தகப்பனார் தொடங்கி, சுரஞ்சன்வரை யாருக்குமே அந்த நாட்டை விட்டுப் போகிற எண்ணமில்லை என்பது புரிந்தது. வந்த துன்பங்கள் எல்லாவற்றையும் எதிர்த்துக் குடும்பத்தின் நிம்மதியைப் பராமரிக்கத் தொடங்கிய பிறகு, தானும் அந்த முடிவுக்கே வந்து விட்டார் என்றுதான் சொல்ல வேண்டும். எந்தத் தயக்கமும் இன்றி முழுமனத்துடன் இந்த முடிவுக்கு வந்திருந்தார். தன் நகைகளை விற்கத் தயங்கியதில்லை. சமீபத்தில் கூடத் தன் ஒரு ஜோடி வளையல்களை விற்றுத்தான் தற்போதைய நிலையைச் சமாளித்துக் கொண்டிருந்தார். அதை யாரிடமும் சொல்ல வும் இல்லை. தேவை ஏற்படும்போது விற்காமல் வைத்திருக்கும் அளவு தங்கம் புனிதமானதா என்ன? சுதாமய் நலம் பெற்று எழுந்திருக்க வேண்டியதுதானே அந்த நேரத்தில் தலையாய விஷயம்?

கணவர்மீது தனக்கு எப்படி இவ்வளவு ஆழ்ந்த பிரியம் ஏற்பட்டது என்று கிரன்மயி ஆராய்ச்சி செய்து கொண்டிருப்பதில்லை. தனக்கே புரியாத ஒன்றாக அது இருந்தாலும் அதன் சக்தியை நன்றாகப் புரிந்து வைத்திருந்தார். பல சமயம் சுதாமய் நடு இரவில்,

'கிரன்... நான் உன்னை ஏமாற்றிட்டேனோ?'

அவர் என்ன சொல்ல வருகிறார் என்பது புரிந்தாலும், 'இல்லை.. யார் சொன்னது?' என்று பதில் சொல்ல நினைத்தாலும் பதிலேதும் சொல்ல மாட்டார் கிரன்மயி. சுதாமய் ஒரு பெருமூச்சுடன் 'நீ என்னை விட்டுட்டுப் போய்டுவியோன்னு அப்பப்ப எனக்குப் பயமா இருக்கும்' என்பார்.

அந்தப் பேச்சுக்கே இடமில்லை. அவள் அவரை ஒருபோதும் விட்டு விலகமாட்டா. காமம் ஒன்றுதான் வாழ்க்கையா? அதற்காகமட்டும் தான் கணவன் மனைவி உறவா? அதெப்படிச் சேர்ந்து நின்று ஜெயித்த துன்பங்களையும், இணைந்து அனுபவித்த இன்பங்களையும் உதறி விட்டு அவ்வளவு எளிதில் போய் விட முடியும்? உறவுகளுக்கு அர்த்தமே இல்லை என்றல்லவா ஆகிவிடும்! நடக்கிற எல்லாவற்றிலும் எங்கோ ஒரு மூலையில் ஒரு திருப்தி, ஒரு சந்தோஷம், ஒரு வெற்றி

ஏதாவது ஒன்று இருந்தே தீரும். அதைத் தேடித் திருப்தி அடைவதுதான் வாழ்க்கை. வாழக் கிடைத்திருக்கும் ஒரே வாய்ப்பை எப்படி விட்டு விடுவது? என்னதான் நடக்கிறது பார்த்துவிடுவோமே... என்பதுதான் கிரன்மயியின் மனப்பாங்கு.

சுதாமய் தன்னை எவ்வளவு நேசிக்கிறார் என்பது கிரன்மயிக்குத் தெரியும். ஆகவே இந்த உடல் சார்ந்த ஆசைகள் மெல்லத் தேய்ந்து மறைந்து போனதில் ஆரம்பத்தில் கொஞ்சம் ஏமாற்றம் இருந்தாலும் நேசம் வென்றுவிட்டது. சுதாமய் வீட்டு வேலைகளில் உதவி செய்வார். சில சமயம் பின்னிக்கூட விடுவார். திடீரென்று வந்து 'போய் ரெண்டு புடைவை வாங்கலாம் வா. உன்கிட்டப் போதுமான புடைவைகளே இல்லை' என்பார்.

'ம்ம்ம்... என் கிட்டமட்டும் போதுமான பணம் இருந்தா உனக்காக பெரிய்ய வீடு கட்டுவேன். பெரிய்ய தோட்டம் இருக்கும் பின்னாலே. அந்தத் தோட்டத்தில் நிறைய்ய பூச்செடிகளும், பழ மரங்களும் இருக்கும். மாதுளம் பழங்கள் பழுத்து உனக்காகக் காத்திருக்கும். மல்லிகைப் பூ வாசனை தோட்டத்திலிருந்து உன் அறைக்குள் காற்றோடு சேர்ந்து வரும். நம்ம பிரம்மபள்ளி வீடு உனக்குப் பிடிச்ச மாதிரிதான் இருந்தது. பிரச்னை என்னன்னு உனக்குத் தெரியும். பணம் நமக்குப் பிரச்னையாகவே இல்லை. என் வீட்டைப் பார்த்து உங்கப்பாவே எனக்குப் பணம் பிரச்னையில்லை என்பதைப் புரிந்து கொண்டார். இப்ப... இப்ப என்ன ஆச்சு? வீடும் இல்லை பணமும் இல்லை. இருக்கிறது தொட்டுக்கோ தொடைச்சிக்கோன்னு இருக்கு. என்னால சமாளிக்க முடியுது. நீ நிச்சயம் சிரமப்படுவேன்னும் புரியுது.'

இதையெல்லாம் வரிக்கு வரி புரிந்துகொள்ள கிரன்மயி முயல்வ தில்லை. தன்னை நேசிக்கும் ஒரு ஆத்மா என்கிற அளவில் புரிந்து கொண்டு பேசாமல் இருந்துவிடுவார். இது மாதிரி ஒரு ஆத்மாவின் பிரியத்துக்காக வாழ்க்கையின் வேறெந்த சந்தோஷத்தையும் இழக்கலாம்.

கிரன்மயியின் எண்ணங்கள் தன் மகன் பக்கம் மாறின.

பணம் கொண்டு வந்து கொடுத்தான். நிச்சயம் எங்கேயோ கடன் வாங்கியிருப்பான். வேலையில்லாமல் இருக்கிறோமே, நம்மால் இந்த வீட்டுக்கு உபயோகமே இல்லையே என்கிற எண்ணங்கள் அவனை வாட்டியிருக்கும். ஆனால் நானும் இன்னும் கதியற்றுப் போய்விட வில்லையே! கொஞ்சம் நகை இருக்கிறது. சுதாமயின் சம்பாத்யத்தில் சேமித்த கொஞ்ச நஞ்ச பணமும் இருக்கிறது. இவ்வளவு நினைத்தாலும்

பணத்தைத் திருப்பிக் கொடுத்தது சுரஞ்சன் மனதை எவ்வளவு புண்படுத்தியிருக்கும் என்பது கிரன்மயிக்குக் கொஞ்சமும் புரியாதது ஆச்சரியம். அதனால்தான் புயல்போல சமையலறைக்குள் வந்த சுரஞ்சன் ஏன் வருகிறான் என்று புரியாமல் திகைத்தார்.

'என்ன.. எங்கேயாவது திருடிகிட்டு வந்தேன்னு நினைச்சியா? இல்லை, வேலையில்லாத கால்காசுக்குப் பிரயோஜனமில்லாத ஒரு மகன் கிட்டே காசு வாங்கறது அவமானமா இருக்கா? என்னால உருப்படியா எதுவும் பண்ண முடியல்லைங்கிறது நிஜம்தான்.. பண்ணணும்ன்னு நினைச்சேனே அது குத்தமா? அந்த அளவுகூடப் புரிஞ்சிக்க முடியல்லையா?' என்று கேட்டு விட்டு வந்த வேகத்தில் போய்விட்டான்.

அவன் வார்த்தைகள் கிரன்மயியின் மனதில் ஈட்டியாகப் பாய்ந்தன.

★

சுரஞ்சன் ரத்னா வீட்டுக் கதவைத் தட்டியபோது அவளே திறந்தாள்; அவள் முகத்தில் ஆச்சரியமே இல்லை. சுரஞ்சனை எதிர்பார்த்தவள் போல இருந்தது அவள் முகபாவம். 'வா' என்பதுபோல அறைக்கு அழைத்துப் போனாள்.

ரத்னா ஒரு வெள்ளை நிற காட்டன் சேலை உடுத்தியிருந்தாள். சிவப்பு நிறத்தில் குங்குமமோ நீள சாந்துப் பொட்டோ பொருத்தமாக இருக்குமோ என்று நினைத்தபடி அவளைத் தொடர்ந்தான் சுரஞ்சன். மதத்திலோ மதச் சின்னங்களிலோ நம்பிக்கை இல்லையென்றாலும் குங்குமம் இட்டுக் கொள்வது அவனுக்குப் பிடித்த ஒன்று.

ரத்னா அவனை உட்காரச் சொல்லி ஜாடை காட்டிவிட்டு டீ போட உள்ளே போனாள். 'எப்படி இருக்கே?' என்பதைத்தாண்டி இதுவரை எதுவும் பேசவில்லை அவள். பர்வீனுக்குப் பிறகு மனதில் தோன்றிய காதல் என்பதால் சுரஞ்சனுக்கும் என்ன பேசுவது என்று சட்டென்று புரியவில்லை. வாழ்க்கையிலேயே முதல் முறையாக ஷேவ் செய்து கொண்டு, ஆஃப்டர் ஷேவ் லோஷன் போட்டுக்கொண்டு, தலையைப் படிய வாரிக்கொண்டு, அயர்ன் செய்த சட்டை போட்டுக்கொண்டு வந்திருந்தான்.

ரத்னாவின் பெற்றோர் ரொம்ப முதியவர்கள். அவளுக்கு ஒரு சகோதரன் இருந்தான். அவனுக்குக் கல்யாணமாகி இரண்டு குழந்தைகள் இருக் கின்றன. எல்லாரும் ஒரே வீட்டில் இருந்தார்கள். குழந்தைகளுக்கு சுரஞ்சன் யாரென்று தெரியாது இதுவரை. தெரிந்து கொள்ளும் ஆர்வம்

அவர்கள் கண்களில் இருந்தது. கதவுக்குப் பின்னாலிருந்து அவ்வப் போது தலையைமட்டும் நீட்டி, சிரித்துப் பிறகு உள்ளிழுத்துக் கொண் டார்கள். சுரஞ்சன் அவர்களில் ஒரு குழந்தையை அருகில் அழைத்தான்.

'உன் பேர் என்ன?' என்று கேட்டான்.

'மிருத்திகா' என்றது குழந்தை பட்டென்று.

'ஸ்வீட் நேம்... ரத்னா உனக்கு என்ன வேணும்?'

'அத்தை.'

'ஓ.'

'நீயும் எங்க அத்தை ஆஃபிஸ்ல வேலை செய்யறயா?'

'நான் வேலையே செய்யல்லை.. சும்மாதான் இருக்கேன்.. ஜாலியா.'

இந்தப் பதில் குழந்தைக்குப் பிடித்திருந்தது. இன்னும் ஏதாவது பேச வேண்டும் என்று குழந்தை நினைத்திருக்கலாம். அதற்குள் ஒரு டிரேயில் தேநீர் கோப்பைகள், பிஸ்கட்டுகள், வடை, ஸ்வீட்கள் சகிதம் ரத்னா வந்தாள்.

'இத பார்றா..' என்றான் சுரஞ்சன். தொடர்ந்து 'இந்துக்கள் யாரும் வெளியே போக முடியாததாலே யார் வீட்லயும் சாப்பிட ஒண்ணு மில்லைன்னு சொல்றாங்க.. உங்க வீட்ல ஒரு கடையே வைக்கிற அளவு கிடைக்குதே. சில்ஹெட்லேர்ந்து எப்போ வந்தே?' என்றான்.

'சில்ஹெட் இல்லை. ஹபிகஞ்ச், சுனாம்கஞ்ச், மௌல்வி பஸாரெல் லாம் போயிருந்தேன். ஹபிகஞ்சிலே என் கண் முன்னாலே மூணு கோவில்களைக் கொளுத்தினாங்க.'

'யார் பண்றாங்க இதெல்லாம்?'

'வேற யாரு? முஸ்லிம்ஸ்தான். அதுக்கப்புறம் ஷாப்பிங் செண்ட்டர்ல இருந்த காளி கோவிலை உடைச்சி நாசம் பண்ணாங்க. தபன் தாஸ்குப்தான்னு என் சொந்தக்காரர் ஒருத்தர் அங்கே டாக்டரா இருக்கார். அவரோட கன்ஸல்ட்டிங் ரூமை அடிச்சி நொறுக்கினாங்க. சுனாம்கஞ்சில 8ம் தேதி ரெண்டு கோவில், 9ம் தேதி நாலு கோவில் ஐம்பது கடைகளை உடைச்சி நொறுக்கினாங்க. மௌல்வி பஜார், பிரம்மன் பஸார்லயும் இப்படித்தான்.. கோவில்களையும் கடைகளை யும் நாசம் பண்ணிணாங்க.'

'இந்துக்களோடக் கடைகளா இருக்கலாம்.'

‘அதுல என்ன சந்தேகம்?’ என்று சொன்னபடி டீக் கோப்பையை சுரஞ்சன் பக்கமாக நகர்த்தினாள் ரத்னா.

‘இந்த நாட்டில தொடர்ந்து இருக்கமுடியும்னு நினைக்கிறியா?’

‘ஏன் முடியாமா? இந்த நாடென்ன முஸ்லிம்களோட சொத்தா?’ ரத்னா புன்னகைக்க முயன்றாள். வருத்தம் அனுமதிக்கவில்லை.

‘போலாவில் இருக்கிற இந்துக்கள் எல்லாரும் தங்கள் சொத்துக்களை அடிமாட்டு விலைக்கு விற்க முயற்சி பண்ணிக்கிட்டு இருக்காங்களாம்’ என்றாள்.

கொஞ்ச நேரம் இருவரும் பேசவில்லை. சுரஞ்சன் தட்டிலிருந்த ஸ்வீட் உள்ளிட்ட விஷயங்களை யோசனையோடு சாப்பிட்டுக் கொண்டிருந் தான். ரத்னாவிடம் இன்றைக்குச் சொல்லியேவிடுவது என்று தீர்மானத் துடன் வந்திருந்தான். மனத்துக்குள் அதையே ஒத்திகை பார்த்துக் கொண்டிருந்தான். ‘ரத்னா.. உன்னை எனக்குப் பிடிச்சிருக்கு. உனக்குச் சம்மதம்னா உன்னை சந்தோஷமா கல்யாணம் செய்துக்குவேன்’ என்று ஒருதரம் சொல்லிப் பார்த்துக்கொண்டான் மனத்துக்குள்.

ரத்னா எழுந்து தண்ணீர் கொண்டு வரப் போனாள். ரத்னா அவனைக் கடக்கும்போது அவள் சேலை முந்தானையால் சுரஞ்சனை வருடியபடி போனாள். உடம்பெங்கும் ஜிவ்வென புத்துணர்ச்சி பரவி ஓய்ந்தது. ஒரு கணம் ‘இவள் எனக்கு மனைவியாவது சுலபம்’ என்கிற எண்ணம் தோன்றி மறைந்தது. அர்த்தமற்ற வாழ்க்கைக்கு ஓர் அர்த்தம் கண்டு பிடிக்க மட்டுமில்லை, உண்மையிலேயே அவளுடன் வாழ்வது ஒரு சுகமான அனுபவம் என்பதாலேயே அந்த ஆவல் அவனை உந்தியது.

ரத்னா என் மனைவியானால் எப்போதும் என்னுடனே இருப்பாள். அருகருகே படுத்து கதை கதையாகப் பேசலாம். அவள் என் மனைவியாக இருக்கமாட்டாள்.. ஒரு தோழியாக இருப்பாள். அவள் என்ன நினைக்கிறாள் என்று புரியவில்லையே? அந்தக் கண்களிலிருந்து அவள் மனத்தின் ஆழத்தில் என்ன இருக்கிறது என்று புரியவில்லையே!

என்ன விஷயம் என்று அவள் கேட்கவேயில்லை. கொஞ்சம் தைரியத்தை வரவழைத்துக்கொண்டு அவனாகவே, ‘ஒண்ணுமில்லை, ஊரெல்லாம் கலவரமா இருக்கே அதனால பார்க்கணும்போல இருந்தது’ என்றான்.

‘பார்க்கணும்போல இருந்ததா அல்லது கலவரத்தாலேதான் பார்க்கணும் போல இருந்ததா?’ என்றாள் கண்ணை நேராகப் பார்த்து.

‘ரெண்டும்தான்’ என்று பெண்போலத் தலையைக் கவிழ்த்தபடி சொன்னான்.

ரத்னா கலகலவென்று சிரித்தாள்.

சிரிக்கிறபோது ரத்னா தேவதை போலத் தெரிந்தாள். அவள் முகத் திலிருந்து பார்வையை எடுக்கவே முடியவில்லை. அவளுக்கு அருகில் தான் கொஞ்சம் முதுமையாக, களையின்றி இருப்பதுபோல உணர்ந் தான். இந்த வயதில் ஆண்கள் கொஞ்சம் தேய ஆரம்பித்துவிடுகிறார் களோ? உண்மையிலேயே நான் கல்யாணத்துக்குத் தகுதியானவனாக இருக்கிறேனா?

ரத்னாவின் கேள்வி சிந்தனையைக் கலைத்தது.

‘கல்யாணம் வேண்டாம் என்கிற முடிவில் இன்னும் உறுதியா இருக்கீங்களா?’

இதற்கு நேராகப் பதில் சொல்லும் தைரியம் வரவில்லை.

‘வாழ்க்கை ஒரு ஆறு மாதிரிதான். அது ஓடிக் கொண்டே இருக்கும். எப்பவாவது ஆறு ஓடாம நிற்க முடியுமா? அப்படி நினைத்தாலும் அதால ஓடாம இருக்க முடியுமா? நம்முடைய தீர்மானங்களும் அப்படித்தான். ஏதோ தீர்மானிக்கிறோம். அது மாறாமல் அப்படியே இருப்பதில்லை. உண்மையில் தீர்மானிக்கிறதும் நாம இல்லை.. மாற்றுகிறதும்...’

அவனுடைய தடுமாற்றம் ரத்னாவுக்கு சிரிப்பை வரவழைத்தது.

‘போதும்.. போதும்..’ என்றவள் தொடர்ந்து ‘கடவுளுக்கு நன்றி’ என்றாள்.

இப்போது ரத்னாவைக் கேட்க வந்ததைக் கேட்க வேண்டிய அவசியமே இருக்கவில்லை. அவளுடைய எதிர்வினையில் அவள் எண்ணம் தெளிவாகத் தெரிந்தது. அவள் விரல்களை மென்மையாகப்பற்றிக் கொண்டு ‘வா.. தூரத்தில் தெரிகிற அந்தக் காட்டுக்குப்போய் ஓடையருகே உட்கார்ந்து மணிக்கணக்கில் ஒருவரை ஒருவர் பார்த்தபடி உட்கார்ந்திருக்கலாம்’ என்று சொல்ல நினைத்தான். எதுவும் சொல்லாமல் மெள்ளப் படியிறங்கிப் போய்க் கொண்டிருந்தான்.

‘மறுபடியும் வாங்க.. நீங்க இப்ப வந்ததாலதான் நம்ம ரெண்டு பேருக்குமே நமக்காக ஒருத்தர் இருக்காங்கன்னு புரிஞ்சது. நாம இனி தனித் தனி இல்லை’ என்று மெல்லிய குரலில் சொன்னபடி ரத்னா கையசைத்தது அவனுக்குத் தேனாக இனித்தது. பர்வீனால் சிறகொடிந்து படுத்திருந்த குருவி உற்சாகமாக மனதுக்குள் சிறகடிப்பதை அவனால் உணர முடிந்தது.

# நாள் 6

சுரஞ்சன் டீ குடித்தபடி செய்தித்தாளைப் பிரித்தான்.

மிக நிம்மதியாகவும் உற்சாகமாகவும் உணர்ந்தான். நீண்ட நாட்களுக்குப் பிறகு ராத்திரி நல்ல தூக்கம். பேப்பரைப் பார்த்தபடி,

'மாயா..' என்று அழைத்தான்.

மாயா 'என்ன?' என்பது மாதிரி ஒரு பார்வைமட்டும் பார்த்தாள்.

'என்னாச்சு மாயா.. ஏன் இப்பல்லாம் உர்ருன்னே இருக்கே?'

'எனக்கு ஒண்ணும் ஆகல்லை. நீதான் விநோதமா நடந்துக்கறே.. அப்பா பக்கத்துல வந்து ஒரு நிமிஷம் உட்காரணும்ன்னு தோணல்லை உனக்கு.'

'என்னால அது முடியல்லை மாயா.. எப்பவும் உற்சாகமா, ஆரோக்யமா ஓடி ஆடிகிட்டு இருந்த ஒருத்தர் சாய்ஞ்ச மரம் போலப் படுத்திருக்கிறதை என்னால பார்க்க முடியல்லை. அதைவிட இன்னும் மனசுக்கு கஷ்டமா இருக்கிறது நீங்க ரெண்டு பேரும் அங்கே உட்கார்ந்து சதா அழுதுக்கிட்டு இருக்கிறது. அதிருக்கட்டும், அம்மா ஏன் நான் குடுத்த பணத்தைத் திருப்பிக் கொடுத்துட்டாங்க? அவங்ககிட்டே நிறைய பணமிருக்காமா?'

'அம்மா நகையை வித்து காசு ஏற்பாடு பண்ணிட்டாங்க.'

'நல்லதுதான். எனக்கும் நகைகள் பிடிக்காது.'

‘உனக்கு நகை பிடிக்காதா? பின்னே எதுக்கு பர்வீனுக்கு முத்துப் பதிச்ச மோதிரத்தைக் கொடுத்தே?’

‘ஓ.. அதுவா... சரியாச் சொல்லணும்ன்னா அப்ப எனக்குச் சரியான முதிர்ச்சி இல்லைன்னுதான் சொல்வேன்.’

‘இப்ப வந்துடிச்சுன்னு நினைக்கிறியா?’ என்று கேட்டு ஒரு புன்னகை செய்தாள் மாயா.

உண்மையில் அவளது விமர்சனம் எரிச்சலூட்டுவதாக இருந்தாலும் நெடுங்காலத்துக்குப் பிறகு அவள் முகத்தில் சிரிப்பைப் பார்ப்பதால் சுரஞ்சனுக்கு சந்தோஷமாகத்தான் இருந்தது. அந்த சந்தோஷ மனநிலையைப் பயன்படுத்தி எதுவும் பேசாமல் இருந்த அவளுடன் ஒரு உரையாடலை ஆரம்பிக்க விரும்பினான் சுரஞ்சன். செய்தித்தாளைச் சுட்டிக் காட்டி,

‘பாரு.. பல மதத்தினரும் பல ஜாதியினரும் சேர்ந்து வாழற ஒரு நாட்டில் நாம வசிக்கிறோம். மதவாதத்தை நிறுத்துங்கள். கொலை, கொள்ளை, கலவரங்களில் ஈடுபடுகிறவர்களைத் தண்டியுங்கள். அமைதி நாடும் சர்வ கட்சி அமைப்பின் அவசர அறிக்கை இது.

இந்தியாவில் வெறுப்புணர்வின் பரவல் மட்டுப்படுத்தப்பட்டுவிட்டது. பாபர் மசூதியைச் சுற்றி இருக்கிற நிலப் பகுதியின் ஆக்கிரமிப்பு சட்ட விரோதமானதுன்னு உயர்நீதி மன்றம் அறிவிச்சிருக்கு. இந்த இடிப்புக்கு முழுக்க முழுக்க உபி அரசாங்கம்தான் பொறுப்பு. மத்திய அரசுக்கும் இதுக்கும் சம்பந்தம் இல்லைன்னு நரசிம்ம ராவ் சொல்லியிருக்காரு. மேற்கு வங்காளம்,குஜராத், மஹாராஷ்ட்ரா மாநிலங்கள் ராணுவத்தின் கண்காணிப்பில் இருக்குதாம். இடதுசாரிகள் மதவாதத்துக்கு எதிரா போரே அறிவிச்சிருக்காங்களாம்.

அவாமி லீக் அமைதிப் படை ஒன்றை அமைச்சிருக்காங்களாம். நகர ஒருங்கிணைப்புக் குழு கலவரத்தைத் தூண்டுகிறவர்களைக் கைது பண்ணுவோம்ன்னு சொல்லியிருக்கு. டோங்கியில் சர்வ கட்சி அமைதி ஊர்வலம் நடக்கப் போகுது. நாட்டின் முக்கிய பதினைந்து பிரமுகர்கள் மத ஒற்றுமையைக் காக்க வேண்டியது ஒவ்வொரு பிரஜையின் கடமையும் ஆகும்ன்னு சொல்லியிருக்காங்க. ஃபாசிஸ்ட்டுகளான ஜமாதிக்கள் ஒடுக்கப்படவேண்டும்ன்னு கர்னல் அக்பர் சொல்லி யிருக்கார்...’ தொடர்ந்து வாசித்துக்கொண்டு போன சுரஞ்சனை மாயாவின் குறுக்கீடு தடுத்தது.

கட்டிலில் மண்டியிட்டு உட்கார்ந்திருந்த அவள்,

‘இதுவரைக்கும் நீ உடன்பாடான செய்திகளைமட்டும்தான் படிச்சிருக்கே’ என்றபடி எழுந்து வந்து பேப்பரை வாங்கிக் கொண்டாள். ‘மத்த நியூஸெல்லாம்? போலாவில் இதுவரைக்கும் 10,000 குடும்பங்கள் நடுத்தெருவுக்கு வந்திருக்கு, சிட்டகாங்கிலே எழுநூறு வீடுகள் எரிஞ்சி சாம்பலாகியிருக்கு, கிஷோர்கஞ்சில் கோவில்களை இடிச்சித் தள்ளி யிருக்காங்க, பிரோஸ்பூரில் 144 தடை உத்திரவு... இதெல்லாம் உன் கண்ணில் படலையா?’ என்றாள்.

‘ம்ஹூம்.. இன்னைக்கு நான் கெட்ட செய்தி எதையும் ஏறெடுத்துப் பார்க்கிறதா இல்லை. நான் இன்னைக்கு சந்தோஷமான மூடில் இருக்கேன்.’

‘ஏன்? பர்வீன் டைவர்ஸ் பண்ணப் போறான்னு தெரிஞ்சதாலேயா? நேத்து அவ வந்திருந்தா.. தினமும் அவ வீட்டுக்காரன் அவளை அடிக்கிறானாம்.’

‘அவங்க வீட்ல அவ ஒரு முஸ்லிமைக் கல்யாணம் பண்ணிக்கிட்டாத் தான் சந்தோஷமா இருப்பான்னு நினைச்சாங்க. அவங்களாச்சு அவளாச்சு. என் சந்தோஷத்துக்கும் அதுக்கும் எந்தச் சம்பந்தமுமில்லை. போதும். காதலுக்கு முஸ்லிம்கள் வேண்டாம். கல்யாணம் பண்ணணும்ங்கிறப்போ தொண்டை அடைக்க ஒருத்தரை ஒருத்தர் ‘நீ மதம் மாற மாட்டியா?’ன்னு கேட்டுக்கிட்டிருக்க வேணாம்.’

இதைக் கேட்ட மாயா சிரித்தது மனதிலிருந்து வந்தது. அப்படி ஒரு சிரிப்பை அவளிடம் சுரஞ்சன் பார்த்துப் பல காலம் ஆயிற்று. சுரஞ்சன் கொஞ்சம் சீரியஸ் மனநிலைக்கு வந்து,

‘அப்பா இப்ப எப்படி இருக்கார்? பழைய நிலைக்குச் சீக்கிரம் வந்துடுவாரா?’

‘முன்னைக் காட்டிலும் பரவாயில்லை. கொஞ்சம் பேச முடியுது இப்போ. கொஞ்சம் தாங்கிப் பிடிச்சபடி பாத்ரூம் போகக்கூட முடியுது. வெறும் நீராகாரம் சாப்பிட்டுக்கிட்டு இருந்தவர் கொஞ்சம் திட உணவுகூடச் சாப்பிடறார் இப்போ. சொல்ல மறந்துட்டேன். பெலால் அண்ணா வந்திருந்தார். அப்பாவைப் பார்த்தார், உன்னை ரொம்ப விசாரிச்சார். வெளியில போக வேண்டாம்ன்னு சொல்லச் சொன்னார். ரொம்ப ரிஸ்காம்.’

‘ஓ...’

சுரஞ்சன் சட்டென்று எழுந்தான்.

‘இப்பத்தானே சொல்லிக்கிட்டே இருக்கேன்.. வெளியில கிளம்பினா என்ன அர்த்தம்?’

'நான் வீட்டுக்குள்ளேயே முடங்கி இருக்கிற ரகமில்லைங்கிறது உனக்குத் தெரியும்.'

'நீ வெளியே போனா அம்மா வருத்தப்படுவா அண்ணா.. வீட்லயே இரேன். எனக்கும் பயமா இருக்கு.'

'புலோக்கிட்டே பணத்தைத் திருப்பித் தரணும். நீயாவது வேலைக்குப் போறே.. பணம் இருந்தா குடேன், சிகரெட் வாங்கணும்.'

'ம்ம்ஹூம்.. சிகரெட்டுக்குன்னா பணம் இல்லை. எங்கண்ணா சீக்கிரம் செத்துப் போறதை நான் விரும்பல்லை' என்று சொன்னாலும் அவள் கை ஒரு நூறு டக்காஸ் நோட்டை நீட்டியது. மாயாவின் பிரியம் சுரஞ்சனுக்கு பழைய நிகழ்ச்சி ஒன்றை ஞாபகப்படுத்தியது.

ஒருநாள் அழுதுகொண்டே வீட்டுக்கு வந்த மாயா, 'எல்லாரும் இந்து.. இந்துன்னு டீஸ் பண்றாங்கண்ணா.. நான் இந்துவா?' என்று கேட்டாள்.

'ஆமாம்' என்றான்.

'எனக்கு இந்துவா இருக்கப் பிடிக்கல்லை. இந்துன்னாலே டீஸ் பண்றாங்க.'

உள்ளேயிருந்து இதைக் கேட்டுக் கொண்டிருந்த சுதாமய்,

'யார் சொன்னது நீ இந்துன்னு? நீ ஒரு மனிஷி.. அவ்வளவுதான். அதை விட ஒசத்தி எதுவுமே கிடையாது' என்று குறுக்கிட்டார்.

அந்த விநாடி அப்பாவின்மேல் அளவிடமுடியாத மரியாதை உண்டானது சுரஞ்சனுக்கு. எத்தனையோ மனிதர்களைப் பார்த்த அவனுக்கு அப்பா மாதிரி உயர்ந்த எண்ணங்கள் கொண்ட, பொறுமையான, எல்லாரையும் புரிந்து கொள்ளுகிற மனிதர் வேறு யாரும் இல்லை என்று தோன்றியது.

★

1964ம் ஆண்டு அயூப்கானின் ஆதரவாளர்கள் தூண்டிவிட்ட ஒரு கலவரத்தை எதிர்த்து கோஷங்கள் எழுப்பினார் சுதாமய். கிழக்குப் பாகிஸ்தானியர்களே, எதிர்த்து நில்லுங்கள், தடுங்கள் அவர்களை என்கிற ரீதியில் இருந்தது கோஷங்கள்.. ஷேக் முஜிபுர் ரஹ்மானின் தலையீட்டால் அந்த எதிர்ப்பு அதிகம் பரவவில்லை. உண்மையில் அது ஒரு தந்திரம். அரசை எதிர்க்கிற அமைப்புகளை ஒடுக்குவதற்காக அரசாங்கமே கிளப்பி விட்ட கலவரம்.

நீதிமன்றம் மூலம் போராட்டங்கள் அரசுக்கு எதிரானவை என்று தீர்ப்பு வாங்கி, போராட்டத்துக்குக் காரணமான மாணவர்களையும், அரசியல் தலைவர்களையும் சிறைபிடித்தது அயூப் அரசு. அப்படிக் குற்றம் சாட்டப்பட்டவர்களில் சுதாமயும் ஒருவர். சுதாமயின் கடந்தகாலக் கதையில் இதுபோன்ற நிகழ்வுகள் நிறைய உண்டு. ஆனால் நாட்டின் எதிர்காலத்துக்காகவும், அதன் நலனுக்காகவும் அவர் காட்டிய ஈடுபாட்டின் பயன் என்ன? 1975 தொடங்கி மெல்ல நாடு அடிப்படை வாதிகளின் பிடியில் சிக்கிவிட்டது. மக்களுக்கும் இது புரியாமல் இல்லை; ஆனால் யாரும் இது குறித்து எதுவும் செய்ய விரும்பாத மனநிலையில் இருப்பது அவலம். இந்தத் தலைமுறைக்கு விழுமியம் (Values) என்பதன் உயர்வும் சிறப்பும் தெரியவில்லையா? கடந்த காலங் களில் இருந்த உத்வேகம் என்னவாயிற்று? 1952 இல் தொடங்கி வங்காள மொழியைத் தேசிய மொழியாக்கவேண்டும் என்கிற போராட்டம்வரை வந்த அந்த ஒருங்கிணைப்பும், உத்வேகமும், உணர்வுகளும் என்ன ஆயின?

இளைஞர்கள் தங்கள் உன்னத நோக்கங்களுக்காக உயிரைக் கொடுத்துப் போராடத் தயங்கியதில்லை அன்று. 1969 எழுச்சியில் உயிர்த் தியாகம் செய்தவர்களின் கூட்டாளிகள் என்ன ஆனார்கள்? 1971ல் எழுச்சி கொண்டு எழுந்த தேசபக்தர்கள் முப்பது லட்சம் பேர்களும் எங்கே போனார்கள்? அவர்களின் தேசப்பற்றையும், வீரத்தையும், நேர்மையை யும் யாராவது சுவிகரித்துக் கொண்டார்களா இல்லையா? சுதாமயியை யும் ஆட்கொண்ட அந்த வீவேகம் கலந்த வீரமும் எழுச்சியும் ஏன் இன்று யாரிடமும் இல்லை? எப்படி இந்த நாட்டின் இளைஞர்களின் உணர்வுகள் நீர்த்துப்போயின? எப்படி மதவெறி இங்கே குடி புகுந்தது? அபாயகரமான பாதையில் நாடு போய்க் கொண்டிருப்பதை ஏன் யாருமே உணரவில்லை?

இந்த எண்ணங்களின் உந்துதலில் சுதாமய் படுக்கையிலிருந்து எழ முயன்று தோற்றார். இந்த இயலாமையின் வலியும், தோல்வியும் அவரது வாடிய முகத்தில் நன்றாகத் தெரிந்தது.

★

‘எதிரிச் சொத்துச் சட்டம்’ என்கிற அயூப்கானின் வெறுக்கத் தக்க சட்டத்தை ‘கையகப்படுத்தப்பட்ட சொத்துக்கள் சட்டம்’ என்கிற மறு பெயரில் அவாமி லீகின் சட்ட அமைச்சகம் நாடாளுமன்றத்தில் மீண்டும் முன்வைத்தது. முந்தைய அரசின்போது நாட்டை விட்டுச் சென்ற இந்துக்களின் சொத்துக்கள் எதிரிகளின் சொத்து என்று அழைக்கப்

பட்டது. அதாவது சுதாமயின் மூதாதையர்களும் அவரது பங்காளிகளும் நாட்டின் எதிரிகள்!

சுதாமயின் உறவினர்களுக்கு டாக்கா மற்றும் அதைச் சுற்றியிருக்கும் பகுதிகளில் மிகப் பெரிய கட்டடங்கள் சொந்தமாக இருந்தன. இவற்றில் பல கட்டடங்களில் கல்வி நிறுவனங்கள், கால்நடை மருத்துவ மனைகள், வருமான வரி உள்ளிட்ட அரசு அலுவலகங்கள் இயங்கி வந்தன. சுதாமய் சிறுவனாக இருந்தபோது ராமகிருஷ்ணா மிஷன் சாலையில் இருந்த மிகப் பெரிய வீட்டில் வசித்த அனில் என்கிற மாமாவைச் சந்திக்க அடிக்கடி போவார். குதிரைக் கொட்டகையில் பத்துப் பதினைந்து குதிரைகள் கட்டப்பட்டிருக்கும். அவற்றில் ஒன்றில் தன்னைச் சவாரி செய்ய வைத்தது இன்னும் சுதாமய்க்கு நினைவிருந்தது.

எத்தனையோ மூதாதையர்கள் வீடுகள் இருந்தாலும் அவற்றை அரசாங்கம் கையகப்படுத்தியதால் இருண்ட சின்ன வீட்டில் வசித்துக் கொண்டிருக்கிறார் இன்று! திருத்தப்பட்ட எதிரிகள் சொத்துச் சட்டம், பெயரளவில் திருத்துவதுடன் நில்லாமல், விட்டுச் செல்லப்பட்ட சொத்துக்கள் நாட்டில் இன்னும் வசிக்கும் நெருங்கிய உறவினர்களுக்குச் சொந்தம் என்கிற அளவில் திருத்தப்பட்டிருந்தால், எத்தனையோ இந்துக்கள் பயனடைந்திருப்பார்கள். சுதாமய் இந்த யோசனையை எத்தனையோ பெரிய அதிகாரிகளிடமும், செல்வாக்குள்ள மனிதர்களிடமும் சொல்லிச் சொல்லி அலுத்ததுதான் மிச்சம். எதுவும் நடக்கவில்லை.

இந்தத் தோல்விகள் போதாதென்று பக்கவாதத்துடன் உயிர் வாழ வேண்டுமா? எதற்காக வாழவேண்டும்? ஒருநாள் ராத்திரி அப்படியே படுக்கையில் உயிர் போய்விட்டால் எனக்கும் சிரமமில்லை, மற்றவர் களுக்கும் சிரமமில்லை. கிரன்மயிக்குமட்டும் அதற்குப் பிறகு தூக்கமே வராது. என்னதான் படுக்கையில் எழுந்திருக்க முடியாமல் படுத்திருந் தாலும் இந்துக்களின் உரிமைகளைக் காக்க முடியாத அரசாங்கத்தின் தோல்வியை நினைத்து நினைத்து வருந்துவதை அவரால் தவிர்க்க முடியவில்லை.

இந்தியாவுக்கும் பாகிஸ்தானுக்கும் இடையே 1965 ல் நடந்த போருக்குப் பிறகு பாகிஸ்தானிய ஃபாசிஸ அரசின் போக்கில் மாற்றம் உண்டானது. தன் ஆட்சியின் ஓர் அங்கமான கிழக்குப் பாகிஸ்தான் குறித்த அணுகுமுறையில் பெருத்த மாற்றம் உண்டானது. தீவிரமான மதவாதம் எதிரி சொத்துக்கள் சட்டத்தைக் கொண்டு வந்தது. சுதந்தரத் துக்குப் பிறகு அதே சட்டம் பெயர்மட்டும் மாற்றம் செய்யப்பட்டு சாமர்த்தியமாகத் திரும்ப நடைமுறைப்படுத்தப்பட்டது. புதிதாக வந்த வங்காள அரசுக்கு இந்த நடவடிக்கை மிகுந்த வெட்கக்கேடானது

என்று சுதாமய் நினைத்தார். இந்த தந்திரமான சாமர்த்தியத்தால் சுமார் இரண்டு கோடி ஹிந்துக்களின் அடிப்படை உரிமைகள் மறுக்கப் பட்டன. ஏறக்குறைய அவர்கள் நாட்டிலிருந்து வேருடன் பிடுங்கி எறியப்பட்டார்கள். அரசாங்கத்தின் இந்தச் செயலால் இந்துக்கள் பாதுகாப்புக் குறைவாக உணர்ந்தால் அவர்களை யாராவது குறை சொல்ல முடியுமோ?

நாட்டின் அரசியல் நிர்ணயச் சட்டம் ஒவ்வொரு பிரஜைக்கும் ஒரே மாதிரியான பாதுகாப்பும் உரிமைகளும்தானே வழங்கியிருக்கிறது? அப்படியென்றால் எதிரிகள் சொத்துச் சட்டம் நாட்டின் இறை யாண்மைக்கு எதிரானதே. அது மட்டுமல்ல நாட்டின் புனிதத்துக்கும், தனித்துவத்துக்கும் அவமதிப்பு. அடிப்படை உரிமைகள் குறித்து அரசியல் நிர்ணயச் சட்டம் என்ன சொல்கிறது?

26. (1) சட்டத்தின் இந்தப் பகுதியுடன் ஒப்புதல் இல்லாததாக இப்போது நடைமுறையில் இருக்கும் சட்டங்களோ அப்படி இயற்றப்பட்ட சட்டங்களோ செல்லாது.

26. (2) சட்டத்தின் இந்தப் பகுதியுடன் ஒத்திருக்காத எந்தச் சட்டத்தையும் அரசாங்கம் இயற்றக்கூடாது. அப்படி இயற்றினால் அந்தச் சட்டம் செல்லுபடியாகாது.

27. சட்டத்தின் முன்னர் எல்லாப் பிரஜைகளும் சமம். எல்லாருமே சம அளவிலான பாதுகாப்புக்கு உரிமை பெற்றவர்கள்.

28. (1) ஜாதி, மதம், இனம், பால், பிறப்பிடம் உள்ளிட்ட எந்த அடிப்படையிலும் நாட்டு மக்களை அரசாங்கம் வேறுபடுத்திப் பார்க்கக்கூடாது.

31. சட்டத்தின் அடிப்படையில் நடத்தப்படுவதும் சட்டத்தின் அடிப்படையில் மட்டுமே நடத்தப்படுவதும் சட்டத்தின் வாயிலாகப் பாதுகாப்புக் கோருவதும் ஒவ்வொரு பிரஜையின் உரிமையாகும். இப்படிக் கோருபவர் எங்கிருந்தாலும் சரி, அவரது உயிர், உடமை, உடல், புகழ் இவற்றுக்குப் பங்கம் விளைவிக்கும் எந்த நடவடிக்கையும் எடுக்கலாகாது. சட்டத்துக்கு உட்பட்ட நடவடிக்கைகள்மட்டுமே எடுக்கப்படலாம்.

112 வது ஷரத்து சொல்கிறது, குடியரசின் நிர்வாக, சட்டத் துறை அதிகாரிகள் அனைவரும் உச்ச நீதி மன்றத்துக்கு உதவியாக இருப்பார்கள்.

1965ம் வருடத்திய பாகிஸ்தானின் பாதுகாப்புச் சட்டம் நாட்டின் எதிரிகள் என்பவர்கள் யார் என்பதற்குக் கீழ்காணும் வரையறைகளைத் தருகிறது:

(அ) பாகிஸ்தானுடன் போரில் ஈடுபட்டிருக்கும் அல்லது பாகிஸ்தானுக்கு எதிராக ராணுவ நடவடிக்கைகளில் ஈடுபட்டிருக்கும் ஒரு நாடு அல்லது அதன் ஆட்சித் தலைமை... அல்லது

(ஆ) எதிரியின் எல்லைகளுக்குள் இருக்கும் தனிநபர்.. அல்லது

(இ) எதிரியின் எல்லைகளுக்குள் இருக்கும் அமைப்பைச் சேர்ந்தவர்கள் (அ) பாகிஸ்தானுடன் போரில் இருக்கும் அல்லது பாகிஸ்தானுக்கு எதிராக ராணுவ நடவடிக்கையில் இருக்கும் நாட்டின் கட்டுப்பாட்டில் இருக்கும் அமைப்பினர்...... அல்லது

(ஈ) மத்திய அரசால் விரோதி என்று அறிவிக்கப்பட்ட நபர்கள் அல்லது அமைப்பு... அல்லது

(உ) இந்த ஆட்சியால் விரோதி என்று தீர்மானிக்கப்பட்ட நபரின் கட்டுப்பாட்டில் இருக்கும் அமைப்புகள்

(ஊ) எதிரியின் எல்லைகளுக்குள் தொழில் நடத்தும் அமைப்புகள் அல்லது தனிநபர்கள்

***இது 169 வது பிரிவில் மேலும் விவரமாகவும் சொல்லப்படுகிறது :***

(அ) பாகிஸ்தானுடன் போரில் ஈடுபட்டிருக்கும் அல்லது பாகிஸ் தானுக்கு எதிராக ராணுவ நடவடிக்கையில் ஈடுபட்டிருக்கும் நாட்டின் பிரஜா உரிமை பெற்றவர் அல்லது எப்போதாவது பிரஜா உரிமை பெற்றிருந்து இழந்த பின் வேறு பிரஜா உரிமை வாங்காதவர்... அல்லது

(ஆ) மேற்சொன்ன நாட்டின் சட்டதிட்டங்களுக்குக் கட்டுப்பட்ட தனிநபர் அல்லது அமைப்புகள்

169.4 : எதிரியின் சொத்து : 161 வது பிரிவில் சொல்லப்பட்ட எதிரி என்கிற வரையறைக்குப் பொருந்தும் எந்த ஒரு நபரின் அல்லது அமைப்பின் சார்பில் தற்போது வேறொருவரால் நிர்வகிக்கப்பட்டு 1957 ம் ஆண்டு பாகிஸ்தானால் இயற்றப்பட்ட நாட்டை விட்டுச் சென்றோரின் சொத்துக்கள் நிர்வாகச் சட்டத்தின் கீழ் வராத சொத்துக்களாகும்.

**மேலும்,**

மேற்கூறிய எதிரி பாகிஸ்தானில் இறந்தால், அவருக்குச் சொந்தமான, அல்லது அவர் சார்பில் நிர்வகிக்கப்பட்ட சொத்துக்கள் 182 வது சட்டப் பிரிவின் படி, தொடர்ந்து எதிரியின் சொத்துக்களாகவே கருதப்படும். மரணம் எந்த மாற்றத்தையும் ஏற்படுத்தாது.

1947 இல் கிழக்குப் பாகிஸ்தானில் மதக் கலவரங்கள் வெடித்தபோது லட்சக்கணக்கான இந்துக்கள் இந்தியாவுக்குப் போய் விட்டார்கள். இந்த சமயம் அப்போதைய பாகிஸ்தான் அரசு,

- கிழக்கு வங்காள நாட்டை விட்டுச் சென்றோரின் சொத்துக்களை நிர்வகிக்கும் சட்டம் VIII 1949

- கிழக்கு வங்காள நாட்டை விட்டுச் சென்றோரின் உடமைகளைக் கையகப்படுத்தும் சட்டம் XXIII 1951

- கிழக்கு வங்க நாட்டை விட்டுச் சென்றோரின் அசையாத சொத்துக்களை நிர்வகிக்கும் சட்டம் XXIV, 1951

ஆகிய சட்டங்களை நடைமுறைப்படுத்தியது. இவற்றில், அசையா சொத்துக்கள் நிர்வாகச் சட்டம் சொல்வதாவது :

கீழ்காணும் காரணங்களில் எது பொருத்தமாக இருந்தாலும் நாட்டை விட்டுச் சென்றோரின் சொத்துக்களை நிர்வகிப்பதற்காக அமைக்கப் பட்ட குழு, அந்தச் சொத்துக்களின் பொறுப்பை எடுத்துக்கொள்ளாது:

1. அந்தச் சொத்துக்களை நிர்வகிக்கும் நபர் அல்லது நபர்கள் தாங்கள் நிர்வாகத்துக்கும் சொத்துக்களின் பயன்பாட்டுக்கும் வேறு ஏற்பாட்டைச் செய்து விட்டோம் என்கிற அடிப்படையில் மறுத்துக் குழுவினருக்கு அந்த ஏற்பாடுகள் திருப்திகரமாகத் தோன்றினாலோ... அல்லது

2. சட்டப் பூர்வமான எதிர்ப்பு பதிவு செய்யப்பட்டு அது ஏற்றுக்கொள்ளப்படுகிற சூழலிலும்...

இந்தச் சட்டம் மேலும் கூறுவதாவது, சொத்துக்களின் (நாட்டை விட்டு அகன்ற) சொந்தக்காரரின் விண்ணப்பத்தின் பேரில்மட்டுமே சொத்துக்கள் அரசின் பாதுகாப்பில் எடுத்துக்கொள்ளப்படும்; உரியவரின் விருப்பப் படிச் சொத்துக்கள் விற்கப்படவோ, வேறொருவருக்கு மாற்றுவதோ நடைபெறவேண்டும்.

1957 இல் பாகிஸ்தான் அரசு இந்தச் சட்டத்தில் மேலும் மாறுதல்களைச் செய்து நாட்டை விட்டுச் சென்றோரின் சொத்துக்கள் நிர்வாகச் சட்டம் XII - 1957 என்கிற பெயரில் நிறைவேற்றியது. இந்தச் சட்டத்தின்படி, தற்சமயம் இந்திய எல்லைகளுக்கு உட்பட்ட பகுதியிலோ, இந்தியாவால் கையகப்படுத்தப்பட்ட பகுதியிலோ இருக்கும், தன்னால் நேரடியாக நிர்வகிக்கவோ, வசிக்கவோ, அல்லது நிர்வாகத்தை மேற்பார்வை பார்க்கவோ இயலாத ஒரு நபரின் சொத்துக்கள் பாகிஸ்தானில் வேறொருவரால் வசிக்கப்பட்டோ, நிர்வகிக்கப்பட்டோ, நிர்வாகத்தை

மேற்பார்வை பார்க்கப்பட்டோ வருகிற நிலையில் இருக்குமானால் அது இந்தச் சட்டத்தின் கீழ் வரும்.

1965 இல் இந்திய பாகிஸ்தான் போரைத் தொடர்ந்து பாகிஸ்தான் அவசரநிலை பிரகடனம் செய்தது. இந்தச் சட்டத்தின்படி, பாகிஸ்தானின் 1962 ம் வருடத்திய அரசியல் நிர்ணயச் சட்டம் வழங்கும் அடிப்படை உரிமைகள் குறைக்கப்பட்டன. 1965, செப்டம்பர் 6 ம் நாள் பாகிஸ்தான் பாதுகாப்புச் சட்டம் அமலாக்கப்பட்டது.

இந்தச் சட்டத்தின் 182 வது பிரிவு:

எதிரி நிறுவனத்துக்குப் பணம் தருவதைக் கட்டுப்படுத்தும் பொருட்டும், எதிரி சொத்துகளை நிர்வகிக்கவும் விற்கவும் வகை செய்யும் பொருட்டும் மத்திய அரசு, எதிரிகள் சொத்துக்கள் பொறுப்பு அமைப்பு ஒன்றை உருவாக்கும். இதில் ஒன்றோ அதற்கு மேற்பட்டோ துணை நிர்வாகிகளும் இணை நிர்வாகிகளும் நியமிக்கப்படுவர். இந்தச் சட்டத்தின்படி உரிமைதாரர்கள் இல்லாத சொத்துகள் யாவும் இந்த அமைப்பின் கீழ் வந்தன. போரின்போது சிறை பிடிக்கப்பட்டோ நிபந்தனைகள் விதிக்கப்பட்டோ இருக்கும் நபர்களின் சொத்துக்கள் பாதுகாக்கப்படாத சொத்துக்களாக அறிவிக்கப்பட்டன. இவை தாற்காலிகமாக அரசின் நிர்வாகத்தில் எடுத்துக்கொள்ளப்படுவதாகவும், உரியவரிடம் திரும்பத் தரப்படும் என்ற உறுதி மொழியும் வழங்கப் பட்டது.

தொடர்ந்து ஒரு புதுச்சட்டம் (எதிரிச் சொத்துகள் பொறுப்பும் பதிவாக்கமும் - 1965). பின்பு எதிரி சொத்துக்கள் நிர்வாகமும் தீர்வும் - 1966 என்று பிரிதொரு சட்டம் அமலானது. இந்தச் சட்டங்களின் படி சகல மேற்சொன்ன சொத்துகள் குறித்த சகல அதிகாரமும் ஒரு அதிகாரியின் வசம் இருக்குமாறு ஆயிற்று.

இந்திய பாகிஸ்தான் போருக்குப் பிறகு இந்த எதிரி சொத்துக்கள் குறித்த சட்டங்கள் மேலும் திருத்தப்பட்டு மேலும் நீட்டிக்கப்பட்டன. பங்களாதேஷின் சுதந்தரப் போருக்குப் பின்னர், இந்தியா ஒரு நேச நாடு என்பதை மறந்து, இரு நாடுகளுக்கும் இடையில் போர் கிடையாது என்கிற உண்மையை மீறி இந்தச் சட்டம் அங்கும் பிறப்பிக்கப்பட்டது. பாகிஸ்தான் வசம் இருந்த எதிரி சொத்துகள் இப்போது பங்களாதேஷ் அரசு வசம் வந்தன. சொத்துக்கள் உரியவர் வசம் ஒப்படைக்கப்படும் என்கிற பாகிஸ்தான் அரசின் வாக்குறுதி காற்றில் பறக்கவிடப்பட்டது. பாகிஸ்தான் அரசாங்கம் போலவேதான் பங்களாதேஷ் அரசாங்கமும் எதிரிகள் சொத்துக்கள் சட்டத்தைப்

பயன்படுத்தியது. எதிரிகள் சொத்துக்கள் சட்டம் என்பதற்குப் பதில் வெளிநாட்டில் வசிக்கும் பிரஜைகள் சொத்துக்கள் நிர்வாகச் சட்டம் என்று பெயர் (மட்டும்) மாற்றப்பட்டது.

இச்சட்டம் விளக்கியபடி, குறிப்பிடப்பட்ட சொத்துக்கள் நாட்டை விட்டு அகன்றவர்கள் மற்றும் வேற்று நாட்டுப் பிரஜா உரிமை பெற்றவர் களின் சொத்துக்களாகும். சொத்துக்கள் திரும்ப ஒப்படைக்கப்படும் என்பது மெள்ள மெள்ள மாறி 1977 ம் ஆண்டு சுமார் 10 ஏக்கர் விளை நிலமல்லாத நிலம் அதிக பட்ச ஏலத் தொகை அடிப்படையில் வழங்கப்படும் என்று மாறியது. இந்தச் சட்டம் கூறும் அம்சங்களைக் கொண்ட நிலங்கள் எங்கெங்கு இருக்கின்றன என்று சொல்வோருக்குப் பரிசு வழங்கப்படும் என்று அறிவித்ததும் பேராசை பிடித்த அதிகாரிகள் தேடித் தேடி நல்லது பொல்லாதது என எல்லா நிலத்தையும் அடையாளங்காட்ட ஆரம்பித்தார்கள். விளைவாக ஏராளமான இந்துக்கள் தங்கள் மூதாதையர் நிலத்தை இழக்க நேரிட்டது.

1966 இல் கிழக்குப் பாகிஸ்தான் அரசு 1947 கலவரங்களைத் தொடர்ந்து இந்தியாவுக்குப் போய்விட்ட இந்துக்களின் சொத்துக்கள் எங்கெங்கே இருக்கின்றன, எவ்வளவு இருக்கிறது என்று ஒரு ஆய்வு செய்து அவற்றை ‘எதிரி சொத்துக்கள்’ என்று அடையாளம் கண்டது. நாட்டிலிருந்து வெளியேறி இந்தியாவிலோ இதர வெளிநாடுகளிலோ வசிக்கும் முஸ்லிம்களின் சொத்துக்கள் இந்தச் சட்டத்தின் கீழ் வராதது குறிப்பிடத்தக்கது. இந்துகளின் கூட்டுக் குடும்ப சட்டதிட்டங்களின்படி குடும்பத் தலைவர் இறந்தால் உயிருடன் இருப்பவர்களில் மூத்தவர் வாரிசுதாரர் ஆவது வழக்கமாக இருந்தது. ஆனாலும் இதுபோன்ற சட்டதிட்டங்கள் எதிரி சொத்துக்கள் சட்டத்தின் கீழ் செல்லுபடி ஆகவில்லை.

தூரத்து உறவினர்களின் பொறுப்பில் சொத்துக்களை ஒப்படைத்து விட்டு அமெரிக்காவுக்குப் போன நியாஸ் ஹுஸ்ஸைன், ஃபாஸ்லுல் ஆலம், அன்வர் அஹமத் உள்ளிட்டோரை சுதாமய் எண்ணிப்பார்த்தார். அரசாங்கத்தின் இதுபோன்ற வெண்ணெய்-சுண்ணாம்பு கண்ணோட்டங்கள் தரும் அதீத உணர்வைப் பயன்படுத்தி சுதாமய் எழுந்திருக்கப்பார்த்தார். உடம்பு சக்கையாக வியர்த்ததுதான் மிச்சம். வீட்டில் யாருமே இல்லை. சுரஞ்சன் சரி.. மாயாவும் கிரன்மயியும் எங்கே போனார்கள்?

★

சுரஞ்சன் பழைய டாக்காவின் வீதிகளின் வழியே நடந்து கொண்டிருந்தான். டாக்கா வந்து பல ஆண்டுகள் ஆகியும் தன் ஆரம்ப

கால மைமென்சிங் இன்னும் மனதிலிருந்து அகலாமலிருந்தது அவனுக்கு ஆரம்பத்தில் ஆச்சரியமாக இருந்தது. டாக்காவின் பூரிகங்காவில் கால் நனைத்தபோது மைமென்சிங்கில் பிரம்மபுத்ராவில் கால் நனைக்கிற உற்சாகம் உண்டானது. தன் பிறப்பையே மறக்க முடிந்தவனுக்குத்தான் பிறப்பிடம் மறக்கும்.

கௌதம் குடும்பத்தார் நாட்டைக் காலி பண்ணிக்கொண்டு போகிறார்கள். இந்த நாட்டில் இனி பாதுகாப்பு கிடையாது என்கிற மனநிலைக்கு வந்துவிட்டார்கள். அதை மனபூர்வமாக நம்புகிறார்கள் என்றால் கிளம்பவேண்டும் என்கிற எண்ணம் அவர்களுக்கு ஏன் துக்கத்தைக் கொடுக்கிறது? ஐந்தாண்டுகள் முன்னால் பிரம்மன்பாரியா வில் வசிக்கும் மாமா நாட்டை விட்டுப் போக முடிவெடுத்ததைச் சொல்ல வந்தபோது குழந்தை மாதிரி தேம்பித் தேம்பி அழுதார். 'மாமாவோட நீயும் கல்கத்தா போறயா?' என்று கிரன்மயி சுரஞ்சனைக் கேட்டார். ஆனால் அவன் திட்டவட்டமாக மறுத்துவிட்டான்.

நான்கைந்து ஆண்டுகளுக்கு முன்னர் கட்சி வேலையாக மைமென்சிங் போக வேண்டியிருந்தது சுரஞ்சனுக்கு. ரயில் மைமென்சிங்கை நெருங்குகையில் ஜன்னல் வழியே பார்த்த காட்சிகள் இப்போதும் மனதை விட்டு அகலவில்லை. பசுமையான வயல்கள், வரிசை வரிசையாக மரங்கள், மண் குடிசைகள், வைக்கோற் போர்கள், குட்டைகளில் குதித்து விளையாடி மகிழும் நிர்வாணக் குழந்தைகள், வலை போட்டு மீன் பிடிக்க முயலும் பிள்ளைகள், ரயிலின் சீழ்க்கை ஒலி கேட்கும் போதெல்லாம் குழந்தையின் உற்சாகத்தோடு ஓடும் ரயிலைப் பார்க்கும் விவசாயிகள்... ஆஹா இதுதான் நாட்டின் இதயம் என்று தோன்றியது சுரஞ்சனுக்கு.

கவிஞர் ஜிபானந்த தாஸ் இந்தக் காட்சிகளில் மனத்தைப் பறிகொடுத்து விட்டிருந்தார். அவருக்கு அழகான இயற்கைக் காட்சிகளைத் தேடி உலகின் வேறெந்த பாகத்துக்கும் போகவேண்டிய எண்ணமே இருந்திருக்கவில்லை.

ஆனால் ராம்லஷ்மண்பூர் என்று இருந்த ரயில் வண்டி நிலையத்தின் பெயர் அகமத் பாரி என்று மாற்றப்பட்டிருந்ததைப் பார்த்ததும் எல்லா சந்தோஷமும் வற்றிப் போனது சுரஞ்சனுக்கு. அதே போலவே காளி பஜார் ஃபாத்திமா நகராகியிருந்தது, கிருஷ்ணா நகர் அயோலியா நகராகியிருந்தது. ஒட்டு மொத்த நாட்டையும் இஸ்லாமியமயமாக்கிக் கொண்டிருந்தவர்களால் ஒரு சின்ன ரயில் வண்டி நிலையத்தைக்கூட விட்டு வைக்க முடியவில்லை. மாற்ற முடியாதவற்றை சாமர்த்திய மாகச் சுருக்கிவிட்டிருந்தார்கள். பிரம்மபாரியா பி.பாரியாவாயிற்று,

பாரிசால் பிரோஜோ மோஹன் கல்லூரி பி.எம். கல்லூரியாயிற்று, முராரி சந்த் கல்லூரி எம்.ஸி. கல்லூரியாயிற்று. இந்தச் சுருக்கங்கள் பிற்காலத்தில் இஸ்லாமியப் பெயர்களாக உருவெடுத்தாலும் வியப்பதற் கில்லை. சுதந்தரமடைந்து இருபதாண்டுகள் கழித்து டாக்கா பல்கலைக் கழகத்தின் ஜின்னா ஹாலை சூர்யா சென் ஹால் என்று பெயர் மாற்றம் செய்ய முயன்றபோது எழுந்த எதிர்ப்பலைகள் மறக்க முடியாதவை.

பழைய டாக்காவில் இன்னும் சிதைக்கப்படாமல் இருந்த இந்துக் கடைகள் எல்லாம் மூடப்பட்டிருந்தன. எப்படித் திறப்பார்கள்? அவர்களுக்கு யார் உத்திரவாதம் அளிப்பது? 1990 கலவரத்துக்குப் பிறகு மீண்டும் திறந்ததுபோல இப்போதும் நடக்கலாம். இந்துக்களுக்கு அவமானங்களும், ஆபத்துக்களும் மரத்துப் போயிருந்தன.

1990 இல் நடந்த அழிவு வேலைகள் நினைவு வந்தன.

சங்கரி பஜார், நடா பஜார் உள்ளிட்ட பல இடங்களில் மடங்களும் கோவில்களும் கொளுத்தப்பட்டன. இந்துக்களுக்குச் சொந்தமான நகைக் கடைகளும் ஹோட்டல்களும் சூறையாடப்பட்டன. நயா பஜாரின் நகர சுத்தித் தொழிலாளர் குடியிருப்புத் தாக்கப்பட்டுத் தீயிடப் பட்டது. டாக்கா மாவட்ட நகர சுத்தித் தொழிலாளர் குடியிருப்புக்கும் அதே கதி. டாக்காவிலும் பல கோவில்களும், தியான மண்டபங்களும் தீக்கிரையாயின. சுரஞ்சன் அவற்றில் சிலவற்றை நேரிலேயே பார்த்தான்.

இலக்கின்றி நடந்து கொண்டிருந்தவனுக்கு எங்கே போவது என்று தெளிவில்லை. யாரைப் பார்ப்பது? கொஞ்ச நேரம் பேச வேண்டு மானால் யார் இருக்கிறார்கள் டாக்காவில்? மாயா கொடுத்த பணத்தைச் செலவு செய்யாமல் பையிலேயே வைத்திருந்தான். ஒரு பாக்கெட் சிகரெட் வாங்கப் பலமுறை ஆவல் எழுந்தாலும் வாங்கவில்லை. தனக்குத் தரப்பட்ட பணத்தைத் தனக்கே செலவு செய்வது என்பதே சுரஞ்சனுக்குக் கடினமான விஷயம். அப்பா புது ஆடைகள் வாங்கிக் கொள்ளப் பணம் தந்த பல சந்தர்ப்பங்களில் அந்தப் பணத்தை நண்பர் களுக்குச் செலவு செய்த அனுபவம் உண்டு. அப்பா தேர்வுக் கட்டணம் கட்டக் கொடுத்த பணத்தை ஒருதரம் ரஹமத் என்கிற பையனுக்குத் தந்திருக்கிறான். ரஹமத்தின் அம்மா மருத்துவமனையில் அனுமதிக்கப் பட்டிருந்தார். மருந்து வாங்கக் காசில்லாமல் அவன் பார்க்கிறவர்களை எல்லாம் கேட்டுக் கொண்டிருந்தான்.

ரத்னாவைப் பார்க்கப் போகலாமா என்று ஒரு நிமிடம் யோசித்தான். ரத்னா மித்ரா என்கிற தன் பெயரைக் கல்யாணத்துக்கு அப்புறம் மாற்றிக் கொள்வாளா மாட்டாளா? ஏன் கல்யாணத்துக்குப் பிறகு பெண்கள்

பெயரின் பின்பாதியை மாற்றிக் கொள்கிறார்கள்? கல்யாணத்துக்கு முன்னால் அப்பாவுக்கு வால் பிடிக்கவேண்டும், அப்புறம் புருஷனுக்கா? இதென்ன மடத்தனம்! பெயர்களில் இருக்கும் ஜாதிக் குறிப்புகள்கூட அவனுக்குப் பிடிப்பதில்லை. தன் பெயரில் இருக்கும் தத்தாவை நீக்கிவிடலாமா என்று பலமுறை அவன் நினைத்ததுண்டு. மனிதனை மனிதனாக அடையாளம் காணத் தடையாக இருப்பதே பெயரில் இருக்கும் இதுபோன்ற குறிப்புகள்தான்.

இந்துவா, முஸ்லிமா என்பதற்கெல்லாம் அப்பாற்பட்டு ஒரு வங்காளியின் பெயரில் வங்காளிமட்டுமே இருக்கவேண்டும். மாயாவின் பெயர் நீலாஞ்சன மாயாவாகவும், தன் பெயர் நிக்கில் சுரஞ்சனாகவும் இருந்திருந்தால் இந்த வங்காள அடையாளம் இருந்திருக்கும் என்று அவன் நினைப்பதுண்டு. வங்காளக் கலாசாரத்திலேயே பிறந்து வளர்ந்து ஊறிய வங்காள முஸ்லிம்கள் பலரும் அரேபியப் பெயரைத்தான் வைத்திருக்கிறார்கள். தனக்கு மகள் பிறக்கிறபோது மாயாவுக்கு வைக்க நினைத்த பெயரை வைக்கவேண்டும் என்று அவன் நினைப்பதுண்டு.

வீட்டிலிருந்து புறப்படும்போது ஏதேதோ செய்யவேண்டும் என்று நினைத்தான். இப்போது எதுவுமே தோன்றவில்லை. எல்லாரும் ஏதோ வேலையாக வேகமாகப் போய்க் கொண்டிருந்தார்கள். அத்தனை பெரிய நகரத்தில், தான்மட்டும்தான் வேலையில்லாதவனோ என்று தோன்றியது.

யார் வீட்டுக்குப் போகலாம்?

பாங்க்ஷலில் துலால் வீட்டுக்குப் போகலாமா? அஸிம்பூரில் மாதவைப் பார்க்கப் போகலாமா? இஸ்பஹானி காலனிக்குப் போய் காஜல் தேப்னாத்தைப் பார்க்கலாமா? ஏன் இந்துக்கள் வீடுகளையே நினைக்கிறேன்? நேற்று பெலால் வந்திருந்தான் வீட்டுக்கு. பதிலுக்கு அவன் போகலாமே இப்போது? ஹைதர்கூடத்தான் வந்திருந்தான் சில நாட்களுக்கு முன்னால். அவன் வீட்டுக்குக்கூடப் போகலாம். என்ன... அவர்கள் வீட்டுக்கெல்லாம் போனால் பாபர் மசூதிபற்றிப் பேச்சு வந்தே தீரும். நடந்ததன் விளைவுகள் என்ன, இந்தியாவில் என்ன நடக்கிறது, பிஜேபி தலைவர்கள் என்ன சொல்கிறார்கள் இத்யாதி. இதெல்லாம் அவனுக்குச் சலித்துப் போயிருந்தது. பங்களாதேஷில் ஜமாதி இஸ்லாமி கட்சிதான் இந்தியாவில் பிஜேபி போல. இரு நாடுகளின் அரசியலிலிருந்தும் மதத்தை நீக்க முடிந்தால் எவ்வளவு நன்றாக இருக்கும்!

காரல் மார்க்ஸ் சொன்னது நினைவுவந்தது. 'மதம் தொடர்பான பிரச்னை கள் உண்மையில் நடைமுறை இயலாமைகளின் வெளிப்பாடுகளே; அந்த

இயலாமைகளின் எதிர்வினையாகத்தான் இந்தப் பிரச்னைகள் எழுகின்றன. துன்புறுத்தப்படுகிற, தவறாக நடத்தப்படுகிறவனின் பெருமூச்சுதான் மதம்; மதம் இதயமில்லா உலகின் இதயம், உயிரில்லாத சமூகத்தின் உயிர். மதம் என்பது பெரும்பான்மை மக்களின் போதைப் பொருள்.'

சுருக்கமாக மதம் தேவையே இல்லாத ஒன்று.

பிற்பகல்வரை எங்கெங்கோ நடந்து கடைசியில் காஜலின் வீட்டுக்கு வந்தான். எதிர்பார்த்தபடியே வீட்டில்தான் இருந்தான். இந்துகள் ஒளிந்து ஒளிந்து நடமாடிக்கொண்டோ வீட்டுக்குள்ளேயே உட்கார்ந்து வெளியில் தலை காட்டாமலோதானே இருந்தார்கள்! சுரஞ்சனுக்கு ஒருவகையில் இது சந்தோஷம்தான். அவனுக்கோ வேலையில்லை. மற்ற எந்த நேரமாக இருந்தாலும் நண்பர்களை இப்படி நினைத்த நேரத்தில் வீட்டில் பார்க்க முடியாதே!

காஜல் வீட்டில் ஏற்கெனவே ஏழெட்டு பேர் கூடிப் பேசிக் கொண்டிருந் தார்கள்.

'என்னய்யா? இந்துக்கள் மாநாடா?' என்றான் சுரஞ்சன்.

யாரும் சிரிக்கவில்லை.

சுரஞ்சன் தானே சிரித்தபடி, 'ஏன்ய்யா எல்லாரும் இறுக்கமா இருக்கீங்க? இந்துக்களைப் போட்டு அடிக்கறாங்களேன்னா?' என்று மறுபடி கேட்டான்.

'சந்தோஷப்படற மாதிரி ஏதாவது செய்தி இருக்கா?' என்றான் சுபாஷ் என்கிறவன்.

இந்துக்கள், புத்த மதத்தினர், கிறிஸ்தவர்கள் இவர்களை ஒருங்கிணைக் கும் அமைப்பு ஒன்றில் காஜல் உறுப்பினராக இருந்தான். சுரஞ்சனுக்கு அந்த அமைப்பு பிடிக்காது. மதவாத அமைப்பு என்பது அவன் எண்ணம். அரசியலிலிருந்து மதத்தைப் பிரிக்கவேண்டும் என்கிற எண்ணம் இருக்கிற யாரும் அந்த மாதிரி அமைப்புக்களை ஆதரிக்க மாட்டார்கள். நாற்பதாண்டுகள் காத்திருந்து எதுவும் திருப்தியாக இல்லாமல் சுயமரியாதையையும் உரிமைகளையும் பாதுகாத்துக் கொள்ளும் முயற்சியாக உண்டான அமைப்பு அது என்பது காஜலின் கருத்து.

'இந்த நாடு மதவாதத்தால் சின்னாபின்னமாகிக் கொண்டிருப்பதை காலிதா என்றைக்காவது ஒப்புக் கொண்டிருக்கிறாரா?'

‘அவாமி லீக்மட்டும் என்ன செய்ததாம்? சால்ஜாப்புகளும் விளக்கங்களும் சொல்கிறார்கள். ஜமாத்திகளும் அதையேதானே செய்கிறார்கள்? போன தேர்தலில் அவாமி லீக் ஆட்சிக்கு வந்ததும் அரசியல் நிர்ணயச் சட்டத்திலிருந்து பிஸ்மில்லா என்கிற வார்த்தையை எடுத்துவிடுவதாக ஒரு பொய் உறுதி மொழி கொடுத்து அதை ஊர் பூராகப் பரப்பினார்கள். ஆட்சியிலிருந்து இறங்கினதும் எட்டாவது சட்டத் திருத்தத்துக்கு எதிரான நிலை எடுத்தால் மக்கள் ஆதரவை இழந்துவிடுவோம் என்கிற பயத்தில் பின்வாங்குகிறார்கள். அவங்களுக்கு கொள்கைன்னு ஏதாவது இருக்கா அல்லது தேர்தல்ல ஜெயிக்கிறதுமட்டும்தான் நோக்கமா? கொள்கை முக்கியம்ன்னு நினைக்கிறவங்களா இருந்தா எட்டாவது சட்டத் திருத்தம்பற்றி ஏன் அவங்க எதுவும் சொல்லலை?’

‘சீர்திருத்தங்கள் செய்யணும்ன்னா முதல்ல ஆட்சிக்கு வரணும், அந்த நிலையை எடுக்கிறதுதான் நடைமுறைக்குப் பொருத்தம்ன்னு நினைக்கிறாங்களோ என்னமோ? செய்தூர் ரஹ்மான் அவாமி லீகுக்கு ஆதரவாப் பேசியிருக்காரே?’

‘யாரையும் நம்ப முடியாது. ஆட்சிக்கு யார் வந்தாலும் இஸ்லாமைத் தூக்கி வெச்சிப் பேசுவாங்க. இந்தியாவை மட்டம் தட்டிப் பேசுவாங்க. நாட்டு மக்களுக்கும் இந்த ரெண்டும் மிக இஷ்டமா இருக்கு’ கஜால் ஏறக்குறைய முற்றுப்புள்ளிவைக்கிற மாதிரி சொன்னான்.

சுரஞ்சன், ‘காஜல், உங்களைப் போல மதம் சார்ந்த அமைப்பா இல்லாம, மதச் சார்பற்ற நடுநிலை அமைப்பா இருந்தா நல்லா இருக்கும்ன்னு உனக்குத் தோணல்லையா? செய்தூர் ரஹ்மான் ஏன் இந்த அமைப்பில் இல்லை?’ என்று தொடர்ந்தான்.

‘அமைப்பில் அவர் இல்லாதது எங்கள் தவறில்லை..’ என்று சொன்ன ஜத்தின் சக்கரவர்த்தி தொடர்ந்து, ‘தேசிய மதம் என்று ஒன்றை நிறுவியவர்களின் தவறு அது என்றுதான் சொல்வேன். உண்மையில் எங்களுக்கு இப்படி ஒரு அமைப்பை உருவாக்குகிற எண்ணமே இல்லை; சமூகத்தின் அமைதிக்காக நாடு எதுவுமே செய்யவில்லை என்கிறதால் இந்துக்களும், முஸ்லிம்களும், பௌத்த மதத்தினரும், கிறிஸ்தவர்களும் இணைந்து உருவாக்கியது இந்த அமைப்பு. ஒரு மதத்தைத் தேசிய மதமாக அறிவிப்பது பிற மதத்தவர்களை ஒதுக்கி வைப்பதுபோல இருக்கிறது. நாட்டின்மீது இருக்கும் அபிமானம் ஆளாளுக்கு வேறுபாடாக இருப்பதில்லை. ஜாதி, மத, இன வேறுபாடுகளைச் சார்ந்து இருப்பதில்லை. ஆனால், ஒரு மதத்தைச் சேர்ந்தவர்கள் இரண்டாம் தரப் பிரஜைகளாக நடத்தப்படும்போது அவர்களின் மனநிலையில் பாதிப்பு ஏற்படுத்தப்படுகிறது. இதனால் அவர்களின்

தேசிய உணர்வு மத உணர்வாக மாறினால் அவர்களைக் குறை சொல்வாயா?' என்று ஒரு பிரசங்கமே செய்தான்.

கேள்வி தன்னிடம்தான் கேட்கப்பட்டிருக்கிறது என்பது சுரஞ்சனுக்குப் புரிந்தது. சட்டென்று பதிலேதும் சொல்லத் தோன்றவில்லை.

'வளர்ந்து வரும் ஒரு நாட்டில் மத அமைப்பு இருப்பதை எவ்விதம் நியாயப்படுத்த முடியும்?' என்று முணுமுணுத்தான்.

ஜத்தின் சக்கரவர்த்தி உடனடியாக இதற்குப் பதில் சொன்னான்.

'சிறுபான்மையினர் மனதில் தோன்றியிருக்கும் இந்த மத உணர்வு களுக்கு யார் பொறுப்பு? தேசிய மதம் என்று ஒன்றை ஆக்கியவர்கள் தான் பொறுப்பு என்பது புரியவில்லையா? ஒரு மதத்தைத் தேசிய மதம் என்று அறிவிக்கும்போது ஒரு நாட்டின் தேசியமே கெட்டுப்போகிறது. தேசிய மதம் என்று ஒன்றை அறிவித்துவிட்டால் எந்த நேரமும் ஒரு நாடு மதவாத நாடாக மாறி விடக்கூடும். இந்த நாடு மெல்ல மத சார்பாக மாறிக்கொண்டு வருகிறது. இனிமேல் தேசிய ஒருமைப்பாடு பற்றிப் பேசுவது அர்த்தமற்றது. எட்டாவது சட்டத் திருத்தம் என்பது ஒரு கண்துடைப்பு. பாதிக்கப்பட்ட சிறுபான்மையினர் இதை உணர ஆரம்பித்தாகிவிட்டது.'

'இஸ்லாமைத் தேசிய மதமா அறிவிச்சதில் முஸ்லிம்களுக்கு ஏதாவது அனுகூலம் இருக்கும்ன்னு நினைக்கிறியா? எனக்கு அப்படித் தோணல்லை...'

'இல்லைதான். ஆனா அவங்களுக்கு அது இன்னைக்குப் புரியலை. பின்னால புரியலாம்.'

கேட்டுக் கொண்டிருந்த அஞ்சன், 'அவாமி லீகுக்கு ஏதாவது செய்தாக வேண்டிய கட்டாயம் இருக்கு' என்றான்.

'அவாமி லீகின் மசோதாவில்கூட எட்டாவது சட்டத்திருத்தத்தை எதிர்த்து எதுவும் சொல்லப்படல்லை. ஜனநாயகத்தின் அடிநாதமே மதச்சார்பின்மைதான்னு எந்த ஜனநாயக நாட்டில் வாழ்கிறவர்களுக்கும் தெரியும். எண்பத்தாறு சதவீதம் பேர் முஸ்லிமா இருக்கிற ஒரு நாட்டில் இஸ்லாமை ஏன் தேசிய மதமா அறிவிக்கணும்? முஸ்லிம்கள் ஏற்கெனவே மதப்பற்றுடையவர்கள், அவர்களைச்சட்டம் போட்டுத்தான் சொல்லிக் காட்டணுமா?' என்றான் சுரஞ்சன்.

'கொள்கையில் விட்டுக் கொடுக்கிறதுங்கிற பேச்சுக்கே இடமில்லை. அவாமி லீக் அதைப் பண்ணிடுச்சு' என்றான் ஜதின்.

ரொம்ப நேரமாக ஏதும் பேசாமல் மற்றவர்கள் பேசுவதைக் கேட்டுக் கொண்டிருந்த சுபாஷ், 'பி.என்.பியைப் பத்தியும், ஜமாத்திஸைப் பத்தியும்தான் நாம பேசணும். அவாமி லீகைப் பத்திப் பேசிக்கிட்டு இருக்கோம். அவங்க அவாமி லீகைவிட எந்தவிதத்திலயாவது வித்தியாசமா இருக்காங்களா?' என்றான்.

கஜால் அவனுக்கு பதில் சொல்லும்விதமாக, ' தெரிஞ்ச விரோதிகள் பத்திக் கவலைப் பட வேண்டியதில்லை. நல்லவன்னு நாம நம்பின வங்க பல்ட்டி அடிக்கிறப்போதான் அதிர்ச்சியா இருக்கு' என்றான்.

'செக்யூலரிஸம் என்கிற வார்த்தையை எல்லாரும் பயன்படுத்தறாங்க. அதுக்கு அர்த்தம் மதச் சார்பின்மை என்றுமட்டுமே சொல்கிறார்கள். மதத்தையும் அரசியலையும் சேர்க்கவேகூடாது என்ற ஒரு அர்த்தமும் உண்டு என்பது யாருக்கும் தெரியல்லை' சௌத்ரி அலுத்துக் கொண்டான்.

'இந்தியா பிரிக்கப்பட்டபோது முஸ்லிம் அடிப்படை வாதமும், இந்து அடிப்படைவாதமும் மோதி முஸ்லிம் அடிப்படை வாதம் ஜெயித்த தால் பாகிஸ்தான் உருவாச்சு. இந்து அடிப்படை வாதம் தோற்றதால் இந்தியா என்கிற மதசார்பற்ற நாடு உருவாச்சு. இந்தியாவில் இந்துக் களுக்கு இருக்கும் அதே மரியாதை முஸ்லிம்களுக்கும் கிடைச்சது. இந்தியாவில் இந்துக்களின் இந்தத் தோல்வியாலேதானோ என்னவோ பங்களாதேசத்தில் இந்துக்கள் மதிக்கப்படவே இல்லை, சுமையாக் கருதப்பட்டாங்க.

காரணங்கள் எல்லாம் வெறும் சாக்குப் போக்குகள்தான். இந்துக்கள் எல்லாரையும் துரத்திட்டு அவங்க சொத்துக்களை எடுத்துக்கணும் என்கிறதுதான் இங்க இங்கிருக்கிறவங்களோட ஆசை. பாகிஸ்தானுக்குக் கீழ் இருந்தப்ப இருந்த முஸ்லிம்மயமாக்கும் வெறி இப்ப மறுபடி வந்திருக்கு. இந்துக்கள் சிறைப்பட்டாற்போல உணர்கிறார்கள். மதச் சார்பற்ற நாடு என்று அறிவிக்கப்பட்டாலொழிய இந்துக்களுக்கு இங்கே வாழ்வது சிரமம்தான் இனி. எதிரிகள் சொத்துச் சட்டத்தை விலக்கிக்கச் சொல்லி நாம எல்லாரும் வலியுறுத்தணும். அது மட்டுமில்லை, நாம வேறு சில விஷயங்களுக்காகவும் போராட வேண்டியிருக்கு. அரசாங்கத்திலே செயலர் மட்டத்தில் இந்துக்களே கிடையாது. பாகிஸ்தான் வசம் நாடு இருந்ததுலேர்ந்து இந்த நிலை இருக்கு. ராணுவத்திலும் மிக மிகச் சொற்ப அளவு இந்துக்கள்தான் இருக்காங்க. அவங்களுக்கும் ஒரு குறிப்பிட்ட பதவிக்குமேல் உயர்வு கிடையாது. விமானப் படையிலயும், கடற்படையிலயும் இந்துக்கள் சுத்தமாக் கிடையாது.'

நிர்மல் சொன்னான், 'காஜல், பிரிகேடியர் அல்லது மேஜர் ஜெனெரல் லெவல்லே இந்துக்களே கிடையாதுங்கிறது நிஜம்தான். மொத்தம் எழுபது கர்னல்கள்ள ஒரே ஒரு இந்துதான். நானூற்றைம்பது லெஃப்டினண்ட் கர்னல்கள்ள எட்டு இந்துக்கள்தான். ஆயிரத்தில் நாற்பது மேஜர்கள், ஆயிரத்தி முன்னூறு கேப்டன்களில் எட்டுபேர்... என்கிற மாதிரி இந்துக்கள் இருக்கிற பதவிகள்ளயும் அற்ப சொற்ப சதவீதம்தான் இருக்காங்க. இந்துக்கள் மட்டுமில்லை, பௌத்தர்களோ, கிறிஸ்தவர்களோகூட இல்லை. செகரட்ரி பதவி மட்டுமில்லை, ஜாயிண்ட் செகரட்ரி பதவியில்கூட ஒரே ஒரு இந்துதான் இருக்கார்.'

'வெளி உறவு அமைச்சகத்திலயும் சிறுபான்மையினர் யாரும் இல்லை.. சரியா?'

சுரஞ்சன் கீழே விரிக்கப்பட்ட கம்பளத்தில் உட்கார்ந்து திண்டு ஒன்றில் சாய்ந்தபடி உரையாடலை ரசித்துக் கொண்டிருந்தான். கொஞ்சம் யோசித்து விட்டு கபீர் சௌத்ரி,

'பாகிஸ்தான் காலத்திலேர்ந்து இப்பவரைக்கும் பார்த்தாலும் மனோரஞ்சன் தர் மாத்திரம் ஜப்பான் நாட்டில் வெளியுறவுத் தூதரா கொஞ்ச காலம் இருந்திருக்கார் அவ்வளவுதான். மத்தபடிமேல் படிப்புக்கு மாணவர்களை வெளிநாட்டுக்கு அனுப்பறதா இருந்தாலும் இந்து மாணவர்களை அனுமதிக்கிறதில்லை. இந்துக்கள் வசம் லாபகர மான தொழிலும் கிடையாது. வியாபாரம் பண்ணணும்ன்னாலே முஸ்லிம் பார்ட்னர் இல்லாம முடியாதே அவங்களாலே! வங்கிகளோ, நிதி நிறுவனங்களோ அவங்களுக்கு கடனுதவியும் பண்றதில்லை.'

'சரியாச் சொன்னே.. உடைகளுக்காக ஒரு நிறுவனம் ஆரம்பிக்கக் கடனுக்கு விண்ணப்பிச்சி நடையா நடந்து செருப்பு தேய்ஞ்சதுதான் மிச்சம். எங்கேயும் கடன் கிடைக்கல்லை. அஃப்சலை பார்ட்னரா சேர்த்தப்புறம்தான் ஓரளவு லோன் கிடைச்சது.'

'ஒரு விஷயம் கவனிச்சியா? தொலைக்காட்சி, வானொலி நிகழ்ச்சிகள் எல்லாம் தொடங்கும்போது குர்ஆன் வாசகங்களைச் சொல்லித்தான் தொடங்கறாங்க. கீதை, திரிபீடகம் (பௌத்தப் புனித நூல்) எல்லாம் இரண்டாம் பட்சம்தான்' என்றான் சுபாஷ்.

'இது எல்லாமே தேவையில்லாதது. மதம் சார்ந்த நிகழ்ச்சிகளே வேண்டாம்ன்னு ஆக்கிடணும்' என்றான் சுரஞ்சன்.

'அரசாங்க நிகழ்ச்சிகளிலும் குர்ஆன் படித்துத்தான் ஆரம்பிக்கறாங்க. கீதையோ இதர மத நூல்களோ படிச்சா என்ன? இந்து

பண்டிகைகளுக்குக்கூட இரண்டு நாட்கள்தான் விடுமுறை ஒதுக்கி யிருக்காங்க. அது தவிர்த்து எந்த விடுமுறையும் எடுத்துக்க முடியாது. புதுசு புதுசா மசூதி கட்டறதுக்கு பிரபோஸல்கள் வந்துகிட்டே இருக்கும், ஆனா அதுவே கோவில், சர்ச் இதைப் பத்தியெல்லாம் கவலையே கிடையாது.'

'ரேடியோலயும் டெலிவிஷன்லயும் பகவத் கீதை படிச்சிட்டா திருப்தியா உனக்கு? புதுக் கோவில்கள் கட்டிட்டா நம்ம வாழ்க்கை வளமாயிடுமா? இந்த இருபத்தோறாம் நூற்றாண்டிலயும் சமூகத்திலயும், அரசாங்கத் திலயும் நம்மை மதரீதியா அடையாளம் காட்டிக்கிறோம். சமூகமும், அரசாங்கமும் மதக் கலப்பில்லாமல் நடந்துக்கிறதுக்கு என்ன செய்யணும்னு யோசிக்கிறது உபயோகமா இருக்கும். மதச் சார்பின்மைங்கிறது குர்ஆனுக்கும் கீதைக்கும் சம வாய்ப்பு அளிக்கிறது இல்லை; இரண்டுமே இல்லாம இருக்கிறது இன்னும் கொஞ்சம் பெட்டரான மதச்சார்பின்மையா இருக்காது? அரசாங்க விழாக்கள், பள்ளி கல்லூரிப் பாடங்கள் எல்லாத்தில இருந்தும் மதம் சார்ந்த விஷயங்களை எடுத்திடணும். மதம் தொடர்பான நிகழ்ச்சிகளில் அரசியலை அனுமதிக்கக்கூடாது. எந்த அரசியல்வாதியாவது மதம் சார்ந்த நிகழ்வுகள்ள கலந்துகிட்டா அவரைக் கட்சியிலிருந்து நீக்கிடணும். மதத்தைப் பரப்பும் சாதனமா அரசாங்கம் இருக்கக்கூடாது. வேலைக்கான விண்ணப்பங்களில் மதம் என்கிற வகைப்பாடே இருக்கக்கூடாது' சுரஞ்சன் ஒரு குட்டிப் பிரசங்கம் செய்தான்.

'நீ சொல்ற எல்லாமே மதச்சார்பில்லாத நாட்டில்தான் செய்யமுடியும். இந்த நாட்டில் முடியாது' என்றான் காஜல்.

'இடிக்கப்பட்ட கோவில்களையும் வீடுகளையும் செப்பனிடவும், அப்படிப்பட்ட காரியங்களில் ஈடுபட்ட சமூக விரோதிகளைத் தண்டிக்கவும் கேட்டு உள்துறை அமைச்சருக்கு நான் விண்ணப்பம் அனுப்பியிருக்கேன்' என்றான் சுபாஷ்.

சுரஞ்சன் சிரித்தான். 'இது மாதிரி விண்ணப்பங்களை இந்த அரசாங்கம் ஏற்காது.'

கபீரும் அதை ஆமோதித்தான். 'கரெக்ட், நான் ஒப்புக்கறேன். உள்துறை அமைச்சர் அப்படிப்பட்டவர்தான்.'

செய்தூர் ரஹ்மான் சற்றுக் காட்டமாக, 'இது மாதிரி ஆசாமிகள் பதவியில் இருப்பது துரதிர்ஷ்டவசமானது. ஷேக் முஜிபுர் ரஹ்மான் இவரை மன்னிச்சிட்டாரு; ஸியா உர் ரஹ்மான் பதவி கொடுத்துட்டாரு.

எர்ஷாத் அதிக அதிகாரங்கள் குடுத்தாரு, காலிதா இவங்களோட ஆதரவுல பதவிக்கு வந்துட்டாரு.'

தபஸ் பால் குறுக்கிட்டு டிவியில் முக்கிய செய்திகள் சொல்வதுபோல, 'காக்ஸ் பஜாரில் செபகோலா கோவிலை சிதைச்சிட்டாங்களாம், சிட்டாமந்திரும் இதே கதிக்கு...' என்று வரிசையாக இடித்தது கொளுத்தியது சிதைத்தது எல்லாவற்றையும் சொல்ல ஆரம்பிக்க அலுப்பும் சலிப்பும் அடைந்த சுரஞ்சன்,

'நிறுத்துப்பா.. இதுக்கு பதில் ஏதாவது ஒரு பாட்டுப் பாடு' என்றான்.

'பாடுவதா!' எல்லாரும் ஒரு விநாடி அதிர்ச்சி அடைந்தார்கள். இன்றைக்கு நாடு இருக்கிற நிலை என்ன, நடந்து கொண்டிருக்கும் கொடுமைகள் என்னென்ன, இந்தச் சமயத்தில் பாடு என்று எப்படிக் கேட்க முடிகிறது இவனால்?

எல்லார் முகத்தையும் பார்த்து விட்டுச் சட்டென்று டாப்பிக்கை மாற்றினான் சுரஞ்சன்.

'டேய் காஜல்.. சாப்பிடக் கொஞ்சம் சாதம் இருக்குமா, பசிக்குதுடா' என்றான்.

சாப்பிடுகிற வேளையே இல்லாதபோது சாதமா? என்ன ஆயிற்று இவனுக்கு என்பது போலப் பார்த்தான் காஜல்.

அவர்களெல்லோரும் தொடர்ந்து கொலை கொள்ளை கற்பழிப்புகள் பற்றிப் பேசிக் கொண்டிருக்க அதைக் கேட்டவாறு கண்மூடிப் படுத்திருந்த சுரஞ்சன் அப்படியே கண்ணயர்ந்தான்.

'ஏய்.. எழுந்திரு, இந்தா சாதம்' என்று யாரோ எழுப்பியதும் அரக்கப் பரக்க எழுந்தான். தூங்கி ரொம்ப நாளாகி விட்டது. அந்தத் தூக்கத்தைக் கலைத்துக்கொண்டு எழுந்திருக்க மனம் வரவில்லை. பாபர் மசூதிப் பேச்சுகள் இன்னமும் ஓயவில்லை. கடந்த சில நாட்களாக எப்போதும் எங்கும் இதுதான். அசூயையாக இருந்தது.

மலங்க மலங்க விழித்தபடி உட்கார்ந்திருந்த அவனைப் பார்த்து காஜல்,

'சாப்பிடுடா.. என்னாச்சு? உடம்பு சரியில்லையா?' என்றான்.

'வேணாம்டா.. பிடிக்கல்லை. உடம்பு சரியா இல்லைன்னுதான் நினைக்கிறேன்.'

'என்ன சொல்றே நீ?'

‘சாப்பிடணும் போல இருக்கு, சாப்பிடறதுக்குள்ளே பசி போயிடுது. தூக்கமா வருது தூங்க முடியல்லை..’

அவன் தோளில் கையை ஆதரவாகப் போட்டுக் கொண்ட ஜத்தின் ‘நீ உன்னை இழந்துகிட்டு வர்றே. நாங்கள்ளாம் எதுக்கு இருக்கோம்.. உன்னைத் தேத்திக்கோ.. நாங்க உன்னைக் கைவிட மாட்டோம்.. கம் ஆன்’ என்றான்.

ஜத்தின் பேசியது அப்பாவின் வார்த்தைகள்போல இருந்தது. அப்பாவின் அருகில் போயே ரொம்ப நாளாகிவிட்டதே... சட்டென்று வீட்டுக்குப் போகவேண்டும்போல இருந்தது. வீட்டிலிருந்து சாப்பிடாமலே வந்துவிட்டான். வீட்டிலிருந்தவர்களுக்கும் அவனுக்கும் இடைவெளி நாளுக்கு நாள் அதிகமாகிக் கொண்டே வந்தது. வீட்டுக்குப்போய்ப் பழைய கதைகளைப் பேசியபடி எல்லாரோடும் சேர்ந்து சாப்பிட வேண்டும் என்று எண்ணியபடி எழுந்து வாசலை நோக்கி நடந்தான்.

ரிக்‌ஷாவில் போகிற அளவு பையில் பணம் இருந்தாலும் நடந்தே போனான். காலையிலிருந்து சிகரெட்டே பிடிக்கவில்லை. மாயா தந்த பணத்தைச் செலவு செய்ய ஏனோ மனம் வரவில்லை. ஆனால், இப்போது ஒரு சிகரெட் பிடிக்கவேண்டும்போல இருந்தது. பெட்டிக் கடையில் ஒரு சிகரெட் வாங்கிப் பற்ற வைத்துக்கொண்டான்.

சிகரெட்டைப் புகைத்தபடி வீடு நோக்கி நடந்தான்.

★

‘மாயா... எங்கே சுரஞ்சனைக் காணோம்? எங்கே போனான்னு உனக்குத் தெரியுமா?’ என்றார் சுதாமய்.

‘புலோக் வீட்டுக்குப் போறேன்னு சொன்னான். அங்கே பேசிக்கிட்டு இருக்கிறதிலே தாமதமாகுதோ என்னவோ.’

‘இருட்டறதுக்குள்ளே வீட்டுக்கு வராம இருக்கிறதுக்கு ஏதாவது காரணம் இருக்கா?’

‘தெரியல்லை.. எனக்கு இந்த நடவடிக்கைகள் புரியறதும் இல்லை. இந்நேரம் வந்திருக்கணும்.’

‘நாமெல்ளாம் கவலைப்படுவோம்ன்னு அவனுக்குத் தெரியாதா? அதுக்காகவாவது பொழுதோட வீட்டுக்கு வரக்கூடாதா?’

‘உங்களுக்கு இந்தக் கவலையெல்லாம்கூடாதுப்பா.. மனசை அமைதியா வெச்சிக்கணும். அண்ணா வந்துடுவான். புத்தகம் ஏதாவது

படிச்சுக் காட்டணுமா? தூக்க மாத்திரை சாப்பிட்டாச்சுன்னா பேசாம கண்மூடிப் படுத்திருக்கணும்' மாயா அப்பாவை சமாதானம் செய்தாள்.

'நீ பண்ற சிருஷ்யூஷையில் நான் சீக்கிரமே எழுந்து உட்கார்ந்துடுவேன் போலிருக்கேம்மா. இன்னும் கொஞ்ச நாள் பெட்ல இருக்கேனே.. திடமா நடமாடுறதிலயும் பிரச்னைகள் இருக்கும்மா.'

'என்ன பிரச்னைகள்?'

'இப்ப எனக்குச் சாதம் ஊட்டிவிடறீங்க. உடம்பு பிடிச்சிவிடறீங்க. எழுந்து நடமாட ஆரம்பிச்சா இந்த சௌகர்யமெல்லாம் கிடைக்குமா? என் பேஷண்ட்ஸைக் கட்டிக்கிட்டு மாரடிக்கணும், பையைத் தூக்கிக் கிட்டு மார்க்கெட்டுக்கு ஓடணும், உங்ககூட எல்லாம் சண்டைகூடப் போட வேண்டியிருக்கும்' சுதாமய் குலுங்கிக் குலுங்கிச் சிரித்தார்.

காலையிலிருந்தே அவர் கொஞ்சம் உற்சாகமாகத்தான் இருந்தார். கிரன்மயிடம்,

'ஜன்னல் கதவை எல்லாம் திறந்து வை. அறைக்குள் நல்ல காத்து இல்லாம சதா இருளோன்னு இருக்கிறது எனக்குப் பிடிக்கல்லை. ஏன்? குளிர்காலத்துல குளிர்ந்த முகத்திலே படக்கூடாதா? சின்ன வயசிலே ஸ்வெட்டர் போடாம ஊர் பூரா சுத்தியிருக்கேன்.'

கணவரின் உற்சாகம் கிரன்மயிக்கு திருப்தியாக இருந்தது. திடீரென்று,

'ஆமாம்.. சுரஞ்சன் ஸ்வெட்டர் கிட்டர் போட்டுகிட்டுப் போயிருக்கானா இல்லையா?' என்றார் கவலையுடன்.

'உங்களை மாதிரியே அண்ணாவும் ஸ்வெட்டர் போடாம மெல்லிய சட்டையோடதான் போயிருக்கான். நவநாகரிகமானவன், புரட்சிகர மானவன் இல்லையா... அதான் பருவங்கள் அவனைப் பாதிக்கிற தில்லை' மாயா சொன்னது பாராட்டா விமர்சனமா என்று புரியாத நிலையில் கிரன்மயி ஆத்திரத்துடன்,

'நாள் பூரா எங்கே சுத்தறான்னு அந்தக் கடவுளுக்குத்தான் வெளிச்சம். சாப்பிடறானா இல்லையா, ரூமுக்கு வந்ததும் என்ன பண்றான், தூங்கறானா இல்லையா எதுவும் யாருக்கும் தெரியறது இல்லை. நாளுக்கு நாள் ஒழுங்கீனம் அதிகமாயிகிட்டு வருது.'

கிரன்மயி பேசிக் கொண்டிருந்த போதே கதவு தட்டப்படும் சத்தம் வந்தது. தட்டும் முறை சுரஞ்சன் தட்டுவது போலவே இருந்தது. சுரஞ்சன் ரொம்பத் தாமதமாக வந்தால் நேராக வெளியிலிருந்தே தன்

அறையைத் திறந்துகொண்டு உள்ளே வந்து விடுவான். அதிகத் தாமதம் இல்லையென்றால் கதவைத் தட்டுவான். மாயா அப்பாவுக்கு சாதம் பிசைந்து கொண்டிருந்ததால் கிரன்மயி எழுந்து கதவுப் பக்கம் போனார்.

'யாரு?' என்று கேட்டபோது ஏதோ தெளிவில்லாத பதில் வந்தது. சுரஞ்சன்தான் அலுப்பும் தூக்கக் கலக்கமுமாக பதில் சொல்கிறான் என்று நினைத்து கதவைத் திறந்தார் கிரன்மயி. மின்னல் வேகத்தில் ஏழெட்டுப் பேர் அவரைத் தள்ளிக்கொண்டு உள்ளே புகுந்தார்கள்.

வந்தவர்களில் நான்கு பேர் கையில் இரும்புத் தடி வைத்திருந்தார்கள். மற்றவர்களிடமும் ஏதாவது ஆயுதம் இருந்திருக்கலாம்; அவர்கள் நுழைந்து உள்ளே போன வேகத்தில் பார்க்க முடியவில்லை. எல்லாருமே இருபது இருபத்திரெண்டு வயதுக்காரர்கள்தான். வந்தவுடன் சம்பிரதாய மாக வீட்டில் இருக்கிற சாமான்களை எல்லாம் அடித்து நொறுக்க ஆரம்பித்தார்கள். யாரும் எதுவும் பேசவில்லை. பொருட்கள் உடைபடும் சத்தம்மட்டுமே கேட்டது. சிலிங் என்று டிவியின் கண்ணாடி உடையும் சத்தம். ப்ளக் பச்சக் என்று ஃபான்களின் அலுமினியம் பிளேடுகள் நசுங்கும் சத்தம், மளுக் மளுக்கென்று மரச் சாமான்கள் உடையும் சத்தம், கிச்சன் முழுக்க அலமாரிகள் விழுந்து நொறுங்கும் சத்தம்...

நாசம் கணிசமான அளவுக்கு முடிந்ததும் 'தேவ்டியா புள்ளைங்களா, பாபர் மசூதியை இடிச்சிட்டு நீங்க பாட்டுக்கு இருந்தா விட்டுடுவோம்னு நினைச்சீங்களாடா?' என்றான் வன்மத்துடன் ஒருவன். பேசிக் கொண்டிருக்கும் போதே அவன் பார்வை மாயாவின்மீது விழுந்தது. அவன் பார்வையைப் பார்த்த கிரன்மயிக்கு திகில் பிடித்தது. மாயா சட்டென்று பின்வாங்கிக் கட்டிலின் ஓரத்தைப் பிடித்துக்கொண்டாள். அப்படியும் அந்த மனிதன் நெருங்க கிரன்மயி மகளின்மீது படர்ந்து மறைத்தார். அவரை இழுத்து வீசி விட்டு மாயாவின் கையை முரட்டுத் தனமாக இழுத்தான் அந்த மனிதன். மாயா பிடிவாதமாகக் கட்டிலை இறுகப் பிடித்துக்கொள்ள அவளை ஏறக்குறைய உரித்துத் தோளில் போட்டுக்கொண்டு நடந்தான்.

'அவளை விட்டுடு.. அவளை விட்டுடு' என்று கிரன்மயி அலறியது காற்றில் கரைந்தது.

மாயாவின் கையில் அப்பாவுக்குப் பிசைந்த சாதம் இன்னும் ஒட்டி யிருந்தது. 'காப்பாத்தும்மா.. காப்பாத்தும்மா' என்று அவள் அழுதாள். அந்தத் காலிகள் அவளைக் குண்டுக்கட்டாகத் தூக்கி ஆட்டோவில் திணித்துவிட்டார்கள்.

'ஐயோ.. என் பொண்ணைத் தூக்கிட்டுப் போறாங்களே.. யாராவது காப்பாத்துங்க' என்று அழுதபடி ஆட்டோவுடனே தெருக்கோடிவரை

ஓடினார் கிரன்மயி. ஒருத்தரும் உதவிக்கு வரவில்லை. எல்லாரும் அவரை ஒரு பிச்சைக்காரியைப் பார்ப்பது போலப் பார்த்தபடிப் பிணம் போல நின்றிருந்தார்கள்.

★

சுரஞ்சன் வீடு திரும்பும்போது வாசற்கதவு விரியத் திறந்திருப்பதைப் பார்த்துத் திடுக்கிட்டான். வீட்டுக்குள் நுழைந்ததும் வீடே அடித்து நொறுக்கப்பட்டிருப்பது மேலும் அதிர்ச்சியளித்தது. ஒவ்வொரு அறையாகப் போய் அவன் பார்த்தபோது எங்கு போனாலும் கால்களில் கண்ணாடி குத்தியது.

என்ன இது? ஏன் அப்பா தரையில் விழுந்து கிடக்கிறார்? ஏன் வலியில் முனகுகிறார்? அம்மாவும் மாயாவும் எங்கே? வீடு இருந்த நிலையைப் பார்க்கிறபோது என்ன ஏது என்று கேட்கக்கூடப் பயமாக இருந்தது அவனுக்கு.

'மாயாவைத் தூக்கிட்டு போய்ட்டாங்கடா' அப்பாவின் குரல் பலஹீனமாக ஒலித்தது.

'என்னது? தூக்கிட்டுப் போய்ட்டாங்களா? யாரு? எப்போ? எங்கே தூக்கிட்டுப் போனாங்க?'

சுதாமயால் பதில் சொல்ல முடியவில்லை. மூச்சு வாங்கியது அவருக்கு. சுரஞ்சன் அவரைக் கைத்தாங்கலாகத் தூக்கிக் கட்டிலில் கிடத்தினான்.

'அம்மா எங்கே?'

சுதாமயியின் முகம் போன போக்கைப் பார்க்கிறபோது உடனடியாக மருத்துவ உதவி இல்லையென்றால் செத்துப் போய்விடுவார் என்று தோன்றியது. சுரஞ்சனின் குழப்பம் அதிகமானது. இப்போது என்ன செய்வது? அப்பாவைக் கவனிப்பதா மாயாவைத் தேடிப் போவதா? பயமும் இயலாமையும் அவனை ஆட்கொண்டன. சில வினாடிகள் குழப்பத்துக்குப் பிறகு அப்பாவின் கையைப் பிடித்துக்கொண்டு,

'எப்பாடுபட்டாவது மாயவைத் திரும்பக்கூட்டி வந்துடறேன்.. கொஞ்சம் தைரியமா இருங்க' என்று சொல்லிவிட்டு வாசல் நோக்கி நடந்தான்.

எங்கே போவது? யாரைக் கேட்பது?

அவனுக்கிருந்த ஒரே போக்கிடம் அப்போது ஹைதர்தான்.

சுரஞ்சன் கதவைத் தட்டிய தட்டலிலேயே அவசரம் தெரிய, ஹைதர் யாரென்று தெரியாமல் ஓடி வந்து திறந்தான். அந்த வேளையில் சுரஞ்சன் வாசலில் நிற்பதைப் பார்த்து அதிர்ச்சியடைந்தான் ஹைதர். சுரஞ்சனின் முகம் ஆயிரம் விஷயங்களைச் சொன்னது.

'என்னடா ஆச்சு?'

சுரஞ்சனுக்குப் பேச்சே வரவில்லை. பேச முயன்றால் வாய் கோணியது. அழுகை தொண்டையை அடைத்தது. ஹைதர் அவனைச் சமாதான மாகத் தோளோடு அணைத்துக்கொண்டு,

'என்ன ஆச்சு சுரேன்?' என்றான் மறுபடி.

ஒரு வழியாகத் தன்னைச் சரிப்படுத்திக்கொண்டு, 'மாயாவைத் தூக்கிட்டுப் போய்ட்டாங்கடா' என்றான்.

'என்னது... எப்போ?' ஹைதரின் உடல் முழுக்க அதிர்ச்சி அலைகள் ஒரு வினாடி ஓடின.

சுரஞ்சன் பதிலொன்றும் சொல்லவில்லை.

'உள்ளே வா... கொஞ்சம் ரிலாக்ஸ் பண்ணு முதல்லே. இதுக்கு என்ன பண்ணலாம்ன்னு யோசிக்கலாம்.'

'என்னவாவது பண்ணி மாயாவைக் காப்பாத்துடா ஹைதர்' சுரஞ்சன் ஹைதரின் காலிலேயே விழுந்துவிட்டான்.

'ஏய்.. என்ன இது? இந்த மாதிரி சமயத்தில் உதவி பண்ணாம வேறே எப்போ நான் உதவி பண்ணப் போறேன்?' என்று சொன்னவன் அப்படியே போட்டது போட்டபடிப் புறப்பட்டான். இருவரும் மோட்டார் சைக்கிளில் புறப்பட்டார்கள்.

டிக்காட்டுளியின் ஒவ்வொரு சந்து பொந்து விடாமல் புகுந்து புறப் பட்டார்கள். ஆங்காங்கே ஓரிருவரிடம் விசாரித்தான் ஹைதர். ஹைதர் போன சில இடங்கள் ஊரில் இருப்பதே சுரஞ்சனுக்கு அப்போதுதான் தெரியும். டவுன் முழுக்கச் சுற்றிவிட்டு புறநகரிலும் விடாமல் தேட ஆரம்பித்தார்கள். காதுகளைத் தீட்டிக்கொண்டு எங்கேயாவது மாயா வின் ஓலம் கேட்கிறதா என்று கவனித்தபடி போனார்கள். குழந்தை அழு வதைக் கேட்டால் கூட நின்று கவனித்து அதற்குப் பிறகே நகர்ந்தார்கள்.

சில மணி நேரம் சுற்றியதும் அலுப்படைந்து கடை ஒன்றில் நிறுத்தி னார்கள். சுரஞ்சன் சிகரெட் ஒன்றைப் பற்ற வைத்துக் கொண்டான்.

'என்னடா இது ஹைதர், மாயாவைக் கண்டு பிடிக்க முடியாமப் போயிடுமோ?' என்று கேட்டபோது சுரஞ்சன் கைகள் நடுங்கின.

'என்னடா பண்றது... எனக்கு சந்தேகமான இடங்கள் பூரா பார்த்தாச்சு.'

'எப்படியும் இன்னைக்கு ராத்திரிக்குள்ளே கண்டு பிடிச்சாகணும்.'

என்னதான் அதிர்ச்சியும் வருத்தமும் என்றாலும் அது மெள்ள அடங்கிப் பசி தலை தூக்கியது. சொல்வதா என்று அவன் யோசிக்கும்போது ஹைதரே,

'பசிக்குது, சூப்பர் ஸ்டார்க்குப் போய் ஏதாவது சாப்பிடலாம் வா' என்றான்.

சாப்பிட்டு முடித்ததும், 'வா தேடப் போகலாம்' என்றான் சுரஞ்சன்.

'இன்னும் எங்கே தேடறதுன்னுதான் தெரியல்லை. ஒரு இன்ச் விடாம ஊர் பூரா சல்லடை போட்டுத் தேடிட்டோம்.'

'போலிஸ் ஸ்டேஷன் போலாமா?'

'ஒண்ணும் பிரயோஜனம் இருக்காது. ஆனாலும் நமக்கு இப்ப வேறே வழியில்லை.'

போலிஸ் ஸ்டேஷனில் அவர்கள் சொன்ன புகாரை இயந்திரமாகப் பதிவு செய்து கொண்டார்கள். எந்த நம்பிக்கையும் ஆறுதலும் சொல்லவில்லை.

'இவங்க ஒண்ணும் பண்ணப் போறதில்லை' என்றவாறு சுரஞ்சன் வெளியில் வந்தான்.

ஹைதரின் அரசியல் தொடர்பு கொஞ்சம் உதவியாக இருக்கலாம். கட்சிக்காரர்கள் சிலருக்கு போன் செய்து தேடும்படிக் கேட்டுக் கொண்டான். அது சிரஞ்சனுக்குக் கொஞ்சம் திருப்தியாக இருந்தது. ஹைதர் மோட்டார் சைக்கிளை ஓட்டிக்கொண்டு நேராக சுரஞ்சன் வீட்டு வாசலில் கொண்டு நிறுத்தினான்.

'மனசைத் தளர விட்டுடாதே.. நம்மாலே முடிஞ்ச அளவு டிரை பண்ணி கண்டுபிடிச்சிடலாம்' என்றான் ஹைதர்.

வீட்டில் கிரன்மயி சிதிலங்களுக்கு இடையில் கதவையே ஆவலாகப் பார்த்தபடி உட்கார்ந்திருந்தார். சுதாமய், சுரஞ்சன் ஏதாவது செய்து மாயாவை அழைத்து வந்து விடப் போகிறான் என்கிற நம்பிக்கையுடன்

தன் நோயையும் பொருட்படுத்தாமல் காத்திருந்தார். சுரஞ்சன் அலுப்பும் துக்கமுமாக வெறுங்கையுடன் வருவதைப் பார்த்து ஏமாற்றம் அடைந்தார்கள். அவர்களும் எதுவும் கேட்கவில்லை, சுரஞ்சன் தரையில் படுத்துக் கைகால்களை நீட்டிக் கொண்டான்.

மனது பாரமாக இருந்தது. துக்கமாக இருந்தது. என்ன ஆகியிருக்கும்? அந்த வெறியர்கள் கூட்டம் மாயாவின் கற்பைச் சூறையாடியிருப்பார் களோ? ஆறு வயதுக் குழந்தையாக இருந்தபோது காணாமல் போய்விட்டு எந்தச் சேதமும் இல்லாமல் இரண்டு நாட்கள் கழித்து வந்தாளே, அப்படி இப்போதும் வந்தால் எவ்வளவு நன்றாக இருக்கும்! ஹைதர் உறுதி அளித்துவிட்டான் என்பதற்காக மாயா வந்துவிடுவாள் என்று கனவு காண முடியுமா!

இந்து என்கிற ஒரே காரணத்துக்காக மாயவைக் கடத்திக்கொண்டு போய்விட்டார்களே.. இந்துக்கள் இன்னும் எத்தனை கற்பழிப்பு, இன்னும் எத்தனை ரத்தச் சேதாரத்தைப் பொறுத்துக் கொண்டிருக்க வேண்டும்? இன்னும் எத்தனைக் காலம் ஆமைகள் போல ஓட்டுக்குள் தலையை இழுத்துக்கொண்டு வாழ்வது?

'எப்டி இருக்கீங்கன்னு பாக்கத்தான் வந்தோம்.. இங்கதான் பக்கத்து லேர்ந்து வந்திருக்கோம் கதவைத் திறங்கன்னாங்க.. எவ்ளோ வயசிருக்கும் அவங்களுக்கு? இருபது இருபத்திரெண்டு வயசுதான் இருக்கும். என்னாலே எப்படி அவங்களோட மல்லுக்கட்ட முடியும்? ரோடுல நின்னு அந்தக் கத்து கத்தி எல்லாரையும் உதவி கேட்டேன்.. எல்லாருமே பரிதாபப்பட்டாங்க, ஏன் யாருமே உதவிக்கு வரல்லை? மாயா வருவாளா இல்லை இனிமே வரவே மாட்டாளா? இதைவிட வீட்டையே கொளுத்திட்டுப் போயிருக்கலாமே அவனுங்க! அதெப்படிக் கொளுத்துவாங்க, வீட்டு சொந்தக்காரன் முஸ்லிமாச்சே..' கிரன்மயி சுவற்றில் சாய்ந்து புலம்பிக் கொண்டிருந்தார்.

ஏதேதோ எண்ணங்களாலா அல்லது அதீதத் தலைவலியாலா தெரிய வில்லை, சுரஞ்சன் எழுந்து பாத்ரூம் போய் வாந்தி எடுத்தான்.

★

182

நாள் 7

விடிந்து வெராந்தாவில் வெயில் அடிக்க ஆரம்பித்திருந்தது.

சுரஞ்சன் கட்டிலில் படுத்தபடி பார்த்துக் கொண்டிருந்தான், மாயாவின் அபிமான பூனை வீடு பூரா அவளைத் தேடியது. பொழுதெல்லாம் அந்தப் பூனையைத் தோளில் தூக்கிக் கொஞ்சியபடி இருப்பாள் மாயா. மாயாவைக் காணவில்லை என்பது அதற்குத் தெரிந்திருக்குமோ இல்லையோ...

எங்கே இருக்கிறாளோ, துக்கம் அடக்க மாட்டாமல் அழுது கொண்டிருப்பாள். கையையும் காலையும் கட்டி வைத்து வாயில் துணி அடைத்திருப்பார்களோ? ஆறு வயதுப் பெண் கடத்தப்படுவதற்கும் இருபத்தோரு வயதுப் பெண் கடத்தப்படுவதற்கும் நோக்கங்களில் வேறுபாடு உண்டு, ஆகவே அந்தந்த வயதினரின் மனப்பாங்கிலும் வேறுபாடு உண்டு.

மாயா வருவாளா அல்லது போனது போனதுதானா? யாருக்குத் தெரியும்! ஹைதர் நிஜத்திலேயே ஆழ்ந்து தேடுகிறானோ அல்லது தேடுவது போல பாவனை செய்கிறானோ.. இந்துக்கள் மூன்றாம் தரப் பிரஜைகள்தானே இந்த நாட்டில்; அவர்களின் துன்பத்துக்கு முதல் தரப் பிரஜைகள் ஏன் தங்களைக் கஷ்டப்படுத்திக்கொள்ளவேண்டும்?

மாயா வீட்டில் இல்லை என்று நம்புவது கஷ்டமாக இருந்தது. பக்கத்து அறைக்குப் போனால் சுதாமயின் அருகில் உட்கார்ந்து சிஷ்ருஷை செய்தவாறு 'எதுவும் பண்ண மாட்டியா அண்ணா?' என்று மாயா

கேட்பாள் என்றே தோன்றியது அவனுக்கு. மாயா அவனிடம் அது வேண்டும் இது வேண்டும் என்று ஏதேதோ கேட்ட போதெல்லாம் அவன் அதைக் காதில் வாங்கியதில்லை. நண்பர்கள், அரசியல் இவைதான் முக்கியமாக இருந்தன அவனுக்கு. மாயா என்ன, அம்மா, அப்பா யாருமே அவனுக்கு முக்கியமாக இருந்ததில்லை. இப்போது எண்ணம் பூரா மாயாவைப்பற்றியே இருப்பது அவனுக்கே ஆச்சரிய மாக இருந்தது. நாட்டுக்காக உழைக்கவே இத்தனை நாளும் இவர்கள் யார்மீதும் நாட்டமின்றி இருந்தான், ஆனால் அவனால் என்ன சாதிக்க முடிந்தது?

ஹைதர் எழுந்திரிக்க நேரமாகும் என்பதால் பொறுமையின்றிக் காத்திருந்தான் சுரஞ்சன். மணி ஒன்பதானதும் டானென்று ஹைதர் வீட்டுக்குப் போனான். அவன் இன்னமும் எழுந்திரிக்கவில்லை. சுரஞ்சன் காத்திருந்தான். ஹைதர் எழுந்திருக்க இரண்டு மணி நேரமாயிற்று.

'என்ன, மாயா வந்தாச்சா?' என்றான் வந்ததும் வராததுமாக.

'மாயா வந்துட்டா உன்னைத் தேடி ஏன்டா வரப்போறேன் காலங்காத்தாலே?'

'ஓ.. இன்னும் வரல்லையா?' என்ற ஹைதர் மார்பைச் சொறிந்தபடி இலக்கில்லாத பார்வையுடன் தொடர்ந்து பேசினான்.

'இன்னைக்கு ஒரு கட்சி மீட்டிங் இருக்கு. இன்னைக்கு இன்னொரு கண்டன ஊர்வலம் இருக்கும். கோலாம் ஆஸாம் சமாச்சாரம் தீவிரமா இருக்கிறப்போ இந்த ரகளை எல்லாம் ஆரம்பிச்சிடுச்சு. இதெல்லாம் பிஎன்பியோட வேலையாத்தான் இருக்கும். விஷயத்தை அவங்களுக்கு சாதகமா ஆக்கிக்கத்தான் இதெல்லாம் பண்றாங்க.'

'அதிருக்கட்டும் ஹைதர் ரஃபீக்ன்னு யாரையாவது தெரியுமா? வந்திருந்தவங்கள்ள ஒருத்தன் பேரு ரஃபீக் போலிருக்கு.'

'எந்த ஏரியாக்காரன்?'

'தெரியல்லை... இந்த ஏரியாக்காரனாவே இருக்கலாம். இருபது இருபத்திரெண்டு வயசுதான் இருக்கும்.'

'அப்படி யாரையும் நான் கேள்விப்பட்டதில்லை. இருந்தாலும் எங்க ஆட்கள் கிட்டே சொல்லி வைக்கிறேன்.'

'வா போலாம்.. மாயாவைக் கண்டு பிடிக்காம எங்க அப்பா அம்மா முகத்தில என்னால முழிக்கவே முடியாது.'

‘சுரஞ்சன், இந்த சமயத்துலே நீ என் கூடச் சேர்ந்து சுத்தறது அவ்வளவு சரியா இருக்காது.’

‘ஏன்? ஏன் சரியா இருக்காது?’

‘புரிஞ்சிக்க.’

எதைப் புரிந்து கொள்வது? முஸ்லிம்கள் குற்றவாளிகளாக இருந்தாலும் அவர்களை இந்துக்கள் தேடிப் பிடிக்கக்கூடாது என்பதையா? அல்லது ஒரு இந்துப் பெண்ணை முஸ்லிம்களின் பிடியிலிருந்து காப்பாற்றிக் கொடு என்று கேட்பது தவறு என்பதையா? எதைப் புரிந்துகொள்ளச் சொல்கிறான்? சுரஞ்சன் விரக்தியுடன் புறப்பட்டான். மாயா இல்லாமல் வீட்டுக்குப் போக மனமில்லை. இலக்கில்லாமல் வீதிகளில் சுற்றித் திரிந்தான். இருபது வயதிருக்கிற பையன்களைப் பார்க்கிற போதெல்லாம் சந்தேகத்துடன் பார்த்தான்.

தெரிந்தவர்கள் யாரையும் போய்ப் பார்க்கப் பிடிக்கவில்லை. என்ன பேசப் போகிறார்கள்... பாபர் மசூதிபற்றித்தான் பேசப் போகிறார்கள். ரொம்ப நேரம் ஆனதால் ஒருவேளை மாயா வந்திருப்பாளோ என்று தோன்றி வீட்டுக்குப் போய்ப் பார்த்தான். வீட்டில் எந்த மாற்றமுமில்லை. சுதாமயும் கிரன்மயியும் ஏதாவது அற்புதம் நிகழ்ந்து மாயா வீடு திரும்பிவிட மாட்டாளா என்று காத்திருந்தார்கள்.

சுரஞ்சன் படுக்கையில் படுத்தாலும் தூக்கம் வரவில்லை.

நடுநிசிக்குப் பிறகு அப்பாவின் முணுமுணுப்பும், அம்மாவின் விசும்பலும் துல்லியமாகக் கேட்டன.

★

செரிப்ரல் தாம்பஸிஸ் அல்லது எம்பாலிஸம்தான்தான் செயலிழந்து போகக் காரணம் என்பது சுதாமயிக்குத் தெரிந்திருந்தது. ஹெமரேஜ் ஆகியிருந்தால் செத்துப் போயிருப்போம் என்பதும் தெரியும். ஹெமரேஜ் ஆனால் பரவாயில்லை என்று இப்போது தோன்றியது. கடவுள் ஏன் தன்னை எடுத்துக்கொண்டு மாயாவைக் காப்பாற்றக் கூடாது என்று ஏற்கெனவே பாதி செத்துப் போயிருந்த அவர், நினைத்தார். பருல் வீட்டுக்குப் போயிருந்த அவள் தன்னுடைய உடல்நிலை காரணமாகத் தானே வந்தாள் என்கிற எண்ணம் அவரை உருக்கியது. கண்ணில் நீர் நிறைந்தது. தாகத்தில் தொண்டை வறண்டது. யாரை அழைப்பது?

இருபத்தோரு வருடங்களாக கிரன்மயியின் கற்புக்குக் காவலனாக மட்டுமே இருக்க முடிந்தது. பக்கத்தில் படுத்துத் தூங்கத்தான்

முடிந்தது. அதற்கு அதிகமாக எதுவும் ஆனதில்லை. கிரன்மயியும் அதை வாங்கிக் கொடு இதை வாங்கிக் கொடு என்று புடைவை, நகை என்று எதுவும் கேட்டதில்லை. சுதாமய் பல சமயம்

'கிரன்... உன் மனசில் வருத்தம் ஏதாவது இருந்து அதை என் கிட்டே யிருந்து மறைக்கிறியா?' என்று கேட்டிருக்கிறார்.

அதற்கு கிரன்மயி, 'எனக்குன்னு தனிப்பட்ட சந்தோஷங்களும் எதிர் பார்ப்பும் எதுவுமில்லை. என் கவனமெல்லாம் நம்ம குடும்பத்தோட சந்தோஷமும் வளர்ச்சியும்தான்' என்று சொல்லிவிடுவார்.

சுதாமய்க்கு மகள் வேண்டும் என்று கல்யாணமானதிலிருந்து ஆசை. சுரஞ்சனைக் கருவுற்றிருந்தபோது கூட ஸ்டெத்தாஸ்கோப்பை வயிற்றில் வைத்துப் பார்த்து 'என் மக உதைக்கிற சத்தம் கேட்குது பார்' என்பார். மகன்கள் சுயநலக்காரர்கள், பொண்டாட்டியுடன் தனியாகப் போய்விடுவார்கள். மகள்கள்தான் வயசான காலத்தில் பெற்றோரைப் பார்த்துக் கொள்வார்கள், இது அவளது கணவனுக்கோ, புகுந்த வீட்டில் இதரப் பேருக்கோ பிடிக்காவிட்டால் கூடக் கவலைப் படமாட்டார்கள் என்பது சுதாமயின் கருத்து. அவர் பணியாற்றிய சில மருத்துவ மனைகளில் வயதானவர்களைக் கவனித்துக்கொள்ள வந்த மகள்களைப் பார்த்த அனுபவத்தில் இதைச் சொல்வதுண்டு அவர்.

அவரது மகள் ஆசையால் சுரஞ்சன் குட்டிக் குழந்தையாக இருந்தபோது அவனுக்குப் பெண் குழந்தை போலத்தான் டிரஸ் போட்டுவிடுவார். அடுத்த குழந்தை பிறந்ததும் சந்தோஷமாக மாயா என்று அம்மா பெயரை வைத்தார். 'ஒரு அம்மா இறந்துட்டா, இன்னொரு அம்மா பிறந்திருக்கா' என்பார்.

தினமும் மாயாதான் இரவு நேரங்களில் மருந்து எடுத்துக் கொடுப்பாள். இன்று மருந்து சாப்பிடுவதற்கான நேரம் கடந்து வெகு நேரமாயிற்று. திடீரென்று நினைவு வந்து சுதாமயி 'மாயா.. மாயா' என்று நள்ளிரவில் கூவினார். அவருடைய வேதனை நிறைந்த அந்த கூவலை அக்கம் பக்கத்தில் இருந்த யாரும் கேட்கவில்லை. ஏனெனில் அவர்கள் ஆழ்ந்த தூக்கத்தில் இருந்தனர். சுரஞ்சனும் கிரன்மயியும் கறுப்பு வெள்ளைப் பூனையும் மட்டுமே அதைக் கேட்டுக்கொண்டிருந்தனர்.

★

# நாள் 8

பாபர் மசூதி இடிப்புக்குப் பிறகு இந்தியாவில் நிகழ்ந்த வன்முறைகள் கட்டுக்கு வரச் சில நாட்கள் பிடித்தன. இறந்தவர்கள் எண்ணிக்கை 1800 ஐத் தொட்டது. குஜராத், கர்னாடகா, கேரளா, ஆந்திரா, அஸ்ஸாம், ராஜஸ்தான், மேற்கு வங்காளம் எல்லா மாநிலங்களிலும் ராணுவத்தினர் காவல் இருந்தார்கள்.

அமைதியைக் காக்க டாக்காவில் எல்லாக் கட்சிகளும் ஊர்வலங்கள் ஏற்பாடு செய்தன. முன்னணியில் அவற்றின் செயல் இப்படி இருந்தாலும் பின்னணியில் வேறு மாதிரிச் செயல்கள் அரங்கேறின.

நகர் முழுக்க இந்துப் பெண்கள் கற்பழிக்கப்படுவதும், இந்துக்களின் வீடுகள் சூறையாடப்படுவதும், இந்துக் கோவில்கள் இடிக்கப் படுவதும் நடந்தேறின. எங்கெங்கே என்னென்ன வன்முறை நடந்தது என்று பிருபாக்ஷன், நயன், தேபப்ரதன் மூவரும் சொல்லிக் கொண்டிருந்தார்கள்.

> கோலோக்பூரில் 30 இந்து பெண்கள் கற்பழிக்கப்பட்டனர்.சன்சாலி, சந்தியா, மோனி... நிகுஞ்சா தத்தா இறந்துவிட்டார். பகவதி என்ற வயதான பெண் இந்த நிகழ்வுகளைப் பார்த்து பயந்து அதிர்ச்சியில் மாரடைப்பில் இறந்துவிட்டார். கோலக்பூரில் பட்ட பகலில் இந்த கற்பழிப்புகள் நடந்துள்ளன. முஸ்லிம் வீடுகளில் தஞ்சமடைந்திருந்த இந்துப் பெண்களும் கற்பழிக்கப்பட்டுள்ளனர்.
>
> காவல்துறையினர், நீதிபதி, டெபுடி கமிஷனர் என அனைவரும் போலா நகரில் கோவில்கள் இடிக்கப்படுவதை மவுனமாக வேடிக்கை பார்த்திருக்கின்றனர்.

கோவில்களின் கஜானாக்கள் சூறையாடப்பட்டன.

இந்து வண்ணார்களின் குடியிருப்பு தீவைத்துக் கொளுத்தப்பட்டது.

மாணிகுஞ்சில் இருக்கும் லட்சுமி கோவில், சிவன் கோவில், பெட்டிலாவில் இருக்கும் பழம் பெரும் நாத் மந்திர், பிரோஸ்பூரில் இருக்கும் காளி கோவில், மானஸா மந்திர், சீதல மந்திர், நாராயண் மந்திர் ஆகியவை தரைமட்டமாக்கப்பட்டன. ராய்காதி, துகேரி தமுர்தலா, போன்ற இடங்களில் இருக்கும் கோவில்கள், இந்து பள்ளிக்கூடங்கள் மரக்கடைகள், சமூக நல மையங்கள், மருத்துவமனைகள் என இந்துக்களுக்குச் சொந்தமான அனைத்துமே தீவைத்து எரிக்கப்பட்டன.

குலானா பகுதியில் இருந்த பத்து கோவில்கள் தரைமட்டமாக்கப் பட்டன.

தாஸ் ஹாத் பாஜாரில் நாந்து ஹல்தாரின் 14,000 வெற்றிலை மவுண்ட்கள் தீக்கிரையாக்கப்பட்டன.

ஃபேனியில் இருக்கும் சகாதேவ்பூரில் இருந்த 13 இந்து வீடுகள் சூறையாடப்பட்டன. சகல்னையா கிராமத்தில் 20 பேர் காயப் படுத்தப்பட்டனர்.

நண்பர்கள் தொடர்ந்து பேசிக்கொண்டே சென்றனர். சுரஞ்சன் அவற்றைக் காதில் போட்டுக்கொண்டதாகவே காட்டிக்கொள்ள வில்லை. எங்கெங்கேயோ நடந்ததைப் பேசுகிறீர்களே பாவிகளா.. டிக்காட்டுளியிலிருந்து ஒரு வீட்டை நாசப்படுத்தி ஒரு அழகான பெண்ணைக் கடத்திப்போனது உங்களுக்குத் தெரியுமா? என்று மனசுக்குள் நினைத்துக்கொண்டான்.

'என்ன சுரஞ்சன், எதுவும் பேச மாட்டேங்கறே?' என்றான் தேபப்ரதன்.

'குடிக்கலாம் போல இருக்குடா. கழுத்துவரை குடிக்கணும்' என்றான் சுரஞ்சன் விரக்தியாக.

'நிஜமாவா சொல்றே?'

'நிஜம்தான். என் கிட்டே பணம் இருக்கு. யாராவது போய் ஒரு பாட்டில் விஸ்கி வாங்கிட்டு வாங்க.'

'வீட்லயா! உங்க அப்பா அம்மா என்ன நினைப்பாங்க?'

'அவங்க கிடக்கிறாங்க... நீ போய் வாங்கிட்டு வா; சகுரா அல்லது பியாசியில் வாங்கிட்டு வா.'

‘வேணாம் சுரேன்...’

‘தயவு பண்ணிப் போறியா?’

உள்ளிருந்து கிரன்மயி அழுகிற சத்தம் கேட்டது.

‘யார் அழறாங்க?’

‘இந்துவாப் பிறந்தாச்சே இந்த நாட்டில், அழாம என்ன செய்வது?’ என்றான் சுரஞ்சன்.

கூட இருந்த மூவரும் மௌனமானார்கள். அந்த அசௌகரியமான மௌனத்திலிருந்து விடுபடும் நோக்கத்துடன் பிருபாக்ஷன் புறப்பட்டு நடக்க ஆரம்பித்தான். இதே துன்பமான மனநிலையை மதுவைக் கொண்டு ஜெயிக்கலாம் என்று சுரஞ்சன் நினைத்தான். பிருபாக்ஷன் போய் சில நிமிடங்கள் கழிந்தது. திடீரென்று சுரஞ்சன்,

‘தேபப்ரதா, நம்மால ஒரு மசூதியைக் கொளுத்த முடியாது?’ என்றான்.

‘மசூதியையா? உனக்கென்ன பைத்தியம் பிடிச்சிடுச்சா?’

‘வா, இன்னைக்கு ராத்திரி தாரா மசூதியைக் கொளுத்திடலாம்.’

தேபப்ரதன் சுரஞ்சனைப் பார்த்த பார்வையில் கவலையும், ஏமாற்றமும் தெரிந்தன.

‘இந்த நாட்டில் இரண்டு கோடி இந்துக்கள் இருக்காங்க. நாம நினைச்சிருந்தா தாரா மசூதி என்ன, பைதுல் மொகரத்தையே எரிச்சிருக்கலாம்’ என்ற சுரஞ்சனைப் பார்த்து,

‘நீ உன்னை ஒரு இந்துவா அடையாளப்படுத்திக்கிட்டதே இல்லையே.. இப்ப என்ன திடீர்ன்னு?’

‘நிஜம்தான். இந்துவா இருக்கிறதை விட மனிதனா இருக்கிறதுதான் முக்கியம்ன்னு நினைச்சவன்தான் நான். ஆனா என்னை மனுஷனா இருக்கவிடமாட்டேங்கறாங்களே முஸ்லிம்கள்! அதனாலதான் இந்துவா இருக்கிறதே மேலானதுங்கிற முடிவுக்கு வந்துட்டேன்.’

‘ரொம்ப மாறிட்டே..’

‘தப்பு என்னுதில்லை.’

‘மசூதிகளைத் தாக்குதலுக்கு உள்ளாக்கி என்ன சாதிக்க முடியும்? இடிஞ்சி போன கோவில்களைத் திரும்ப அடைஞ்சிட முடியுமா?’

'ஒண்ணும் சாதிக்க முடியல்லைன்னாலும் நம்மாலும் இடிக்க முடியும் என்கிறதைக் காட்ட முடியுமே? நமக்கும் கோபம் வரும்ன்னு காட்ட முடியுமே? பாபர் மசூதி பழமை வாய்ந்ததாக இருக்கலாம். இங்கே இடிக்கப்பட்ட பல கட்டடங்கள் அதைக் காட்டிலும் பழமை வாய்ந்தவை ஆயிற்றே! எனக்கு சோபன்பாக் மசூதி, குல்ஷன் மசூதி இதையெல்லாம் இடிக்கணும் போல இருக்கு. அல்லது ஒரு கோவிலைக் கட்டணும் போல இருக்கு.'

'என்ன ஆச்சு உனக்கு? கோவில்களுக்கும் மசூதிகளுக்கும் பதில் அந்த இடங்களில் ஏரிகளும் குளங்களும் இருந்தா அதில் வாத்துகளையாவது வளர்க்கலாம்ன்னு சொல்றவனாச்சே நீ?'

'அது மட்டுமா சொல்வேன்? வழிபாட்டுத் தலங்கள் எதுவுமே வேண்டாம், இடிச்சித் தள்ளணும்ன்னு இல்லே சொல்வேன்? அவற்றுக்குப் பதிலா மருத்துவ மனைகளும் அநாதை விடுதிகளும் கல்லூரிகளும் பல்கலைக்கழகங்களும் இருக்கட்டும்ன்னு சொல்வேன். நிறைய விஞ்ஞான விவாதக் கூடங்கள் வரட்டும்ன்னு சொல்வேன், கைத்தொழில் மையங்கள் வரட்டும்ன்னு சொல்வேன். மதம் என்பது மறைந்து மனிதம் வரட்டும்ன்னு சொல்வேன்.'

'சமீபத்தில் தீபேஷ் ராய், படேகுலாம் அலிபற்றி எழுதியிருக்கும் கட்டுரை ஒண்ணு படிச்சேன்' என்று ஆரம்பித்தான் தேபப்ரதன்.

'படே குலாம் அலி கான் ஹரி ஓம் தத்சத்ன்னு லயிச்சிப் பாடுகிறதைக் கேட்டு பக்திக் களிப்பில் ஆடுகிறவர்கள் உண்டு. பாபர் மசூதியை இடிச்சிட்டு அங்கே ராமர் சிலையை வைக்கத் துடிக்கிறவர்கள் இந்தப் பாட்டைக் கேட்டிருப்பார்களோ இல்லையோ தெரியாது. அத்வானிக் களும் அஷோக் சிங்கால்களும் இதைக் கேட்டதுண்டா? ராஷ்ட்ரிய ஸ்வயம் சேவக்கை இந்தப் பாட்டு சென்றடைஞ்சிருக்குமா? இல்லை பஜ்ரங்தள்காரர்கள்தான் கேட்டிருப்பார்களா? பாபர் மசூதி இடிச்சதுக்கு பழிக்குப் பழியா கோவில்களை இடிச்சித் தள்ற முஸ்லிம்கள் இந்தப் பாட்டைக் கேட்டிருப்பார்களா?'

'ஸோ நீ என்ன சொல்ல வர்ரே? மசூதியை இடிக்கிறது கோவில்களை இடிக்கிறதுக்கு சரியான எதிர்வினை இல்லைன்னு சொல்றியா? நீ எங்க அப்பா மாதிரி மிக நேர்மையா இருக்க விரும்பறே. அது கிழத்தனம்; அப்பாவின் அந்தக் குணம் எனக்குப் பிடிக்கிறதில்லை' என்று சொல்லும் போதே படுத்திருந்த சுரஞ்சன் எழுந்து உட்கார்ந்தான். அவனிடம் படபடப்பு வெளிப்படையாகத் தெரிந்தது.

'அமைதி.. அமைதி... நீ சொல்றது ஒரு தீர்வே இல்லை.'

'இருக்கலாம். ஆனாலும் எதிர்வினையா இதைத்தான் செய்ய விரும்ப றேன். நானும் கையில் பிச்சுவா, கோடாலி, துப்பாக்கி எல்லாம் எடுத்துக்க பிரியப்படறேன். கோவில்களின் இடிபாட்டில் அவங்க சிறுநீர் கழிக்கிறது மாதிரி நானும் மசூதிகளில் பண்ண விரும்பறேன்.'

'அடக் கடவுளே.. எப்படி இவ்வளவு மதவெறி புகுந்தது உனக்குள்ளே?'

'ஆமாம்.. ஆமாம்.. அதுக்கென்ன இப்போ?'

தேபப்ரதனுக்கு ஒரு வகையில் திகிலே ஏற்பட்டது. ஒரே அரசியல் கட்சியில் ஒன்றாகப் பணியாற்றியவர்கள் அவர்கள். இன்று சுரஞ்சன் குடிக்கிறேன் என்கிறான், மதவெறியன்தான் என்கிறான், அப்பாவையே மூன்றாம் நபர் எதிரில் திட்டுகிறான்.

★

கலவரங்கள் வெள்ளம், புயல்போன்ற இயற்கைச் சீற்றங்கள் அல்ல. அத்தனை விரைவில் கட்டுக்குள்ளும் வருவதில்லை, அவசர நிவாரணங்களும் தரமுடியாது. மனிதனின் மிக மோசமான பக்கம் வெளிப்படும் நேரம் அது. சுதாமயின் மனதில் எண்ணங்கள் ஓடிக் கொண்டிருக்க மூச்சை நிதானமாக விட முயன்றார். கிரன்மயி சுவாமி அறையில் கைகூப்பியபடி உட்கார்ந்திருந்தார். அங்கே வழக்கமாக இருக்கும் கிருஷ்ணர் சிலையை அன்றைக்குக் கலகக்காரர்கள் உடைத்து நாசம் செய்து விட்டார்கள். ஆகவே ஒரு ராதாகிருஷ்ணர் படத்தை வைத்து வழிபட்டுக் கொண்டிருந்தார்.

இதைப் பார்த்தபடி அசையாமல் படுத்திருந்த சுதாமய், ராதாவுக்கோ, கிருஷ்ணனுக்கோ மாயாவைக்கொண்டு வரும் சக்தி இருக்கிறதா? என்று எண்ணி அழுது கொண்டிருந்தார்.

ஆர்வமான பிரஜையாக மொழிப் போராட்டத்தில் பங்கேற்று, விடுதலைப் போராட்டத்தில் பாகிஸ்தானியர்களை விரட்ட முன்னின்று இவ்வளவு தேசபக்தியோடு விளங்கும் அவரைப் பாதுகாக்க அந்த நாட்டுக்குத் துப்பில்லை. அண்டை அயலாரின் அச்சுறுத்தல்கள், சொத்துப் பறிமுதல் போதாதென்று இப்போது மகள் கடத்தப்பட்டிருக்கிறாள்.

பலவீனமான குரலில் மனைவியை அழைத்தார்.

சுவாமிக்கு முன்னாலிருந்து சட்டென்று எழுந்து வந்தார் கிரன்மயி.

‘சுரஞ்சன் இன்னைக்கு மாயாவைத் தேடிப் போகல்லையா?’

‘எனக்குத் தெரியல்லை.’

‘ஹைதர் ஏதோ ஆட்களைப் போட்டுத் தேடிக்கிட்டு இருக்கிறதாச் சொன்னான், அவனாவது வந்தானா இன்னைக்கு?’

‘இல்லை.’

‘அப்ப நாம நம்பிக்கையைக் கைவிட்டுட வேண்டியதுதானா? போனவ போனதுதானா?’

‘தெரியல்லை.’

‘என் பக்கத்திலே கொஞ்ச நேரம் உக்கார முடியுமா?’

இயந்திரம் மாதிரி உட்கார்ந்த கிரன்மயி கணவர் பக்கம் பார்வையைத் திருப்பவில்லை, ஆதரவாகக் கையையும் வைக்கவில்லை. அடுத்த அறையிலிருந்து ஆக்ரோஷமாகப் பேச்சுக் கேட்டது.

‘சுரஞ்சன் ஏன் இங்கே உக்காந்து கத்திகிட்டு இருக்கான்? ஹைதரைப் போய் ஏன் பார்க்கல்லை? ஹூம்.. எனக்குமட்டும் உடம்பு சரியா இருந்திருந்தா அந்தப் பசங்க மாயா மேலே கை வச்சிருப்பாங்களா? கொலை பண்ணியிருக்க மாட்டேன்? ஒரு வேளை தவற விட்டிருந்தாலும் இப்பப் போய்த் தேடிப் பிடிச்சிருக்க மாட்டேன்?’ பேசிக் கொண்டே எழுந்திருக்க முயன்று நிலை தடுமாறிப் படுக்கையில் விழுந்தார். கிரன்மயியிடம் எந்தப் பரபரப்பும் எழவில்லை. அவர் பார்வை வாசற் கதவின் மீதே இருந்தது. யாராவது தட்ட மாட்டார்களா?

‘போய் உன் மகனைக் கொஞ்சம் கூப்பிடேன். அவனை விட அயோக்யப் பயலைப் பார்க்க முடியாது. கூடப் பொறந்த தங்கையைக் கடத்திகிட்டுப் போயிருக்காங்க, எந்தக் கவலையும் இல்லாம வீட்ல உட்கார்ந்து குடிச்சிக்கிட்டு இருக்கான். மானங்கெட்ட பய’ சுதாமய் விரக்தியில் புலம்பினார்.

கிரன்மயி சுரஞ்சனைக் கூப்பிடவும் போகவில்லை, சுதாமயை அமைதிப்படுத்தவும் முயலவில்லை; தொடர்ந்து கதவை வெறித்துப் பார்த்தபடி உட்கார்ந்திருந்தார். அவ்வப்போது மூலையில் இருந்த ராதா-கிருஷ்ணா சிலையைப் பார்த்துக் கொண்டார். அவரைப் பழைய நிலைக்குக்கொண்டு வர வேண்டுமானால் கடவுளே இறங்கி வந்தாலும் முடியாது போல இருந்தார்.

எல்லாருக்கும் அடுத்தவரை வெறுப்பதற்கு நன்றாகத் தெரிந்திருக்கிறது. நேசிக்க மிகச் சிலருக்கே தெரிந்திருக்கிறது என்று நினைத்துக் கொண்டார் சுதாமய். மதச் சண்டைகளால் மனித சரித்திரமே கறையாகிக் கிடக்கிறது. 1946 ம் வருஷம் இந்து-முஸ்லிம் ஒற்றுமை குறித்து கோஷங்கள் போட்டது நினைவு வந்து விரக்தியாகச் சிரித்துக் கொண்டார். இத்தனை வருடங்களாகியும் இன்னமும் அதே ரீதியிலான கோஷங்கள் முடிவுக்கு வரவில்லை. மக்கள் சீர்படுவதற்கு இன்னும் எத்தனை காலம் பிடிக்கும்?

★

சுரஞ்சன் ஹைதர் வீட்டுக்குப் போகும்போது அவன் வீட்டிலில்லை. போலாவில் இந்துக்களுக்கு ஏற்பட்ட அழிவுகளைப் பார்வையிடப் போயிருப்பதாகச் சொன்னார்கள். இதைக் கேட்டதும் போலாவில் நடக்கும் சம்பவங்கள் சுரஞ்சன் மனதில் காட்சிகளாக ஓடின.

ஹைதர் அங்கு பாதிக்கப்பட்ட இந்துக்களிடம் கரிசனத்துடன் நடந்து கொள்கிறான். ஆங்காங்கே நின்று பிரசங்கம் செய்கிறான். மக்கள் எல்லாரும் அவனைப் பாராட்டுகிறார்கள். அவனுடைய மதச்சார்பின்மையை வியக்கிறார்கள். அவாமி லீகுக்கு இந்துக்களின் வாக்குகள் உறுதிப்படுகின்றன. தன் தெருவில் கடத்தப்பட்ட மாயாவுக்காக அவாமி லீகில் இருந்து கொண்டே எதுவும் செய்ய முடியாதவன் போலாவுக்குப் போய்க் கண்ணீர் வடிப்பதில் என்ன சாதனை?

பாட்டிலைத் திறந்து கிண்ணத்தில் கவிழ்த்து அப்படியே வாயில் வைத்து மடக் மடக்கென்று குடித்துத் தீர்த்தான். நண்பர்கள் யாரும் குடிக்கவில்லை. ஆனால் பேச்சுத் துணைக்கு இருப்பதாக ஒப்புக் கொண்டார்கள். வயிறு காலியாக இருந்ததால் மது உள்ளே போனதும் நெருப்பை ஊற்றியது போல இருந்தது.

'மாலை வாக்கிங் போறதுன்னா எனக்கு ரொம்பப் பிடிக்கும். மாயாவுக்கும் என்னுடன் வரப் பிடிக்கும். ஒருநாள் ஷால்போன் விஹாருக்கு அவளைக் கூட்டிட்டுப் போகணும்' என்றான் சுரஞ்சன்.

'ஜனவரி 2ம் தேதி உலிமா மாஸேக்குகள் நடைப் பயணம் போறாங்களாம்' என்றான் பிருபாக்ஷன்.

'என்னத்துக்காக?'

'இந்தியாவுக்கு நடந்தே போய் பாபர் மசூதியைத் திரும்பக் கட்டப் போறாங்களாம்.'

‘இந்துக்களையும் நடைப் பயணத்தில் சேர்த்துக்கிறாங்களாமா? அப்படியானால் நான் போவேன். நீங்க யாராவது போறீங்களா?’

யாரும் பதில் சொல்லவில்லை. ஆனால் ஒருவரை ஒருவர் அர்த்த புஷ்டியோடு பார்த்துக் கொண்டார்கள்.

‘ஏன் இந்துக்கள் முஸ்லிம்கள்ன்னு ரொம்ப அலட்டிக்கறே? இப்பல்லாம் இந்துயிஸம் உன்னை ரொம்பத்தான் படுத்துது’ என்றான் பிருபாக்ஷன் எரிச்சலோடு.

அவன் சொன்னதை லட்சியம் செய்யாமல் சுரஞ்சன், ‘ஒரு ஆம்பிளை முஸ்லிமா இல்லையான்னு கண்டுபிடிக்க வழி இருக்கு. பெண்களை அப்படிக் கண்டுபிடிக்க முடியாதில்லை?’ என்றான்.

தேபப்ரதா பிருபாக்ஷனுக்கு பதில் சொல்லும் விதமாக, ‘ஸியா உர் ரஹ்மான் ஆட்சியின்போது ஃபரக்கா பிணக்குக்குத் தீர்வுன்னு சொல்லி எல்லைவரைக்கும் நடைப் பயணம் போனது ஞாபகம் வருது. அதுவும் ஃபரக்காவுக்கு தீர்வு காண இல்லை, இதுவும் பாபர் மசூதியைக் கட்டறதுக்காக இல்லை. எல்லாமே மதத்தை வச்சி அரசியல் ஆதாயம் தேடத்தான்.’

புலோக் வந்து சேர்ந்தான் அப்போது.

‘எப்படி கதவை விரியத் திறந்து போட்டு வச்சிருக்கே?’ என்றான் ஆச்சரியமாக.

‘பயப்பட எதுவுமில்லை. செத்துப் போகிற நிலை வந்தா சாகத் தயார். நீ எப்படி வெளில வந்தே?’

‘நிலைமை கொஞ்சம் கட்டுக்கு வந்திருக்கு. அதனாலதான் வெளியில வர்ர தைரியம் வந்தது.’

‘நிலைமை மோசமானா மறுபடி தாழ்ப்பாள் போட்டுக்கிட்டு வீட்ல பதுங்கிடுவியா?’ சுரஞ்சன் இடி இடியென்று சிரித்தான்.

குடித்துப் பிரக்ஞை இல்லாமல் சிரிக்கிற சுரஞ்சனைப் பார்த்து புலோக்குக்கு வருத்தமாக இருந்தது. தைரியத்தை வரவழைத்துக் கொண்டு ஸ்கூட்டரில் பயணம் செய்து வந்தால், வீட்டுக்குள் உட்கார்ந்து குடித்துக்கொண்டு கிண்டல் செய்கிறான்! ஏன் சுரஞ்சனிடம் திடீரென்று இவ்வளவு மோசமான மாற்றங்கள்?

சுரஞ்சன் ஒரு சிப் அடித்து விட்டு, ‘குலாம் ஆசாம்.. குலாம் ஆசாம்.. பெரிய்ய குலாம் ஆசாம். அவனுக்குத் தண்டனை கிடைச்சா

எனக்கென்னடா லாபம்? அவனை எதிர்த்து நான் என்ன சாதிக்கப் போறேன்? சுதந்தரப் போர் நடக்கிறப்போ என் மாமாக்களைக் கொன்னுட்டாங்க பாகிஸ்தான்காரங்க. எங்கப்பாவைமட்டும் எதுக்கோ விட்டுட்டானுங்க. இப்ப டாக்டர் சுதாமய் தத்தா சுதந்தரக் கனியை பொண்டாட்டி பிள்ளைகளுடன் அனுபவிச்சிக்கிட்டு இருக்கார்.'

சுரஞ்சனின் அருகில் உட்கார்ந்திருந்த புலோக் அறையை ஒரு நோட்டம் விட்டான். அறை முழுக்கத் தூசி, காகிதங்கள் இறைந்து கிடந்தன, மேசை நாற்காலிகள் உடைபட்டுச் சிதறிக் கிடந்தன. சுரஞ்சன்தான் ஆத்திரத்தில் உடைத்துப் போட்டுவிட்டான் என்று புலோக் நினைத்தான். யாரும் பேசாதபோது வீட்டில் உலுக்கும் நிசத்தம்.

'ஏக்ராம் ஹுஸைன் போலா போயிருந்தாராம்...' என்று ஆரம்பித்து அங்கே நடந்த கொலை, உடைப்பு எரிப்பு எல்லாவற்றையும் பட்டியலிடுகிற மாதிரிச் சொல்ல ஆரம்பித்தான் புலோக். ஒரு கட்டத்தில் பொறுமையிழந்த சுரஞ்சன்,

'நிறுத்துடா...' என்றான் பெருத்த குரலில். 'இன்னும் ஒரு வார்த்தை பேசினேன்னா தொலைச்சிடுவேன்' என்றான் தொடர்ந்து.

வாயடைத்துப் போன புலோக் பேசிக் கொண்டிருந்த வாக்கியத்தை அப்படியே அரைகுறையாக நிறுத்திவிட்டுப் பிரமிப்போடு சுரஞ்சனைப் பார்த்தான். என்ன ஆயிற்று இவனுக்கு? போதை ஏறி விட்டதா? சுற்றிலும் ஒருதரம் பார்த்து விட்டு சங்கடமாகப் புன்னகைத்துக் கொண்டான்.

ரொம்ப நேரத்துக்கு யாரும் பேசவில்லை. சுரஞ்சன் மதுவை டம்ளரில் ஊற்றி ஊற்றிக் குடித்தவாறு இருந்தான், உண்மையில் மது அருந்தும் பழக்கம் இல்லை அவனுக்கு. எப்போதோ சில சமயங்களில் சின்னச் சின்ன பார்ட்டிகளில் சிறிதளவு சந்தோஷத்துக்காக மது அருந்தியதுண்டு. இப்போது வெறி கொண்டவன் போல அருந்தினான். திடீரென்று அந்த அசௌகர்யமான அமைதி சுரஞ்சனின் அழுகையில் காணாமல் போனது. புலோக்கின் தோளில் சாய்ந்து பிழியப் பிழிய அழுதான். அழுது ஓய்ந்து தரையில் நழுவி மல்லாக்கப் படுத்தான்.

'மாயாவைத் தூக்கிட்டு போய்ட்டாங்கடா' என்றான் அழுகையினூடே.

அறையில் இருந்த நான்கு பேரும் அதிர்ச்சியடைந்தார்கள். தாங்கள்தான் தப்பாகக் காதில் வாங்கி விட்டோமா என்கிற சந்தேகம் அவர்கள் கண்களில் தெரிந்தது.

'என்ன சொன்னே?'

சுரஞ்சனிடமிருந்து பதிலில்லை. அவன் உடல் குலுங்குவதுமட்டும் தெரிந்தது.

அவர்களுக்கு என்ன பேசுவது, எப்படி சமாதானம் சொல்வது என்பதெல்லாம் தெரியாமல் அதிர்ச்சியாகப் பார்த்தபடி வாயடைத்து உட்கார்ந்திருந்தார்கள். இந்த குழப்பமான தருணத்தில் பெலாலும் வந்து சேர்ந்தான். தரையில் படுத்திருந்த சுரஞ்சனிடம் குனிந்து,

'நிஜமாவே மாயாவைத் தூக்கிட்டுப் போய்ட்டாங்களா?' என்றான்.

சுரஞ்சனிடமிருந்து இதற்குப் பதிலாக ஒரு அசைவு கூட இல்லை.

'ஜிடி எண்ட்ரி (ஜிடி எண்ட்ரி அல்லது ஜெனரல் டைரி எண்ட்ரி என்பது பங்களாதேசத்தில் முறையான போலிஸ் புகாரைக் குறிக்கும்) பண்ணியிருக்கியா?'

பதிலில்லை.

'யார் பண்ணியிருப்பாங்கன்னு கண்டுபிடிக்க முயற்சி பண்ணியா?'

ம்ஹூம்.

பெலால் கட்டிலில் உட்கார்ந்து சிகரெட் ஒன்றைப் பற்ற வைத்துக் கொண்டான்.

'நம்மைச் சுத்தி என்ன நடக்குதுன்னே புரியல்லை. முட்டாள்களும் காலிகளும் கைவரிசையைக் காட்டிக்கிட்டு இருக்காங்க. இந்தியாவில எங்க ஆட்களைக் கொலை பண்ணிக்கிட்டு இருக்காங்க.'

'எங்க ஆட்கள்?' புருவத்தை உயர்த்தினான் பிருபாக்ஷன்.

'முஸ்லிம்கள்.. பி.ஜே.பி காரங்க துவம்சம் பண்றாங்க எங்களை.'

'அப்படியா...'

'இந்தியாவிலேர்ந்து இந்த மாதிரி நியூஸ் வரும்போது இங்கிருக்கிறவங் களுக்கு சுத்தமா அறிவு மழுங்கிப் போயிடுது. யாரைக் குறை சொல்றது? அங்கே நாங்க சாகறோம்.. இங்கே நீங்க சாகறீங்க. மசூதியை இடிச்சி என்ன சாதிக்கப் போறாங்க? அதுவும் அவ்வளவு புராதன மசூதி. இதிகாசப் பாத்திரமான ராமனின் பிறப்பிடத்தைத் தேடி ஒரு மசூதியை இடிச்சித் தள்ளியிருக்காங்க இந்தியர்கள். கொஞ்ச நாள் கழிச்சி அனுமார் தாஜ் மஹால் ஏரியாவில் பிறந்தார்ன்னு சொன்னாலும் சொல்வாங்க. தாஜ் மஹாலை இடிச்சாலும் இடிப்பாங்க. மதச்சார் பின்மையான நாடுன்னு சொல்லிக்கிறாங்க. இங்க இருக்கறவங்க

மாயாவை ஏன் தூக்கிட்டுப் போனாங்க? அத்வானியையும் ஜோஷியையும்தான் கேக்கணும்.'

அடுத்த அறையிலிருந்து கிரன்மயியின் தொடந்த விம்மல்களும், அவ்வப் போது சுதாமயின் வேதனையான முனகல்களும் கேட்டவண்ண மிருந்தன. அவை பெலாலின் ஆக்ரோஷத்தைக் கொஞ்சம் குறைத்தன.

'மாயா நிச்சயம் திரும்ப வந்துடுவா. அவளை ஒண்ணும் சாப்பிட்டுட மாட்டாங்க. அம்மாவைக் கொஞ்சம் பொறுமையா இருக்கச் சொல்லு. நீ ஏன் பொம்பளை மாதிரி அழுதுக்கிட்டு இருக்கே? கண்ணீர்தான் பிரச்னைகளுக்குத் தீர்வா? ஏன் எல்லாரும் சும்மா உட்கார்ந்திருக்கீங்க? அந்தப் பொண்ணுக்கு என்ன ஆச்சுன்னு போய்ப் பாக்கமாட்டீங்களா?'

'இப்பத்தானே எங்களுக்கும் தெரியும்? காணாமப் போனவங்களை போயி அப்படியே கூட்டிட்டு வந்திடமுடியுமா? எங்கேயெல்லாம் தேடறது? எங்கிருந்து ஆரம்பிக்கிறது?' என்றான் பிருபாக்ஷன் வெறுப்பாக.

'நிச்சயம் அவங்க போதைக்கு அடிமையானவங்களா இருப்பாங்க. லோக்கல்லே ஒரு அழகான பொண்ணு இருக்கிறதைப் பார்த்திருக் காங்க. இதை ஒரு சந்தர்ப்பமா பயன்படுத்தித் தூக்கிட்டுப் போய்ட் டாங்க. கௌரவமானவங்க செய்யற வேலை இல்லை இது. இந்தக் கால இளைஞர்கள் குட்டிச் சுவராப் போய்ட்டாங்க. பொருளாதாரம் தான் இதுக்குக் காரணம், புரியல்லையா உங்களுக்கு?'

பிருபாக்ஷன் தலையைக் குனிந்து கொண்டான். அவர்கள் யாருக்குமே பெலாலைத் தெரியாது. சுரஞ்சன்மட்டுமே அறிவான். பெலால் மிகவும் உணர்ச்சி வசப்பட்ட நிலையில் இருந்தான். இன்னொரு சிகரெட்டை எடுத்து வாயில் கௌவிக் கொண்டான். சிகரட்டைப் பற்ற வைக்கப் போனவன் மீண்டும் பேச ஆரம்பித்தான்.

'மது பிரச்னையைத் தீர்த்து விடுமா? சொல்லு? உண்மையில் இது ஒரு பெரிய கலவரமே இல்லை. குழந்தைகள் எல்லாம் வெளியே வந்து இனிப்பு வாங்கி சாப்பிட்டுகிட்டுத்தானே இருக்காங்க? இங்கே ஒண்ணும் இந்துக்கள் அவ்வளவா இறந்துடல்லை. இந்தியாவில் ஏகப்பட்ட முஸ்லிம்கள் கொல்லப்பட்டிருக்காங்க. இந்தியாவிலதான் பல நூறு முறை கலவரங்கள் நடந்திருக்கு. இங்கே லாரி லாரியா போலிஸைப் பாதுகாப்புக்குப் போட்டிருக்காங்க.'

சுரஞ்சன் மட்டுமில்லை. மற்றவர்களும் பேசவில்லை.

பெலால் புறப்பட்டான். மற்றவர்களும் ஒவ்வொருவராகப் புறப்பட் டார்கள். சுரஞ்சன் நினைவின்றித் தரையில் விழுந்துகிடந்தான்.

★

# நாள் 9

சுரஞ்சன் வீட்டுக்கு அடுத்த வீடான கோபால் வீட்டிலும் புகுந்து தாக்குதல் நடத்தி ரணகளம் செய்திருந்தார்கள்.

கோபாலின் தங்கை சுரஞ்சன் வீட்டுக்குள் வந்து சேதங்களைத் தங்கள் வீட்டுச் சேதங்களுடன் ஒப்பிட்டுப் பார்த்துக் கொண்டிருந்தாள். சின்னப் பெண்ணாக இருந்தாலும் அவள் முகத்தின் பாவத்தில் சேதாரங்களின் எதிர்வினையைப் பார்க்க முடிந்தது. ரொம்ப நேரம் தூங்கிவிட்டோம் என்பது சுரஞ்சனுக்குப் புரிந்தது. எழுந்து உட்கார்ந்தான். அந்தச் சிறுமியை அருகில் அழைத்தான்.

'உன் பேரென்ன?'

'மடோல்.'

'எந்த ஸ்கூல்லே படிக்கிறே?'

'ஷ்ரீ பாங்க்ளா பாலிகா பித்யாலயா.'

அந்தச் சிறுமி சொன்ன பள்ளியை நிறுவியவர் லீலா நாக், நாரி சிக்ஷா மந்திர் என்று பெயர் இருந்தது. இன்றைக்கு லீலா நாக்கின் பெயரே மறக்கப்பட்டிருக்கிறது. பெண்களுக்குக் கல்வி மறுக்கப்பட்ட காலத்தில் அதைக்கொண்டு வரப்படாத பாடுபட்டவர். வீடு வீடாகப் போய்ப் பெண்களையும் பெற்றோரையும் சம்மதிக்க வைத்தவர். அவர் நிறுவிய பள்ளிக்கூடம் இருக்கிறது, ஆனால் பெயரை மாற்றி அவரை மறக்கும்படிச் செய்து விட்டார்கள். இந்துக்கள் செய்த நற்காரியங்கள்

வெளிச்சத்துக்கு வரக் கூடாது என்பதில் தீவிரமாக இருப்பதுபோல் தோன்றுகிறது. 1971ம் ஆண்டில் பாகிஸ்தானியர்கள் சுமார் 240 சாலைகளின் பெயர்களை முஸ்லிம் பெயர்களாக மாற்றினார்கள்.

'ஏன் தரைல படுத்திருக்கீங்கண்ணா?' என்ற அந்தச் சிறுமியின் கேள்வி சுரஞ்சனின் சிந்தனையைக் கலைத்தது.

'எனக்குப் பூமியை ரொம்பப் பிடிக்கும்.'

'எனக்கும்தான். நாங்க இருக்கிற வீட்ல பெரிய்ய ஹால் இருக்கு. ஹாலே இல்லாத வீட்டுக்குக் குடி போறோம்.'

'ம்ம்ம்... அப்ப உன்னாலே விளையாட முடியாதே...'

அந்தச் சிறுமி வந்து சுரஞ்சன் அருகில் அமர்ந்தாள். அந்த உரையாடலை இருவருமே ரொம்ப ரசித்தார்கள். அந்தக் குழந்தைக்கு சுரஞ்சன் தன்னை மதித்துப் பேசியது பிடித்திருந்தது. சுரஞ்சனுக்கு அவள் மாயாவின் குழந்தைப் பருவத்தை ஞாபகப்படுத்தியதால் பிடித் திருந்தது. மாயாவுடன் இப்படித்தான் தன் பள்ளிக்கூடம், ஃபுட்பால் மேட்ச், சினிமா என்று எல்லாவற்றையும்பற்றிப் பேசுவான் சின்ன வயதில். மாயாவுடன் ஆற்றங்கரை ஓரம் மணல் வீடு கட்டி விளையாடியது, ஜவ் மிட்டாய் வாங்கி நாக்குச் சிவக்கச் சாப்பிட்டது என்று எல்லாம் ஒன்றன் பின் ஒன்றாக ஞாபகம் வந்தது.

சுரஞ்சன் கையை நீட்டி அந்தச் சிறுமியைத் தொட்டுப் பார்த்தான். மாயா போலவே மென்மையாக இருந்தாள். எந்த முரட்டுக் கரங்கள் அவளைத் துன்பத்துக்கு உள்ளாக்கிக் கொண்டிருக்கின்றனவோ.. இந்த எண்ணம் வந்ததும் மனதில் வலி உண்டாயிற்று. கைகால்களில் சின்ன நடுக்கம்.

'ஏன்ணா கை நடுங்குது?'

'அது.. அது வந்து.. நீ போயிடப் போறியேன்னு வருத்தம்.'

'நாங்க இந்தியாக்குப் போகல்லை. மிர்பூர்தான் போறோம். சுபோல் வீட்லதான் இந்தியா போறாங்க'

'உங்க வீட்டுக்குள்ளே கலகக்காரங்க வர்றப்போ நீ என்ன பண்ணிக்கிட்டு இருந்தே?'

'எனக்கு பயம்மா இருந்தது. வராண்டாவில நின்னு அழுதுக்கிட்டு இருந்தேன். எங்க வீட்ல இருந்த டிவி, பீரோல இருந்த நகைகள்

எல்லாத்தையும் எடுத்துக்கிட்டுப் போய்ட்டாங்க. அப்பா கிட்டே இருந்த பணத்தையெல்லாம் பிடுங்கிட்டுப் போய்ட்டாங்க.'

'உன்னை ஏதாவது பண்ணாங்களா?'

'வெளியே போறப்ப என்னை ஓங்கி அறைஞ்சிட்டு வாயை மூடு.. அழாதேன்னு மிரட்டிட்டுப் போனாங்க.'

'அவ்ளோதானா? உன்னைத் தூக்கிட்டுப் போய்டுவேன்னு மிரட்டலியா?'

'ம்ம்ஹூம். மாயா அக்காவைக் கூட அடிச்சிருப்பாங்க இல்லே? எங்கம்மாவையும் அடிச்சாங்க. தலையெல்லாம் ரத்தம்.'

மாயாவும் சின்னப் பெண்ணாக இருந்தால் விட்டிருப்பார்கள். இப்போது என்ன ஆயிற்றோ அவளுக்கு.. எத்தனை ஆண்களோ.. கடவுளே...

'அம்மா என்னை ஆன்ட்டியைப் பார்த்துட்டு வரச் சொன்னாங்க.. ஆன்ட்டி ரொம்ப அழறாங்களே ஏன்னு பார்த்துட்டு வான்னு சொன்னாங்க.'

'மடோல்.. என்னோட கொஞ்சம் வெளில வர்றியா, போய்ட்டு வரலாம்.'

'ம்ம்ஹூம்.. அம்மா தேடுவாங்க.'

'அம்மா கிட்டே சொல்லிட்டுப் போகலாம்...'

மாயா சுரஞ்சனிடம் மதுப்பூர் காடுகளுக்குப் போலாம், சுந்தர்பன் காடு களுக்குப் போலாம், மலைப்பகுதிகளுக்குப் போலாம் என்றெல்லாம் நச்சரித்துக் கொண்டே இருப்பாள். சுரஞ்சன் அவளைச் சீண்டிப் பார்ப்பதற்காகவே பொய்க் கோபத்துடன்,

'தேஜ்காவ்ன்க்கு போய் அங்கிருக்கிற சேரிகளைப் பார்ப்போம். மலையையும் காடுகளையும் பார்க்கிறதை விட அது மேலானது' என்பான்.

மடோல் மாயா போலவே மென்மையாகத் தன் கையை விடுவித்துக் கொண்டு எழுந்தாள்.

ஹைதர் இன்றைக்கும் வரவில்லை. இந்த விஷயத்தில் நாம் இரண்டு பேரும் சேர்ந்து எதுவும் செய்வது சரியாக இருக்காது என்கிறான்; அது வெறும் கண்துடைப்புக்குச் சொல்வது. உண்மையில் அவனுக்கு மாயா விஷயத்தில் உதவி செய்கிற எண்ணம் இல்லை என்பதுதான் நிஜம்.

மாயா வருவாள் என்று பார்த்துக் கொண்டிருப்பது அர்த்தமில்லாத செயல் என்று மெல்ல மெல்லத் தோன்ற ஆரம்பித்தது சுரஞ்சனுக்கு. ஒருவேளை வந்தால் கூடப் பழைய மாயாவாக இருக்க முடியுமா அவளால்...

மாயா பருல் வீட்டுக்குப் போயிருந்தபோதுகூட வீடு அமைதியாகத் தான் இருந்தது. ஆனால் இந்த அமைதிக்கும் அந்த அமைதிக்கும்தான் எத்தனை வேறுபாடு! அறையெங்கும் இரைந்து கிடந்த காலி விஸ்கி பாட்டில்களும் கோப்பைகளும் பார்க்கப் பார்க்க அவனுடைய காலி இதயம் கண்ணீரால் நிரம்பியது.

இந்த முறை கமாலும் ராபியுலும் என்ன ஆச்சு எப்படி இருக்கே என்று கேட்கக் கூட இல்லை. அவரவர் தங்கள் வேலையைப் பார்த்துக் கொள்வது நல்லது என்று நினைத்துவிட்டார்கள் போலிருக்கிறது. பெலால் பேசும்போது 'எங்க பாபர் மசூதி.. எங்க பாபர் மசூதி' என்று குறிப்பிட்டது ஞாபகம் வந்தது. அதெப்படி அவங்க பாபர் மசூதி யாகும்? அது இருப்பது இந்தியாவில். அங்கிருக்கிற இந்துக்களையும், இங்கிருக்கிற இந்துக்களையும் ஒரே மனப்பாங்குடையவர்களாக நினைப்பதே முதலில் தவறாயிற்றே! இந்தியாவில் நடந்த அசம்பாவிதத் துக்கு எப்படி பெலால், கமாலையெல்லாம் குறை சொல்ல முடியாதோ அப்படித்தானே சுரஞ்சன் மாயாவையெல்லாமும் குறை சொல்ல முடியாது?

மேசைமேல் இரண்டு வாழைப் பழங்களும் பிஸ்கட்டுகளும் இருந்தன. அம்மா வைத்திருக்கலாம். சாப்பிடுவதற்குப் பதில் மீதமிருந்த விஸ்கியை குடிக்க நினைத்தான் சுரஞ்சன். குடித்திருக்கிறபோது மாயா வந்துவிட்டதுபோன்ற பிரமை ஏற்பட்டிருந்தது அவனுக்கு.

ஹைதருக்கு மாயாவை மீட்பதில் நாட்டமில்லை என்பது புரிந்தது. அந்தப் பகுதியில் இருக்கும் தீவிரவாதிகளை நன்றாகத் தெரிந்தவன் என்பதால்தான் அவனிடம் உதவிக்குப் போனான். இல்லாவிட்டால் தானே தேடிப் போயிருக்கலாம். ஆனால் நிலைமை இப்போது எப்படி ஆகியிருந்தது என்றால் அயோக்கியத்தனம் செய்கிறவர்கள் ஒளிவு மறைவின்றி சர்வ சாதாரணமாகச் செய்யத் தொடங்கியிருந்தார்கள். அரசாங்கம் கண்டும் காணாமல் இருப்பதுதான் இதற்குக் காரணம். உண்மையில் இது மதசார்பற்ற அரசாங்கமே அல்ல. சொல்லப் போனால் அடிப்படைவாதிகளின் விருப்பத்துக்கு ஆதரவாக இருக் கிறது என்றே சொல்லலாம். ஆனால் ஷேக் ஹஸினாவின் பேச்சுமட்டும் இதற்கு மாறாக இருக்கிறது. இந்தியாவில் இருக்கும் 14 கோடி முஸ்லிம்களின் நலனைக் கருத்தில் கொண்டு இங்கே ஒற்றுமையைக்

கடை பிடிக்கவேண்டும் என்கிறார். பங்களாதேசத்தில் இருக்கும் இந்துக்களின் பாதுகாப்பைக் குறித்து அவர் ஏன் கவலைகொள்ள வில்லை? அவாமி லீகும் ஜமாதிக்களும் இந்தியாவுக்கு எதிராகவும் இஸ்லாத்துக்கு ஆதரவாகவும் இருப்பது என்கிற நிலைப்பாட்டில் வேறுபாடு இல்லாமல் இருக்கின்றன.

இந்தியாவில் இருக்கும் முஸ்லிம்களின் பாதுகாப்பைவிட, அரசியல் சட்டம் உறுதி அளித்திருக்கும் உரிமைகளைப் பாதுகாக்க வேண்டிய தல்லவா முக்கியம்! இந்துக்கள் இந்த நாட்டில் வாழ அனுமதிக்கப் பட்டதற்கு எந்த மதத்தின் கருணையோ, எந்த அரசியல் கட்சியின் பெருந்தன்மையோ காரணம் இல்லை. அரசியல் சட்டம் தந்திருக்கும் உரிமைகளே காரணம். அது சரியாகக் கடைபிடிக்கப்பட்டால், நான் ஏன் கமால், பெலால், ஹைதர் போன்றவர்களின் கருணையில் வாழ வேண்டும்?

மதக்கலவரங்கள் தொடங்கி ஐந்தாறு நாட்களில் மதச்சார்பில்லாத, தேசிய ஒருமைப்பாட்டில் நாட்டம் கொண்ட கட்சிகள் ஒருங்கிணைந்து மத ஒற்றுமைக்காக ஒரு குழுவை உருவாக்கின. ஆனால், அந்த நிலையில் வன்முறைகள் பெருமளவில் குறைந்திருந்தன. அந்தக் குழுவால் ஓர் ஊர்வலமும் ஒரு பொதுக்கூட்டமும்மட்டுமே நடத்த முடிந்தது. ஜமாத் ஷிபீர் விடுதலைக் கட்சியின் அரசியல் கருத்துகள் தடை செய்யப்பட வேண்டியவை என்றொரு பொதுவான கருத்து இருக்கிறது. அதை இந்தக் கமிட்டி எவ்வளவு தூரம் ஆதரிக்கிறது என்பது தெரியாது.

பாதிக்கப்பட்ட மடங்களில் ஒன்றின் தலைவர் சொன்னார், 'இந்தத் தாக்குதல்களுக்கு யார் காரணம் என்பது தெரியும். அவர்களை நீதிமன்றத்துக்கு அழைத்துத் தண்டனை கூடப் பெற்றுத் தரமுடியும். ஆனால், நாங்கள் தாக்குதலுக்குள்ளானபோது பாதுகாக்கத் தவறிய அரசாங்கம் இது தொடர்பான வழக்குத் தொடுத்த பிறகு எழப்போகிற வன்முறைகளிலிருந்துமட்டும் எங்களைக் காத்து விடப்போகிறதா?'

அவர் மட்டுமில்லை; பாதிக்கப்பட்ட ஒவ்வொருவரும் இப்படித்தான் ஒரு கருத்தைக் கொண்டிருந்தார்கள். மதவாதத்தை ஒடுக்குகிற அளவுக்கு நாட்டில் ஜனநாயகம் வலுவாக இல்லை. மாறாக, மதவாதிகள் தாங்கள் நினைத்ததையெல்லாம் அரங்கேற்றும் அளவுக்கு வலிமையானவர்களாக இருந்தார்கள். பிறகு இந்தக் கமிட்டிகளால் என்ன பயன்? பொறுப்பில் இருக்கும் பலர் இந்தியாவையும் பாகிஸ்தானையும் விட பங்களாதேசத்தில் மதக் கலவரங்கள் குறைவு என்று நம்பவும் செய்கிறார்கள். ஆனால், ஒரு முக்கியமான விஷயம்

என்னவென்றால், பங்களாதேஷில் இந்த வன்முறைகள் ஒரு பிரிவினரால்மட்டுமே நிகழ்த்தப்பட்டன. இந்தியாவில் முஸ்லிம்கள் எதிர்த் தாக்குதலில் ஈடுபட்டார்கள். பங்களாதேஷில் இந்துக்கள் அடி வாங்கமட்டுமே செய்தார்கள்.

இந்தத் துணைக்கண்டத்திலிருக்கும் மூன்று முக்கிய நாடுகளில் மதக் கலவரங்களை ஆட்சியில் இருப்பவர்களே தங்கள் அரசியல் ஆதாயத் துக்காக மறைமுகமாக ஆதரிக்கிறார்கள். இந்தியா, பாகிஸ்தான், தஜிகிஸ்தான், ஆப்கானிஸ்தான், அல்ஜீரியா, எகிப்து, ஈரான், சைபீரியா என்று எங்கு பார்த்தாலும் அடிப்படைவாதிகள் வலிமை அடைந்து வருகிறார்கள். ஜெர்மனி, இந்தியா தஜிகிஸ்தான் உள்ளிட்ட பல நாடுகளில் அடிப்படைவாத இயக்கங்கள் தடை செய்யப்பட்டிருக் கின்றன. இது மாதிரி ஒரு நடவடிக்கையை பங்களாதேஷ் அரசாங்கம் இதுவரை நினைத்தாவது பார்த்திருக்குமா? இந்த நாட்டில் அரசியலை மதத்தின் பிடியிலிருந்து விடுவிக்கவே முடியாது என்று சுரஞ்சன் நினைத்துக்கொண்டான்.

பங்களாதேஷின் பிஎன்பி அரசு குலாம் ஆசாத் கேஸை இந்திய மதவாதக் கட்சிகளின் திருப்திக்குக் கையாண்டு ஆதாயம் தேடிக் கொண்டிருக்கிறது. இந்த வழக்கின் தீவிரத்தால் உண்டாகும் பிரச்னை களைக் கையாள முடியாமல், திசை திருப்பிவிடுவதற்காகவே புதுப் புதுப் பிரச்னைகளை ஊக்குவித்துக் கொண்டிருக்கிறது அரசாங்கம்.

ஒரு சர்வகட்சிக் கண்டனக் கூட்டத்தில் எழுப்பப்பட்ட கோஷம் சுரஞ்சனுக்கு வேதனையான சிரிப்பை வரவழைத்தது. மதக் கலவரக் காரர்களை ஒடுக்கும் வங்காள அரசு என்பதுதான் அது. நாட்டைப் படு கேவலமான சொற்களில் திட்டவேண்டும் போல இருந்தது அவனுக்கு.

★

மடோல் கிரன்மயியுடன் ஒட்டிக்கொண்டு, 'ஆண்ட்டி, நாங்க மிர்பூர் போறோம், இந்த கலகக்காரங்க அங்கே வர முடியாது' என்றாள்.

யாரிடமும் பேசாமல் இருந்த கிரன்மயி நிமிர்ந்து, 'எப்படி?' என்றார்.

'ஏன்னா அது ரொம்பத் தூரத்தில் இருக்கு.'

பாவம் குழந்தை... காலிகள் டிக்காடுலியில்மட்டுமே இருக்கிறார்கள் என்று நினைத்துக் கொண்டிருக்கிறாள். சுதாமய் படுத்திருந்தார். வேறென்ன செய்யமுடியும் அவரால்? முடக்குவாதம் வந்து படுத்திருப்பதை விடக் கொடியது என்ன இருக்க முடியும்? ஆனால்

கிரன்மயியின் பொறுமைக்கும் சகிப்புத்தன்மைக்கும் எல்லையே இல்லை. அலுப்பாக ஒரு சின்னப் பார்வை கூடப் பார்த்ததில்லை. இரவெல்லாம் அழுதபடி இருந்தாலும் விடிந்ததும் பரபரவென்று எழுந்து வேலையைக் கவனிப்பார்.

அந்தக் குடும்பத்தின் வாழ்க்கை முறையே சுத்தமாக மாறிப் போயிருந்தது.

சுரஞ்சன் குளிப்பதையும் சாப்பிடுவதையும் ஏறக்குறைய மறந்திருந் தான். கிரன்மயி அந்த அளவுக்கு இல்லை என்றாலும், அவரும் கிட்டத் தட்ட அப்படித்தான் நடந்துகொண்டாள். சுதாமய்க்கு சாப்பாடு பிடிக்க வில்லை என்பதைச் சொல்லித் தெரிய வேண்டியதில்லை. மாயாவைக் கடத்திக்கொண்டு போனது எல்லாவற்றையும்விட மோசமானது. சுதாமய்க்கு தன் இளவயதில் நடந்த நிகழ்ச்சி நினைவு வந்தது. சாலையோரக் கடையில் சாப்பிட்டுவிட்டுத் தண்ணீர் கேட்கும்போது ஜாக்கிரதையாக 'பாநி' என்று கேட்டார். வழக்கமாக உபயோகிக்கும் ஜல் என்கிற பதம் அவர் இந்து என்பதைக் காட்டிவிடும் என்கிற அச்சம்!

இதெல்லாம் ஆங்கிலேயர்களுக்குத் தெரிந்திருந்தது. இந்துக்களுக்கும் முஸ்லிம்களுக்கும் இடையிலிருக்கும் வேறுபாடுகளை ஊதிவிட முற்பட்டார்கள். அது ஒன்றுதானே அவர்கள் ஆட்சி நீடித்திருக்க ஒரே வழி? அதிலும் தொண்ணூறு சதவீத முஸ்லிம்கள் விவசாயிகளாகவும், நாட்டின் நிலங்களில் தொண்ணூறு சதவீதம் இந்துக்களிடமும் இருக்கும் நாட்டில் இந்த வேறுபாடுகளை வளர்த்துவிடுவது இன்னும் எளிது இல்லையா? சீனர்களும், ரஷ்யர்களும் கொதித்தெழுந்து புரட்சி செய்தது நிலத்திலிருந்துதானே? இந்து முஸ்லிம் வேறுபாடுகளும் முற்றியது அங்கேதான். பிரிட்டிஷ்காரர்களின் சதிவேலையால்தான் 1906ம் ஆண்டு முஸ்லிம் லீக் ஆரம்பிக்கப்பட்டது. நாட்டின் சமூக, அரசியல் நிலைகளில் மதவெறி விஷம் கலக்கப்பட்டது இதன் பிறகுதான்.

1947 லிருந்து இருபத்தி நான்கு ஆண்டு கால பாகிஸ்தான் ஆட்சியில் இந்தியா மீதான காழ்ப்புணர்ச்சியையும் மதவெறியையும்தான் வளர்த்து விட்டார்கள். மக்களின் ஜனநாயக உரிமைகள் மறுக்கப்பட்டன. 1971ம் ஆண்டு, இந்த உரிமை கிடைத்துவிட்டது என்று நிம்மதிப் பெருமூச்சு விட்டார் சுதாமய். மதச்சார்பின்மை அரசியல் நிர்ணயச் சட்டத்தின் ஒரு அங்கமானது. வங்காளிகள் என்பது மெள்ள மெள்ள வங்காள தேசத்தினராகி, 1975 ஆகஸ்ட் 15ம் நாளிலிருந்து மதச் சாயல் தெரிய ஆரம்பித்தது. 1988 இல் எட்டாவது சட்டத் திருத்தம் வந்தபோது இஸ்லாம் தேசிய மதமானது. மாற்று மதங்களுக்கு இருந்த அடிப்படை

உரிமை, 'வேறு மதங்களும் இருக்கலாம்' என்கிற அனுமதியாக மாறியது.

பள்ளிக்கூடங்களே மசூதிகளாகவும், தொழுகை இடங்களாகவும் மாற்றப்படுகின்றன. மூன்று வீடுகளுக்கு ஒரு ஒலிபெருக்கி கட்டிய மசூதி என்று ஆகிவிட்டது. ஆனால், ஆயுத பூஜை சமயம் இந்துக்கள் ஒலிபெருக்கி பயன்படுத்த அனுமதி கிடையாது. ஐக்கிய நாடுகளின் மனித உரிமைக் கழகம் வெளியிட்டிருக்கும் குறிப்பில் 28'வது குறிப்புச் சொல்கிறது,

'ஒவ்வொரு தனிமனிதருக்கும் தத்தம் மதத்தை உணரவும், சிந்திக்கவும், பின்பற்றவும் உரிமை உண்டு.'

நாட்டின் நிலைமையைப்பற்றி யோசிக்க யோசிக்கத் தன் உடல்நிலையில் இருக்கும் பிரச்னைகள் மறந்து போயின சுதாமய்க்கு. பாகிஸ்தானிலிருந்து விடுதலை அடைந்ததும் அரசியல் சட்டத்தில்,

பங்களாதேஷின் மக்களாகிய நாம், இந்த 1971 மார்ச் 26'ம் நாள் வரலாற்றுப் புகழ் மிக்க விடுதலைப் போரின் மூலமாக, சுதந்தரக் குடியரசான பங்களாதேசத்தை நிர்மாணிக்கிறோம் என்கிற உணர்வுபூர்வ மான வரிகள் இடம்பெற்றன. பங்களாதேஷின் மக்கள் என்கிற பொதுவான குறிப்பு மெள்ள மெள்ள மாறி 1978 இல் அல்லாவின்மேல் நம்பிக்கை இருக்கும் மக்களாக ஆயிற்று. அரசியல் சட்டத்தின் தொடக்கமே 'பிஸ்மில்லாஹிர் ரஹ்மானிர் ரஹீம்' (எல்லாம் வல்ல இறைவனின் பெயரால்) என்று ஆயிற்று. மத உரிமை மற்றும் மதச் சார்பின்மை குறித்துப் பேசும் அரசியல் சட்டத்தின் 12'வது அம்சம் சுத்தமாகத் தூக்கப்பட்டது. அதில்,

12. மதச் சார்பின்மை கீழ்கண்டவிதங்களில் உறுதி செய்யப்படும்:

(அ) மதச்சார்பு எந்த ரூபத்திலும் வராமல் தடுக்கப்படும்.

(ஆ) எந்த மதத்துக்கும் அரசு அங்கீகாரம் தராதிருத்தல்

(இ) அரசியல் காரணங்களுக்காக மதங்களை இழித்துச் சொல்வது தடுக்கப்படுதல்

(ஈ) குறிப்பிட்ட மதத்தைச் சார்ந்த எந்தத் தனி நபரையும் வேறுபடுத்திப் பார்க்காதிருத்தல்

அரசியல் சட்டத்திலிருந்து மதச்சார்பின்மை என்கிற சொல்லே நீக்கப் பட்டது. இஸ்லாமிய மத ஒற்றுமையையும், இஸ்லாமிய நாடுகளின் உறவையும் மேம்படுத்திப் பாதுகாப்போம் என்கிற வரிகள் சேர்க்கப் பட்டன. பங்களாதேசத்தின் குடிமக்கள் வங்காளிகள் என்று அழைக்கப்

படுவார்கள் என்ற வாக்கியம் பங்களாதேசத்தினர் என்று அழைக்கப் படுவார்கள் என்று மாற்றப்பட்டது.

சுற்றிலும் இருள் சூழ்வது போலத் தோன்றியது சுதாமய்க்கு. பிற்பகல் தானே... ஏன் இருளாகவேண்டும்? பார்வை மங்குகிறதா இல்லை கண்ணீர் மறைக்கிறதா? சுரஞ்சன் அறையில் நடப்பவை அவருக்குக் கவலை அளித்தன. இந்தப் பயல் தவறான வழியில் செல்கிறான். வீட்டுக்குள்ளேயே குடிக்க ஆரம்பித்துவிட்டான். யாரை நினைத்தும் நான் கவலைப்படப் போவதில்லை என்று நினைத்துக் கொண்டார். இந்த இரண்டொரு நாட்களில் மாயாவையேகூட மறந்து விட்டோமோ என்று நினைத்துக் கொண்டார்.

★

சுரஞ்சனுக்கு வெளியே போகிற மனநிலையே இல்லை. மாயாவைத் தேடுவது வீண் என்கிற முடிவுக்கு ஏற்கெனவே வந்திருந்தான். அது மட்டுமில்லை, இந்தியாவில் நடந்த அசம்பாவிதத்துக்குப் பொறுப்பேற்று ஊராரின் ஏச்சுப் பேச்சுக்கு ஆளாவதும் அலுத்திருந்தது. சோஷலிசம், கம்யூனிஸம் எல்லாம் அலுத்துவிட்டது. அவர்களும் தங்கள் பெயர்களை இஸ்லாமியப் பெயர்களாக மாற்றிக்கொண்டு ஜோதியில் ஐக்கியமாகிவிட்டார்கள். முழுக்க முழுக்க இந்து மாணவர் களுக்கான விடுதியான ஜகன்னாத் ஹாலில் கூட ஜமாதிகளுக்கு இரண்டு வோட்டு கிடைக்கும்.

பணம்!

தங்களை இடதுசாரிகள் என்று அழைத்துக் கொண்டவர்களைப் பார்த்துக் கோபமாக வந்தது சுரஞ்சனுக்கு. எல்லாருமே பணத்துக்காக வேறு கட்சிகளுக்குப் போய் விட்டார்கள். கம்யூனிஸ்டுகள் கூட இஸ்லாமிய நிழலில் ஒதுங்க ஆரம்பித்து விட்டார்கள்.

இந்த நாட்டில் மதம் சார்ந்த விஷயங்களுக்கென்றே தனி அமைச்சகம் இருக்கிறது. பட்ஜெட்டில் இந்தத் துறைக்கே கணிசமான அளவு பணம் செலவிடப்பட்டு வந்திருக்கிறது.

பொருளாதார ரீதியில் நாட்டின் நிலையைப்பற்றி யாரேனும் கவலை கொண்டார்களோ? வெளிநாட்டு வர்த்தகம், கடன்கள், தனிநபர் வருமானம் என்கிற ரீதியிலெல்லாம் யாராவது சிந்திக்கிறார்களோ என்கிற எண்ணம் சுரஞ்சனுக்கு எழுந்தது. அந்த நிலை வலுவாக இல்லாதபோது கோடிக்கணக்கில் மதம் சார்ந்த விஷயங்களுக்குச் செலவிடுவது எப்படிச் சரியாக இருக்கும்?

கதவு திறந்துகொள்ள, சுரஞ்சன் நிமிர்ந்து பார்த்தான்.

காஜல் தேப்னாத்.

'என்ன சுரேன்.. இந்தநேரத்தில் படுத்திருக்கே?'

'எதைச் செய்யவும் எனக்குக் குறிப்பிட்ட நேரமெல்லாம் கிடையாது.'

'மாயா வந்தாச்சா?'

'ப்ச்.'

'ஏதாவது பண்ணியாகணுமே?'

'என்ன பண்றதா உத்தேசம்?'

'நாம ஏதாவது பண்ணணும். இன்னைக்கு உன் தங்கை, நாளைக்கு என் மகளா இருக்கலாம். இன்னைக்கு கௌதம்னா நாளைக்கு நாமா இருக்கலாம்.'

'ப்ச்... நாமள்ளாம் யாரு? இந்துக்கள்னு முதல்லே சொல்வியா இல்லை, மனிதர்கள்னு சொல்வியா?'

'அந்தச் சண்டாளனுங்க வர்றப்போ மாயா என்ன பண்ணிக்கிட்டு இருந்தா?'

'அப்பாக்கு சாதம் பிசைஞ்சிகிட்டு இருந்தாளாம்.'

'அந்த வேசி மகன்களை உதைச்சிருக்க வேணாம்?'

'எப்படி? இந்த நாட்டில் முஸ்லிம்களை அடிக்கிற உரிமையோ தைரியமோ இந்துக்களுக்கு இருக்கா? இந்தியாவில் இந்துக்களை அடிக்கிற உரிமை முஸ்லிம்களுக்கு இருக்கு.இரு சாராரும் அடிச்சாத் தான் அது கலவரம். ஒரு குரூப்பே இன்னொரு குரூப்பைப் போட்டு உதைக்கிறதுக்குப் பேர் கலவரமா? நம்ம நாட்டில் நடக்கிறதைக் கலவரம்னு சொல்றவங்களைப் பார்த்தா சிரிப்புத்தான் வருது.'

'மாயா வந்துடுவாங்கிற நம்பிக்கை உனக்கு இருக்கா?'

இதற்கு சுரஞ்சன் பதில் சொல்லவில்லை. மாயாபற்றிப் பேசும் போதெல்லாம் அவனுக்குத் தொண்டையடைத்தது. ஆகவே பேச்சை மாற்றும் நோக்கமாக,

'ம்ம்.. அப்புறம் நாட்டில் என்ன நடந்துகிட்டு இருக்கு?' என்று கேட்டு வைத்தான்.

அண்மையில் நடந்த வன்முறைகளை தேப்னாத் விளக்கிச் சொல்ல ஆரம்பித்தான். அலுப்பாக இருந்தாலும் கேட்பது மாதிரி நடித்தான் சுரஞ்சன். இறுதியில்,

'அரசாங்கம் எதுவும் உதவி பண்ண முன் வரல்லையா?' என்றும் கேட்டு வைத்தான்.

'அரசாங்கம் உதவி பண்ணாதது மட்டுமில்லை, இதர அமைப்புகள் எதுவும் உதவி பண்ணவும் விடல்லை. ஆயிரக்கணக்கான பேர் வீடில்லாம, சோறில்லாம, கட்டின துணியோட ரோடுக்கு வந்துட்டாங்க. கற்பழிக்கப்பட்ட பெண்கள் பிரமை பிடிச்சிப் போய் பேச்சில்லாம உணர்வில்லாம இருக்காங்க. சிலர் காணாமயே போய்ட்டாங்க...'

'போதும் போதும்... என்னாலே இனி கேக்க முடியாது.'

'திரும்பவும் மக்கள் கூட்டம் கூட்டமா நாட்டை விட்டுப் போக ஆரம்பிச்சிட்டாங்க. கடந்த இருபது வருஷங்களில் சுமார் ஐந்து லட்சம் சிறுபான்மையினர் நாட்டை விட்டுப் போயாச்சு. அரசாங்கம் இந்துக்கள் போகவே இல்லைன்னு சொல்லிக்கிட்டு இருக்கு. முஸ்லிம்கள் இந்துக்கள் விகிதாச்சாரம் ஒவ்வொரு மக்கள் தொகைக் கணக்கெடுப்பி லும் எப்படி மாறிக்கிட்டே வருது பாரு; 1941 இல் 70 சதவீதம் முஸ்லிம்கள் 28 சதவீதம் இந்துக்கள். 1951 இல் 76-22; 1961 இல் 80-18; 1974 இல் 85-12. இப்ப 1991 இல் எடுத்த நிலவரப்படி, 87-12. அநேகமா இந்துக்களையும் முஸ்லிம்களையும் இனி தனித்தனியா கணக்கெடுக்கமாட்டாங்க.'

'ஏன்?'

'ஏன்னா தனியா கணக்கெடுக்கிற அளவு சதவீதத்தில் அவங்க இருக்கப் போறதில்லை.'

சிகரெட் சாம்பலைத் தட்ட இடம் தேடினான் தேப்னாத்.

'ஆஷ் டிரே இருக்கா?'

'ரூம் சுத்தமா இருந்தாத்தானே ஆஷை டிரேல தட்டணும்? ரூமே ஆஷ்டிரேதான்.'

சாம்பலைத் தட்டிக்கொண்டே தேப்னாத் 'உங்க அம்மா அப்பாவைப் பார்க்கணும்.. பார்த்து சமாதானம் சொல்லணும். எந்த முகத்தோடு பார்ப்பேன்னே தெரியல்லை' என்றான் கொஞ்சம் குற்ற உணர்வோடு.

அவன் மறுபடி மாயாபற்றிப் பேசுவதற்கு முன் சுரஞ்சன் அவசரமாய்,

'நாமெல்லாரும் பாகிஸ்தானியர்கள், இந்துக்களோ, முஸ்லிம்களோ அல்லன்னு ஜின்னா சொன்னப்போ இந்துகளின் புலம் பெயர்தலை அது நிறுத்தவா செஞ்சது?' என்று மறுபடி பேச்சை மாற்றினான்.

'அவர் பிறப்பால் இஸ்லாமியர் அல்லவே. மதம் மாறியவர்தானே.. கோஜாக்கள்ன்னு சொல்லப்படற குரூப். அவர் பேரே ஜின்னாபாய் கோஜானிதான். அவர் குடும்பத்தில் இந்து மதப் பழக்க வழக்கங்கள் நிறைய பின்பற்றிக்கிட்டு இருந்தாங்க. அவர் என்னதான் சொன்னாலும் 1948 இல் ஒரு கோடி இந்துக்கள் இந்தியாவுக்குக் குடி பெயர்ந்து போனதென்னமோ நிஜம்தானே?'

'ஆமாம்.. மேற்கு வங்காளத்திலேர்ந்து இங்கே நிறைய முஸ்லிம்களும் வந்தாங்க இல்லையா?'

'ஆமாம்.. அஸ்ஸாமிலிருந்தும் வங்காளத்திலிருந்தும் ஏராளமான மக்கள் வந்தாங்க. இந்திய பாகிஸ்தான் அரசுகள் நேரு-லியாகத் திட்டம்ன்னு ஒண்ணை அறிவிச்சது. அதன்படி, இரண்டு நாடுகளிலும் இருக்கும் சிறுபான்மையினருக்கு எல்லாக் குடிமக்களையும் போலச் சமமான உரிமைகள் அளிக்கப்படும்ன்னு சொன்னாங்க. இதை நம்பி ஏராளமான மக்கள் இருபுறமும் குடிபெயர்ந்தாங்க. ஆனா கிழக்கு வங்காள குடிபெயர்ந்தோர் சொத்துரிமைச் சட்டம்ன்னு ஒண்ணை 1951 இல் கொண்டு வந்தாங்க, இதன் விளைவா முப்பத்தஞ்சு லட்சம் பேர் குடிபெயர்ந்தாங்க. உங்கப்பாவைக் கேட்டா முழு விவரம் சொல்வார்.'

'எங்கப்பா இதெல்லாம் என் கிட்டே பேசறதில்லை. நாட்டை விட்டுப் போகணும் என்கிற பேச்சே அவருக்குப் பிடிக்காது.'

'எங்களுக்கெல்லாம் நாட்டை விட்டுப் போகிற திட்டம் இருக்குன்னு நினைக்கிறியா? போனவங்க எவ்வளவு ரகசியமாப் போனாங்க? கந்தல் தேசம்ன்னாலும் சொந்த தேசம்தான் சுகம்ன்னு சொல்வாங்க. அந்த உணர்வு கூட அவங்களுக்கில்லைன்னா காரணம் என்ன? முஸ்லிம் களுக்கு ஹஜ் யாத்திரை அனுபவத்தால் தன் நாட்டை விட்டு வேற்று நாட்டுக்குப் பயணிக்கிற அனுபவமும் வாழ்கிற திறனும் உண்டு. ஆனா ஹிந்துக்கள்? தன் நாட்டில்மட்டுமே காலம் பூரா வாழ்ந்து பழகினவங்க.'

'ஒரு டீ சாப்ட்டா தேவலாம் போல இருக்கு. வாயேன் போய்ட்டு வரலாம்' என்றான் தேப்னாத்.

பல நாட்களாகக் குளியல் இன்றி, துணிகள் மாற்றாமல், ஏன் சோறு தண்ணிகூட இல்லாமல் இருந்த சுரஞ்சன் இதைக் கேட்டதும் துள்ளி எழுந்தான்.

‘போலாம்.. இப்படியே இருந்தா உடம்பு துருப்பிடிச்சிடும்.’

‘கதவை மூடிட்டு வாடா’ என்றான் தேப்நாத்.

‘கதவு திறந்திருந்தா அதிகபட்சம் என்ன ஆகுமோ அது ஏற்கெனவே ஆயாச்சு, என்னத்துக்காக மூடணும்?’

பேச்சு மீண்டும் புலம் பெயர்தலுக்குத் தாவியது. தேப்நாத் தொடர்ந்தான்.

‘போருக்கு முன்னால் கிட்டத்தட்ட பத்து லட்சம் பேர் இந்தியாவுக்குப் போய்ட்டாங்க. போர் நடந்த சமயம் ஒரு கோடிப்பேர் இந்தியாவுக்கு அகதியாப் போனாங்க. போர் முடிஞ்சி அவங்க நாடு திரும்பும்போது சொத்துக்கள் பூராவும் அரசாங்கத்தின் கட்டுப்பாட்டில் இருந்தது. குடி பெயர்ந்தவர் சொத்துச் சட்டம், விரோதிகள் சொத்துச் சட்டம்ன்னு எப்படி எப்படியோ மாறி கடைசியில திரும்பி வந்தவங்க சிறுபான்மையினரா ஆகிற நிலை வந்துடிச்சு.’

டீக்கடையை அடைந்தார்கள்.

‘நம்பிக்கையை இழக்காதே’ என்று சுரஞ்சனைத் தோளில் தட்டினான் தேப்னாத்.

எதனாலோ எல்லோரும் தங்களையே பார்ப்பது போல உணர்ந்தான் சுரஞ்சன். தேப்னாத் தண்ணீர் கேட்டபோது ‘பாநி‘ என்கிற சொல்லை உபயோகித்ததில் ஒரு வினாடி துணுக்குற்று அவனைக் கேட்க நினைத்த சுரஞ்சன் நிறுத்திவிட்டு யோசனையில் ஆழ்ந்தான். பக்கத்து மேசையில் இருந்த ஒருவன் அவனையே பார்ப்பது போல இருந்தது. ஒருவேளை மாயாவைக் கடத்திப் போனவர்களில் ஒருவனோ?

இந்த எண்ணம் அவன் மனத்தின் சமநிலையைச் சட்டென்று பாதிக்க எழுந்தான்.

‘வாடா போலாம்’ என்றான்.

★

நாள் **10**

1954 இல் நாட்டின் நாடாளுமன்றத்தில் 309 உறுப்பினர்கள். அவர்களில் 72 பேர் சிறுபான்மை மதங்களைச் சேர்ந்தவர்கள். 1970 இல் 300 உறுப்பினர்களில் 11 பேர் என்று ஆயிற்று இது. 73 இல் 315 க்கு 12 என்று ஆயிற்று. 1991வரை அப்படியே இருக்கிறது. ராணுவத்திலும், ஆட்சிப் பணியிலும் கூட இதே போலத்தான் ஆகிக் கொண்டிருந்தது. முதல்நிலை மற்றும் இரண்டாம் நிலை அதிகாரிகள் பதவிகளில் மொத்தம் ஐந்து சதவீதம் சிறுபான்மையினர் கூடக் கிடையாது. காவல்துறை, வருமானவரித் துறை உள்ளிட்ட முக்கிய துறைகள் அனைத்திலும் இதே நிலை. வங்கிகளிலும் முக்கியப் பொறுப்பில் இந்துக்கள் இல்லை.

கடந்த சில நாட்களில் கிரன்மயிக்கு வயது வேகமாக அதிகரித்ததுபோல ஆகியிருந்தார். நடைபிணம் போல எந்த உணர்ச்சிகளையும் வெளிக் காட்டாமல் வலம் வந்தார். சுரஞ்சனின் அறைப்பக்கம் அவர் வந்த போதெல்லாம் தூங்குவது போலப் பாசாங்கு செய்தான். நாள் முழுவதும் தூங்கிக் கொண்டிருக்கவேண்டும் என்றே விரும்பினான். ஆனால், கண்களை மூடினால் பிரமாண்டமான கொடிய கரமொன்று அவன் கழுத்தை நெரிக்க வருவதுபோல் பிரமை. ஒரு கரம் அல்ல. நிறைய கரங்கள்... ஒரு நொடிகூட சுரஞ்சனால் நிம்மதியாகக் கண்ணை மூட முடியவில்லை.

★

யாரோ தூரத்து உறவினரான நானி கோபால், மனைவி, மகன், மகள் களுடன் வீட்டுக்கு வந்திருந்தார். வீட்டின் அலங்கோல நிலையைப்

பார்த்ததும் எந்த அதிர்ச்சியையும் காட்டவில்லை. உன் வீட்டையும் விட்டு வெக்கலியா என்று மெல்லிய குரலில் கேட்டார். அந்த அம்மையார் நெற்றி வகிட்டில் குங்குமம் வைத்து அதை அழித்தும் விட்டிருந்தார். தலையை நன்கு மறைக்கும்படி முக்காடு போட்டுக் கொண்டிருந்தார். கிரன்மயியைக் கட்டிக்கொண்டு அழுதார். அந்த அம்மையாரின் மகள் செய்வதறியாது நடப்பதைப் பார்த்தவாறு திகைத்து நின்றாள்.

'இந்த நாட்டில் நம்மால இனி இருக்க முடியாது. பொண்ணு வேறே பெரியவளாயிட்டா; அதை நினைக்கிறப்போ இன்னும் பயமா இருக்கு' என்றார் வந்தவர்.

'ஏன் எல்லாரும் நாட்டை விட்டுப் போகிறதைப் பத்தியே பேசறீங்க? அடுத்த வீட்டு கௌதம் குடும்பமும் கிளம்புது. நீங்க போகிற இடத்தில் விரோதிகள் இல்லையா? வயசு வந்த பெண்களுக்குப் பாதுகாப்பு குறைவு எல்லா இடத்திலும்தானே? இக்கரைக்கு அக்கரைப் பச்சையாத் தெரியறது சகஜம்தானே?' சுதாமய் அவ்வளவு நோயிலும் தன் சுய குணத்தை மாற்றிக்கொள்ளவில்லை.

நானிகோபால் மர வியாபாரம் செய்துவந்தார். அவருடைய சேமிப்புக் கிடங்கு தீவைத்துக் கொளுத்தப்பட்டிருந்தது. ஆனால், அதைவிட மகளின் பாதுகாப்புதான் எரியும் பிரச்னையாக இருந்தது அவருக்கு. நாடு முழுக்க இந்து இளம்பெண்களுக்கு நேரிட்ட அவலங்களை ஊர் பேர் விடாமல் பட்டியலிட்டார்.

இவையெல்லாம் எப்போது நடந்தது என்றார் சுதாமய்.

1989-ல்.

இவையெல்லாம் நடந்து ரொம்ப நாளாகிவிட்டது. இருந்தும் நீ எதையும் மறக்கவில்லை இல்லையா?

எப்படி முடியும்? மறக்க முடிந்த விஷயங்களா இவை.

'இந்தப் பிரச்னைகள் முஸ்லிம் பெண்களுக்கும்தானே இருக்கிறது? அவர்களையும் இப்படித் தூக்கிக்கொண்டுபோய் பாலியல் பலாத்காரம் செய்திருக்கிறார்கள் அல்லவா' என்றார் சுதாமய் அப்போதும் விட்டுக் கொடுக்காமல்.

நானிகோபால் அதை நிராகரிப்பவர் போல, 'உங்களுக்கு உடல்நிலை சரியில்லைன்னு கேள்விப்பட்டதிலேர்ந்து வந்து பார்க்கணும்ன்னு நினைச்சிருந்தேன். எப்படியும் நாட்டை விட்டுக் கிளம்பறதுக்கு முன்னால் உங்களைப் பார்க்கணும்ன்னுதான் வந்தேன்' என்றார்.

இனி இவர்களிடம் நாட்டை விட்டுப் போகக் கூடாது என்கிற ரீதியில் பேசுவதில் பிரயோஜனமில்லை என்று நினைத்துக் கொண்டார் சுதாமய். இந்திய ஹிந்துக்களின் பாவங்களுக்கு இன்னும் எத்தனை இந்துக்கள் இங்கே பலியாகப் போகிறார்களோ.

★

மாலையில் ஷஃபிக் அகமதின் மனைவி அலீயா பேகம் வந்திருந்தார்.

முன்பெல்லாம் ஏராளமான முஸ்லிம் நண்பர்கள் வந்து போவார்கள். இப்போது ஹைதரின் குடும்பத்தினரே வருவதில்லை. ஆகவே அலீயா பேகம் வந்தது ஒரு அதிசயம் என்றுதான் சொல்லவேண்டும். பேகத்தின் படாடோபமான தோற்றத்தைப் பார்த்ததும் தாம் கிரன்மயியைச் சந்தோஷமாக வைத்துக்கொள்ளவில்லையோ என்கிற வருத்தம் சுதாமயை ஆட்கொண்டது.

பேகம் சம்பிரதாயமாக சுதாமயின் உடல்நலம் குறித்தும் மாயா கடத்தப்பட்டது குறித்தும் விசாரித்தார். பிறகு மிக எதார்த்தமாக,

'உங்களுக்கு சொந்தக்காரங்க யாரும் இந்தியாவில இல்லையா?' என்று விசாரித்தார்.

'இருக்காங்களே, ஏராளமா இருக்காங்களே' என்றார் கிரன்மயி.

'பின்னே அங்கே கிளம்பிப் போகாம இந்த நாட்டில் ஏன் இன்னும் இருக்கீங்க?'

'ஏன்னா, இது நம்ம நாடு, எங்க நாடு.'

இந்தப் பதில் பேகத்துக்கு ஆச்சரியத்தைத் தந்தது. அந்த நொடியில் சுதாமய்க்கு ஒரு விஷயம் தெளிவாகப் புரிந்தது. என்னதான் பேகமும், கிரண்மயியும் இந்த நாட்டின் குடிமக்கள்தான், பெண் இனத்தைச் சேர்ந்தவர்கள்தான் என்றாலும் இருவருடைய நிலையும் இந்த நாட்டில் ஒன்று அல்ல என்பது பொட்டில் அடித்தாற்போல் புரிந்தது.

★

# நாள் 11

*பங்களாதேஷின் சுதந்தர தினம் வெற்றி தினமாகக் கொண்டாடப்படும்.*

நாடே அந்நாளைக் கொண்டாடத் தயாராகிக் கொண்டிருந்தது. ராணுவ அணிவகுப்புக்கள், தேசபக்திப் பாடல்களுடன் வண்டிகள், உற்சாக மக்கள் கூட்டம் என்று நாடே பரபரப்பாக இருந்தது. வழக்கமாக அதிகாலையிலேயே புறப்பட்டுவிடுவான் சுரஞ்சன். எல்லா நிகழ்ச்சி களிலும் கலந்துகொள்வான். இப்போது அவனுக்கு உற்சாகமே இல்லை.

*என்ன சுதந்தரம்? யாருக்கு வெற்றி?*

அலைபாயும் மனதுடன் நாள் முழுக்கக் கட்டிலில் கிடந்தான். மனதுக்குள் கட்டுக்கடங்காமல் எழுந்த ஒரு எண்ணம் எத்தனை மாற்ற முயன்றும் மறையாமல் மேன்மேலும் தீவிரமாகக் கொழுந்து விட்டு எரியத்தான் செய்தது. மாலை எட்டு மணிக்கு வெளியில் புறப்பட்டான். ரிக்ஷாக்காரனிடம் எங்கேயாவது போ என்றான். சந்தோஷம் போலக் காட்டிக் கொண்டான். ரிக்ஷா எங்கெங்கோ சுற்றித் திரிந்தது. ஊர் பூரா வண்ண விளக்குகள்.

'ஏய்.. விளக்குகளே, நான் இந்து என்று தெரிந்தால் இப்படி ஒளிர்வீர்களா?'

அவன் செய்ய விழைவதொன்றும் எதற்கும் தீர்வல்ல. ஆனால் அது தனக்கு ஆழ்ந்த திருப்தியைத் தரும் என்று தோன்றியது. உள்ளே

கொழுந்து விட்டு எரியும் கோபத்தைக் கொஞ்சம் தணிக்கும் என்று தோன்றியது.

பார் கௌன்ஸில் அருகே ரிக்ஷாவை நிறுத்தி இறங்கிக் கொண்டான். சிகரெட் ஒன்றைப் பற்ற வைத்துக்கொண்டு நின்றான். மாயா எங்கே, என்ன ஆனாள், எப்போது வருவாள் என்பதையெல்லாம் மறந்துவிடும் படிச் சொல்லிவிடவேண்டும் வீட்டில். அவளுக்கு நேர்ந்து கொண் டிருக்கும் விஷயங்களைக் கற்பனை செய்தாலே மனம் வலித்தது. செத்துப் போய்விட்டாள் என்று நினைப்பது அதைக் காட்டிலும் குறைந்த துன்பத்தையே தரும். ரிக்ஷாவுக்கு அருகில் ஒரு பெண் வந்தாள். இருபது வயதுதான் இருக்கும். என்ன தொழில் செய்கிறாள் என்பது சொல்லாமலே தெரிந்தது.

'உன் பேர் என்ன?' என்றான் சிகரெட்டை வீசியெறிந்த சுரஞ்சன்.

'பிங்க்கி.'

'ப்ச்.. நிஜப் பேர் என்ன?'

'ஷமினா... ஷமினா பேகம்.'

'உங்கப்பா பேர் என்ன?'

'அதெல்லாம் எதுக்கு கேக்கறீங்க?'

'சொல்லு.. அப்பா பேர் என்ன?'

'அப்துல் ஜலில்.'

'வீடு எங்கே?'

'வீடெல்லாம் எதுக்கு.. நம்ம லாட்ஜுக்கு...'

'வீடு எங்கே?'

'ரங்பூர்ல.'

'பேரு ஷமிம்மா.. இல்லை?'

'ஆ.. ஆமாம்...'

அந்தப் பெண்ணுக்கு இப்போது சந்தேகம் வந்து நகர ஆரம்பித்தாள். அவள் கையைப் பிடித்து,

'வா, போகலாம்' என்றான்.

‘எங்கே?’ என்றாள் மிரட்சியுடன்.

‘என் வீட்டுக்கு.’

அதற்குப் பிறகு யாரும் பேசவில்லை. ரிக்‌ஷா புறப்பட்டது. ரிக்‌ஷாக்காரன் திரும்பித் திரும்பிப் பார்த்து அர்த்த புஷ்டியாக இந்தி சினிமாப் பாட்டுக்களைப் பாடினான். வீடு வந்தது. வழக்கப்படி அறையை வெளிப்புறம் பூட்டியிருந்தான். திறக்கும்போது அந்தப் பெண்,

‘எவ்வளவு என்னான்னு எதுவும் பேசிக்கல்லையே...’ என்று ஆரம்பித்தபோது வாயில் விரலை வைத்து எச்சரித்தான்.

அவனுடைய அறை கந்தரகோலமாக இருந்தது. பக்கத்து அறையில் இருந்து எந்தச் சத்தமும் கேட்கவில்லை. அப்பாவும் அம்மாவும் தூக்கத்தில் ஆழ்ந்திருக்கக்கூடும். சுரஞ்சன் காதைக் குவித்துக் கேட்டான். சுதாமய் இருமும் சத்தம் லேசாகக் கேட்டது. அவருடைய அன்பு மகன், கல்வியில் சிறந்து விளங்கியவன் வீட்டுக்கு ஒரு விபச்சாரியை அழைத்து வந்திருப்பது அவருக்குத் தெரியாது. சுரஞ்சன் உண்மையில் ஷமிமாவை வெறும் விபச்சாரியாகமட்டும் பார்க்கவில்லை. அவள் பெரும்பான்மை சமூகத்துப் பெண். அவர்கள் அவனுடைய தங்கையைக் கடத்திச் சென்று பாலியல் பலாத்காரம் செய்திருக்கிறார்கள். அதற்குப் பழி வாங்கும் நோக்கில் அந்தச் சமூகத்தைச் சேர்ந்த ஒரு பெண்ணை அவன் அழைத்துவந்திருக்கிறான்.

விளக்குகளை அணைத்தான். அந்தப் பெண்ணை ஆடைகளை எல்லாம் அவிழ்த்துத் தரையில் கிடத்தினான். நீண்ட பெருமூச்சு விட்டான். விரல் நகங்களால் அவள் உடலில் கீற ஆரம்பித்தான். அவளுடைய மார்புகளைக் கடித்தான். அவன் அவளுடன் உடலுறவில் ஈடுபடவில்லை என்பது அவனுடைய ஒரு மனதுக்கு நன்கு தெரிந்திருந்தது. அவளுடைய கேசத்தைப் பிடித்து இழுத்தான். கன்னத்தில், கழுத்தில், மார்பில் கடித்தான். வயிறு, பின்பக்கம், இடை, தொடை என எல்லா இடங்களிலும் கூர்மையான நகங்களால் கீறினான். இத்தனைக்கும் அந்தப் பெண் வெறும் ஒரு விபச்சாரிதான்.

வலியில் அவள் துடித்தாள். கடவுளே... வலி உயிர் போகிறது என அவள் கதறினாள். சுரஞ்சன் வெறி பிடித்தவன்போல் சிரித்தான். ஒருகட்டத்துக்குமேல் இந்தத் துன்புறுத்தல் போனபிறகு அவளுடன் வன் புணர்ச்சியில் ஈடுபட்டான். அவன் அவளுடைய மேலே படுத்தபடி இயங்கியதைப் பார்த்து அந்தப் பெண் தன் வாடிக்கையாளர்களில் இத்தனை மோசமாக இனி யாராலும் நடந்துகொள்ள முடியாது என்று நினைத்து நடுங்கினாள். புலியிடமிருந்து தப்பிப் பிழைக்க முயலும்

மான்போல, சுரஞ்சனிடமிருந்து தன்னை விடுவித்துக்கொண்டு ஆடைகளை அள்ளி எடுத்துக்கொண்டு கதவோரம் ஒடுங்கினாள்.

சுரஞ்சன் ஓரளவு நிதானத்துக்கு வந்தான். அவன்மீது கவிழ்ந்திருந்த பாரம் ஓரளவுக்குக் குறைந்ததுபோலிருந்தது. அவனுக்குள் எரிந்துகொண்டிருந்த வேதனைத் தீ கொஞ்சம் தணிந்தது.இந்தப் பெண்ணை வீட்டை விட்டுத் துரத்தியடித்தால் போதும்... மகிழ்ச்சியின் உச்சத்துக்கே போய்விடலாம். அந்த உற்சாகப் பதற்றம் அவனை மெள்ளத் தொற்றிக்கொள்ள ஆரம்பித்தது. மூச்சை இழுத்துவிட ஆரம்பித்தான். நிர்வாணமாக, நடுங்கியபடி நிற்கும் இந்தப்பெண்ணை இப்படியே அடித்துத் துரத்திவிடுவோமா? அந்தப் பெண் எதுவும் பேச தைரியம் இல்லாமல் ஒடுங்கி நின்றாள்.

மாயா இப்போது எங்கே இருப்பாள்? அவளை வண் புணர்ச்சிக்கு உட்படுத்தியபோது கையையும் காலையும் கட்டிப் போட்டிருப்பார்களா? கடத்திச் சென்ற ஏழு பேருமே அவளைச் சிதைத்திருப்பார்களா? பாவம் மாயா... வலியிலும் வேதனையிலும் கதறி அழுதிருப்பாள். கூக்குரலிட்டிருப்பாள்.

மாயா பதினைந்து பதினாறு வயதாயிருந்தபோது ஒருநாள் தூக்கத்தில் இருந்து எழுந்து தாதா தாதா என்று கத்தினாள். சுரஞ்சன் அலறி அடித்துக்கொண்டு அவளருகில் ஓடினான். மாயா திரு திருவென முழித்தபடி நடுங்கிக் கொண்டிருந்தாள். அவள் பார்த்த கொடுங்கனவின் பிடியில் இருந்து முழுவதும் மீண்டிருக்கவில்லை.

மாயா என்ன ஆச்சு..? என்றான் சுரஞ்சன்.

நீயும் நானும் ஓர் அழகான கிராமத்துக்குப் போயிருக்கிறோம். பசுமையான வயல் வெளியினூடே பேசிக்கொண்டே நடந்துசெல்கிறோம். நம்முடன் வேறு சிலரும் வருகிறார்கள். எப்போதாவது நம்முடன் ஏதாவது பேசுகிறார்கள். திடீரென்று வயல் வெளி மறைந்துபோய் வனாந்திரமாகிவிடுகிறது. நீயும் மறைந்துபோய்விட்டாய். கூட வந்தவர்கள் என்னை நோக்கி வந்தார்கள். உன்னைத் தேடியபடியே நான் பயந்து ஓட ஆரம்பித்தேன்.

மாயாவின் நினைவுகளில் இருந்து சுரஞ்சன் வெளியே வந்தான். இப்போது அவள் எங்கிருப்பாள்? ஏதேனும் மூடிய அறைக்குள் அழுதபடி இருப்பாள். அவளுடைய அழுகை யாருக்கும் கேட்டிருக்காது. அல்லது அவள் ஏதேனும் வெறி பிடித்த மிருகங்களின் முன்னே மண்டியிட்டுக் கதறிக் கொண்டிருக்கக்கூடும். இது மிகவும் சிறிய ஊர். இருந்தும் அவனுடைய அன்புத் தங்கை எங்கிருக்கிறாள்

என்பதை அவனால் கண்டுபிடிக்கமுடியவில்லை.விபச்சார விடுதியில் தள்ளப்பட்டுவிட்டாளா... பாரி கங்காவில் மூழ்கடிக்கப்பட்டாளா... குப்பை மேட்டில் வீசப்பட்டாளா? மாயா எங்கிருக்கிறாள்? இப்போது அவன் செய்ய விரும்பியதெல்லாம் கண் முன்னால் நடுங்கியபடி இருக்கும் இந்தப் பெண்ணைக் கழுத்தைப் பிடித்து வெளியே தள்ளி ஆத்திரத்தைத் தீர்த்துக்கொள்ளவேண்டும் என்பதுதான்.

சுரஞ்சன் நடந்துகொள்ளும் விதத்தைப் பார்த்து அந்தப் பெண் மேலும் நடுங்கினாள். ஆடைகளை அவசர அவசரமாக எடுத்துப் போட்டுக் கொண்டு, காசு கொடு என்றாள்.

வாயை மூடு. என் கண் முன் நிற்காதே. ஓடிப் போய்விடு என்று மிரட்டினான் சுரஞ்சன்.

ஷம்மிமா கதவைத் திறந்தாள் ஒரு காலை வெளியில் வைத்து நின்ற படியே, சுரஞ்சனைப் பரிதாபத்துடன் திரும்பிப் பார்த்தாள். அவள் கன்னங்களில் இருந்த கீறல்களில் இருந்து ரத்தம் கசிந்துகொண்டிருந்தது. பத்து டக்காவாவது கொடு.

சுரஞ்சனின் உடல் கோபத்தால் அதிர்ந்தது. ஆனால், அந்தப் பெண்ணில் கண்களில் தெரிந்த கழிவிரக்கம் அவனுக்குள் சிறிய மாற்றத்தை உருவாக்கியது. பாவம்... அவள் ஒரு ஏழை. வயிற்றுப் பிழைப்புக்காக உடம்பை விற்கிறாள். இந்தக் கொடூர சமுதாயத்தினால் பாதிக்கப் பட்டவள். அவளுடைய திறமைகளை எல்லாம் இந்தச் சமூகம் புறக் கணித்துவிட்டதோடு அவளை இந்தப் படுகுழியில் தள்ளியிருக்கிறது. இன்று கிடைக்கும் பணத்தை வைத்து இன்றைய பசியை அவளால் போக்கிக்கொள்ள முடியும். எத்தனை நாட்கள் அவள் பட்டினி இருந்திருப்பாளோ...

சுரஞ்சன் பையில் இருந்து பத்து டக்கா எடுத்துக் கொடுத்தபடியே கேட்கிறான், நீ ஒரு முஸ்லிம்தான?

ஆமாம்.

உங்க ஆளுங்க பேர்களை மாத்தறதுல கில்லாடிங்களாச்சே. உன் பெயரையும் மாத்திக்கிட்டிருக்கியா என்ன?

இல்லை.

ஓகே. நீ போகலாம்.

ஷம்மிமா பேகம் விடைபெற்றுச் சென்றாள்.

சுரஞ்சனுக்கு ஆசுவாசம் பிறந்தது. இன்று என்ன செய்தாலும் அதை நினைத்து வருத்தப்படப் போவதில்லை என்று அவன் முடிவுசெய்து கொண்டான். இன்று வெற்றியின் நாள். 22 வருடங்களுக்கு முன்பாகப் போராடிப் பெற்ற விடுதலையின் கனிகளை இன்று அனைவரும் புசித்து வருகிறார்கள். இன்று இன்னொரு சாதனையும் நிகழ்த்தப்பட்டது. ஷம்மிமா பேகம் இன்று சுரஞ்சன் தத்தாவின் வீட்டுக்கு வந்தாள். வென்றெடுக்கப்பட்டாள்.

கையைச் சொடுக்கிக்கொண்டு தேச பக்திப் பாடல் பாடினான். பங்களாதேஷ்தான் என் முதலும் கடைசியுமான அன்புக்குரிய தேசம்... நான் பங்களாதேஷுக்காகவே உயிர் வாழ்வேன் உயிர் துறப்பேன்...

ஷம்மிமா பேகத்திடம் தன் பெயரைச் சொல்லவில்லையே என்று வருந்தினான். சுரஞ்சன் தத்தா... அவளைக் கடித்தும் கீறியும் ரத்தம் கசிய வைத்தவன் ஒரு இந்து. ஆம், இந்துக்களுக்கும் வன்புணரத் தெரியும். அவர்களுக்கும் கைகளும் கால்களும் தலை முழுக்க வன்முறை எண்ணங்களும் உண்டு. அவர்களுக்கும் பற்கள் உண்டு. கூர்மையாகக் குத்திக் கிழிக்கும் நகங்கள் உண்டு. ஷம்மிமா பேகம் மிகவும் நல்லவள். இதமானவள். இருந்தாலும் அவள் ஒரு முஸ்லிம். ஒரு முஸ்லிமைக் கன்னத்தில் அறைய முடிந்திருந்தால் அது அவனுக்கு மகிழ்ச்சியைத் தந்திருக்கும்.

அன்று இரவு முழுவதும் தூக்கம் வராமல் புரண்டு புரண்டு படுத்தான். தனிமையின் துணையுடன் இரவில் பாதுகாப்பற்றவனாக உணர்ந்தபடி அலைபாய்ந்துகொண்டிருந்தான். அவன் இன்று சிறிய அளவில் பழிவாங்க நினைத்தான். ஆனால், தோற்றுவிட்டான்.அவன் பழி வாங்கும் திராணி இல்லாதவன். ஷம்மிமா பேகத்தின் முகம் இரவு முழுவதும் அவனைத் துரத்தியது. அவள்மீது பரிதாபம் தோன்றியது. அந்தப் பழிவாங்கலுக்குப் பின் அவனுக்கு நிம்மதியும் வலிமையும் கிடைத்திருக்கவேண்டும். ஆனால், அது நடக்கவில்லை. அப்படி யானால் அது என்னவகையான பழிவாங்கல்? அவன் தோற்றுப் போயிருக்கிறான். அது உ ண்மையா? ஆம்... உண்மைதான். அவன் தோற்றுத்தான் போயிருக்கிறான். ஏனென்றால் ஷம்மிமா பேகத்தை அவன் வஞ்சித்திருக்கவில்லை. அவள் சமுதாயத்தால் ஏற்கெனவே வஞ்சிக்கப்பட்டவள்.உடலுறவுக்கும் பாலியல் பலாத்காரத்துக்கும் இடையில் அவள் பெரிய வேறுபாடெல்லாம் பார்ப்பதில்லை. சுரஞ்சனுக்கு இந்த உண்மை புரிந்தது. வெட்கக்கேடு அவனை மூழ்கடித்தது.

இரவு நெடுநேரமாகிவிட்டது. ஏன் இன்னும் சுரஞ்சன் முழித்துக் கொண்டிருக்கிறான். ஒட்டுமொத்த சமூகமும் அழுகிவிட்டதா? பாபர்

மசூதி இடிக்கப்பட்டதைத் தொடர்ந்து அவனுக்குள் இருந்த எல்லாமே உடைந்து நொறுங்க ஆரம்பித்திருந்தது. ஆணாதிக்க வெறியுடன் அவன் ரத்தம் கசிய வைத்த அந்தப் பெண்ணை நினைத்து வருந்தினான். அவள் விடைபெற்றுச் செல்லும்முன் அவள் கன்னங்களில் வழிந்த ரத்தத்தைத் துடைத்துவிட்டிருக்கலாம். அந்தப் பெண்ணை அவன் இனி என்றேனும் சந்திப்பானா? அவளை இனி என்றாவது சந்தித்தால் மன்னிப்புக் கேட்க வேண்டும் என்று மனத்துக்குள் நினைத்துக்கொண்டான். குளிர்ந்த அந்த இரவிலும் அவன் உடல் கொதித்துக்கொண்டிருந்தது. போர்வையை உதறிக் கீழே எறிந்தான். கால் முட்டுகளுக்கிடையே தலையைப் புதைத்தபடி நாய்போல் படுத்துக்கிடந்தான்.

பொழுது விடிந்தது. சிரஞ்சனுக்குச் சிறுநீர் கழிக்கவேண்டும் போலிருந்தது. ஆனால், படுக்கையில் இருந்து எழ மனம் இல்லை. அம்மா எப்போதும்போல் சப்தமெழுப்பாமல் வந்து தேநீர் கோப்பையை வைத்துவிட்டுச் சென்றார். அவனுக்கு அதை அருந்தும் மனநிலைஇல்லை. நல்ல சூடான நீரில் குளிக்கவேண்டும் போலிருந்தது. ஆனால், வெந்நீருக்கு எங்கே செல்ல? பிரம்மபள்ளியில் இருந்த தடாகத்தில் குளிர்கால அதிகாலைகளில் குளித்த நினைவு வந்தது. ஆனால், இங்கே எங்கே அதுபோன்ற தடாகம் இருக்கிறது? வீட்டுக்குள் வாளி தண்ணீரை வைத்துக்கொண்டு சொம்பால் மொண்டு குளிப்பது அவனுக்குப் பிடிக்காது. வாழ்க்கை ஏன் இப்படிக் குறுகியதாக இருக்கவேண்டும்.

★

# நாள் 12

மறுநாள் மெள்ளப் பத்து மணிக்குத்தான் முழித்தான்.

எழுந்ததுமே சுறுசுறுப்பாக உணர்ந்தான். பாத்ரூம் போய்ப் பல்தேய்க்க ஆரம்பித்தான். கிரன்மயியிடம் பேசிக் கொண்டிருந்தது காதிம் அலி வீட்டு அஷ்ரஃபாகத்தான் இருக்கவேண்டும். அஷ்ரஃப் சொன்ன விஷயம் அவனை உறைய வைத்தது,

'ஆண்ட்டி, கெண்டாரியா பாலத்துக்கு அடியில நம்ம மாயா மாதிரி இருக்கிற ஒரு பொண்ணு மிதந்துகிட்டு இருக்கிறதா நேத்து சாயந்திரம் புட்டு சொல்லிக்கிட்டு இருந்தா.'

சுரஞ்சனுக்கு எதுவுமே அப்புறம் காதில் விழவில்லை. உலகமே நிசத்தம் ஆனது போல உணர்ந்தான். வாயில் பிரஷுடன் அப்படியே நின்றான். ஹைதர் எப்போது வந்தான் என்று தெரியவில்லை.

'எப்படி இருக்கே?' என்ற அவனைப் பார்த்து எப்படி புன்னகைத்தான் என்பது ஆச்சரியமாக இருந்தது. ஏதேதோ பேசிக் கொண்டிருந்தான். நல்ல வேளை மாயா பக்கம் பேச்சுத் திரும்பவில்லை. ஆனால் பர்வீன் பக்கம் திரும்பியது.

'பர்வீன்க்கு டைவர்ஸ் ஆயிடிச்சு. இங்கதான் இருக்கா' என்றான்.

இதில் சுரஞ்சனுக்கு ஒன்றும் வருத்தம் இருக்கவில்லை. மாறாக ஒரு குரூர சந்தோஷம்தான் வந்தது. ஹைதர் புறப்பட்டுவிட்டான்.

★

சுதாமயால் கொஞ்சம் எழுந்து உட்கார முடிந்தது.

அந்த வீட்டிலேயே வாழவேண்டும் என்கிற ஆசை இருந்த ஒரே ஜீவன் மாயா. அப்பாவுக்குப் பக்கவாதம் என்பதால்தான் வந்தாள். இல்லாவிட்டால் பருல் வீட்டிலேயே இருந்திருப்பாள். அவளுடைய பிணம் மிதப்பதாக யாரோ சொல்கிறார்களே.. யார் போய் உடலை அடையாளம் காட்டுவது? யாருக்கு அந்தத் துணிவு இருக்கிறது? மாயா இதோ வந்து விடுவாள் இரண்டு நாட்களில், அல்லது இரண்டு வாரத்தில், அல்லது இரண்டு மாதத்தில் அல்லது இரண்டு வருடத்தில்... என்றோ ஒருநாள் வருவாள் என்கிற நம்பிக்கையை ஒரே நொடியில் உடைத்துக்கொள்ள யாருக்கு மனம் வரும்?

சுதாமய் சுரஞ்சனை அழைத்தார்.

அவர் இப்படி அழைத்துப் பலகாலம் ஆயிற்று. வந்தான்.

'இப்படிக் கையாலாகாதவனா வீட்டுக்குள் முடங்கி இருக்கோமேன்னு எனக்கு வெட்கமா இருக்கு' என்றார்.

'உங்களுக்கு வெட்கம், எனக்குக் கோபம்' என்றான் சுரஞ்சன்.

'உன்னை நினைச்சி எனக்கு பயமாவும் இருக்கு.'

'ஏன்?'

'ஹரிபாதா வந்திருந்தார். போலாவில் நிலைமை மிக மோசமாம். ஏகப்பட்ட பேர் வீட்டை இழந்து தெருவில் நிற்கிறாங்க. பெண்கள் கற்பழிக்கப்பட்டிருக்காங்க. நீ கண்ட நேரத்தில் வீட்டுக்கு வர்றே.'

'இதெல்லாம் உங்களுக்குப் புது நியூஸா இருக்கலாம்.'

'ஆமாம். உன்னை நினைச்சி பயம் உண்டாகுது இந்த நியூஸெல்லாம் கேட்கிறப்போ.'

'ஏன்? உங்களைப் பத்தி பயமே இல்லையா?'

'எங்களுக்கெல்லாம் வயசாச்சு. என்ன பண்ணிட முடியும்?'

'அவங்க என்ன சின்னவங்க பெரியவங்கன்னு பார்த்தா பண்றாங்க? உங்க தலையை வெட்டி பாரிகங்கால வீசிடுவாங்க. இந்த நாட்டில் இருக்கறவங்களோட குணம் என்னன்னு இன்னும் புரியலையா?'

இதைக் கேட்டதும் சட்டென்று சுதாமயின் முகம் மாறியது.

'நீ இந்த நாட்டுக்காரன் இல்லையா?' என்றார் கோபமாக.

‘இல்லை, என்னை இந்த நாட்டுப் பிரஜையா நினைக்கிறதை நிறுத்திக் கிட்டேன். காஜல் இந்துக்கள் பாரபட்சமா நடத்தப்படறதைக் கண்டிச்சி முஸ்லிம்களுக்கு எதிராப் பேசும்போது எனக்கு முன்பெல்லாம் வருத்தம் வரும். இந்துக்கள் வஞ்சிக்கப்படறதையே பேசிக்கிட்டிருக் காம இந்த நாட்டுக்கு என்ன தேவைன்னு யோசிப்போம்ன்னு சொல்வேன். இப்பத் தெரியுது, அவன் சொல்றதுதான் கரெக்ட்.’

‘கவலைப் படாதே, பெரியவங்கள்ளாம் அதைப் பத்திப் பேசறாங்க. பத்திரிகைகள்ள செய்தி வந்துக்கிட்டு இருக்கு. மக்களுக்கு விழிப்புணர்ச்சி வந்துக்கிட்டு இருக்கு’ என்று சமாதானமாகத் தட்டிக் கொடுத்தார்.

‘கிழிச்சாங்க’ என்றான் சுரஞ்சன் எரிச்சலுடன். தொடர்ந்து, ‘ஒரு குரூப் கத்திகளும் கோடாலிகளும் வச்சிக்கிட்டு சண்டை போடுது. அதை இன்னொரு குரூப் வெறுங்கையோட எதிர்கொள்ள வேண்டியிருக்கு’ என்றான்.

‘நீ என்ன நம்ம நெறிகளையே விட்டுக் கொடுத்துடலாம்ங்கிறியா?’

‘என்ன நெறிகளைப் பத்திப் பேசறீங்க? எல்லாமே சுத்த முட்டாள் தனம்.’

‘குறைந்த பட்சம் இந்த நாட்டில் அநீதியை எதிர்த்துக் கேட்கும் உரிமை யாவது மக்களுக்கு இருக்கே. எத்தனை நாடுகள்ள அந்த உரிமை இருக்கு?’

சுதாமயின் திருப்தியைப் பார்த்து அழுவதா சிரிப்பதா தெரியவில்லை சுரஞ்சனுக்கு.

பங்களாதேஷ் மக்கள் குடியரசு என்கிற பெயர் சீக்கிரமே பங்களாதேஷ் முஸ்லிம் குடியரசு என்று மாற்றப்பட்டுவிடும். மக்களின் வாழ்க்கை நெறிகள் இஸ்லாமிய தத்துவங்களைக்கொண்டு அமைக்கப்படும். பெண்களெல்லாம் புர்க்கா அணிந்து தெருவில் நடப்பார்கள். தொப்பியும், தாடியுமாகப் போகும் ஆண்கள் அதிகரிப்பார்கள். பள்ளிகள் கல்லூரிகளுக்கு பதில் பள்ளிவாசல்கள் தர்க்காக்கள் அமைக்கப்படும். இந்துக்கள் மெள்ளக் கொலை செய்யப்படுவார்கள். மீதமுள்ள இந்துக்கள் சமூக விரோதிகள் போல ஒளிந்து வாழ வேண்டி யிருக்கும். மதங்களில்லாத நவநாகரிக மனிதர்களாகக் காட்டிக் கொண்டவர்களெல்லாம் பழையபடித் தங்களை முஸ்லிம்களாகவும் இந்துக்களாகவும் காட்டிக்கொள்ள ஆரம்பித்துவிட்டார்கள்.

‘மாயா இனி வரவே மாட்டாளா?’ சுதாமயின் கேள்வி அவன் சிந்தனையைக் கலைத்தது.

‘தெரியல்லையே?’ என்றான். வேறென்ன சொல்வது?’

‘கிரன் தூங்கிப் பல நாளாச்சு. உன்ன நினைச்சும் கவலைப்படறா.’

‘நான் சாகணும்னு இருந்தா செத்துட்டுப் போறேன். எவ்வளவோ பேர் சாகறாங்க.’

‘என்னால இப்ப கொஞ்சம் உட்கார முடியுது. அம்மா ஹெல்ப் பண்ணா எழுந்து பாத்ரூம் கூடப் போக முடியுது. முழுக்க குணமாகாம மறுபடி பேஷண்ட்ஸை பார்க்க முடியாது. வீட்டு வாடகை ரெண்டு மாசமா பாக்கி, நீ ஏதாவது ஒரு வேலைக்குப் போனா...’

‘நான் கண்டவன் கிட்டே கை கட்டி வேலை செய்ய முடியாது.’

‘நம்ம குடும்பத்துக்காகப் பண்ணத்தான் வேண்டியிருக்கும். நாம ஒண்ணும் ஜமீந்தார் குடும்பம் இல்லை. நானும் ஒண்ணும் அவ்வளவு சம்பாதிச்சி வெச்சிடல்லை. நம்ம சொந்த ஊர்ல இருந்த நிலம் இன்னும் நம்ம கிட்டே இருந்தா ஒரு வீடு கட்டி இருக்கலாம். மீதமிருக்கிற வாழ்க்கையை அங்கே கழிச்சிருக்கலாம்.’

‘மடத்தனமா பேசாதிங்கப்பா.. ஒரு வேளை அதையெல்லாம் விற்காம இருந்திருந்தாலும் இந்நேரம் அடிச்சித் துரத்தி அதையெல்லாம் பிடுங்கியிருக்க மாட்டாங்க?’

‘எல்லாரையும் கெட்டவங்கன்னு நினைக்காதே. நாட்டில் இன்னும் நல்லவங்க இருக்காங்க.’

‘கிழிச்சாங்க.’

‘நீ ரொம்ப அவநம்பிக்கையா இருக்கே. இவ்வளவு அவநம்பிக்கை அவசியமில்லாதது.’

‘அவசியமில்லாம எல்லாம் இல்லை.’

‘உன் நண்பர்கள் எங்கே? எவ்வளவு ஆர்வமா கம்யூனிஸம் படிச்சே? உன் போல ஒத்த கருத்து இருக்கிற நண்பர்களோட நட்பா இருந்தியே? அவங்கள்ளாம் என்ன ஆனாங்க?’

‘அவனுக எல்லாருமே மதவெறி பிடிச்சவங்க.’

‘நீயும்தான் மதவெறி கொண்டவனா மாறிகிட்டிருக்கே.’

‘ஆமாம்.. மாறத்தான் மாறிகிட்டிருக்கேன். இந்த நாடு என்னை மாத்திக்கிட்டு இருக்கு.’

'இந்த நாடா? நாடா உன்னை மாத்திக்கிட்டு இருக்கு?'

'ஆமாம்.. இந்த நாடுதான்' என்றான் சுரஞ்சன் அழுத்தமாக.

★

அன்று முழுக்க படுக்கையிலேயே படுத்திருந்தான் சுரஞ்சன்.

வெளியே எங்குமே போகவில்லை. மாயா என்று சொல்கிறார்களே அந்த உடலைப் போய் பார்க்க வேண்டுமா? நீரில் ஊறி, வீங்கி விகாரமடைந்த அந்த முகத்தைப் பார்க்கத்தான் வேண்டுமா? கூடாது, தேவையில்லை என்று முடிவு செய்து கொண்டான்.

மதியம் ஏதோ நினைத்துக் கொண்டவனாக அலமாரியில் அவன் வாங்கி வைத்திருந்த புத்தகங்கள் எல்லாவற்றையும் இறக்கிக் கீழே போட்டான். உள்ளிருந்து இதைப் பார்த்துக் கொண்டிருந்த கிரன்மயி அவன் கரையானைத்தான் விரட்டிச் சுத்தம் செய்கிறான் என்று நினைத்துக் கொண்டார்.

டாஸ் கேப்பிடால், லெனின், மார்க்ஸ், மார்கன், கார்க்கி, தாஸ்தோவ்ஸ்கி, டால்ஸ்டாய், ழான் பால் சார்த்தர், பல்லோவ், ரபிந்தரநாத், நேரு, ஆஸாத்...

எல்லாவற்றிலிருந்தும் பக்கங்களைக் கிழித்து ஹாலில் கோபுரமாகக் குவித்தான். தீக்குச்சி ஒன்றைக் கிழித்து அடியில் வைத்தான். கரும்புகையுடன் தகதகவென்று எரிய ஆரம்பித்தன அந்தக் காகிதங்கள். புகை நாற்றம் தாளாமல் கிரன்மயி ஓடி வந்தார்.

'வாம்மா, நீயும் வந்து பக்கத்துல உட்காரு.. குளிருக்கு இதமா இருக்கு' என்று சிரித்தான்.

கிரன்மயி அதிர்ந்து நின்றார்.

'என்னடா ஆச்சு உனக்கு? பைத்தியம் கியித்தியம் பிடிச்சிடுச்சா?'

'ஆமாம்மா.. இத்தனை நாள் சரியானவனா இருந்து என்ன சாதிச்சேன்? அதான் பைத்தியம் ஆயிடலாம்ன்னு முடிவு பண்ணிட்டேன். அப்பவாவது ஏதாவது பண்ண முடியுதா பார்ப்போமே?'

சுதாமயால் மகனின் வலியைப் புரிந்துகொள்ள முடிந்தது.

சுரஞ்சன் இந்த அக்கினிக் குண்ட வளர்ப்புக்குப் பிறகு உள்ளே போய்ப் படுத்தான். தூங்கலாம் என்று நினைத்தாலும் தூக்கம் வரவில்லை.

மனதில் பர்வீனும் ரத்னாவும் மாறி மாறி வந்தார்கள். மதம் மாறவில்லையென்றால் காதல் இல்லை என்று போன பர்வீன் திரும்பிவந்துவிட்டாள். ரத்னா விஷயத்தில் இந்தப் பிரச்னை எழ வாய்ப்பில்லை. நிச்சயம் ரத்னா எதிர்பார்த்தபடி இருப்பாள். பார்த்து நீண்ட நாட்களாயின. இருக்கட்டுமே, எதிர்பார்க்கட்டுமே.. எதிர் பார்த்து எதிர்பார்த்து ஏங்கியபின் சந்திப்பு நிகழ்ந்தால் நன்றாகத்தானே இருக்கும்!

ரத்னாபற்றிய எண்ணம் வந்ததும் எல்லாக் கவலைகளும் மறந்து மனம் லேசாயிற்று. கதவை யாரோ தட்டுகிற சத்தம் சிந்தனையைக் கலைத்தது. எழுந்து திறந்தால்,

ரத்னா!

என்ன இது.. நிஜம்தானா.. கனவா?

எப்படி அவளை நினைத்ததும் சரியாக வந்து நிற்கிறாள்! அவளும் என்னையே நினைத்துக் கொண்டிருந்திருப்பாளோ. ஐயோ இப்போது பார்த்து அறை இவ்வளவு களேபரமாக இருக்கிறதே. சட்டென்று அவள் உட்கார ஒரு இடத்தைச் சுத்தம் செய்து 'வா' என்று சொல்லப் போகுமுன்,

'என் கூட யாரைக் கூட்டி வந்திருக்கேன் பார்' என்று சிரித்தாள்.

அவளுக்குப் பின்னாலிருந்து தோன்றிய இளைஞன் யாரென்று தெரிய வில்லை. அவள் அண்ணனாக இருக்கலாம். இதுவரை பார்த்த தில்லை. யார்? என்பது போலப் புருவத்தைச் சுருக்கிப் பார்த்தான்.

'ஹுமாயுன்.. என் கணவர்' என்று சிரித்தாள்.

அந்த ஒரு நொடியில் உலகம் சூன்யமானது அவனுக்கு. கடைசியாக அவன் பற்றிக்கொண்டிருந்த ஒற்றை மரமும் வேரோடு பெயர்ந்து விழுந்தது. அனைத்து இழப்புகளையும் தாங்கிக்கொண்டு ரத்னாவுடன் ஒரு புதிய வாழ்க்கையை வாழலாம் என்று அவன் கனவு கண்டுகொண் டிருந்தான். அவளோ ஒரு முஸ்லிமைக் கல்யாணம் செய்துகொண்டு விட்டிருக்கிறாள். அதோடு நிற்காமல் என்ன தைரியத்தில் என்னைப் பார்க்க வந்திருக்கிறாள். சுரஞ்சன் அவளுடனும் அவளுடைய அழகான ஒருவேளை அதி பணக்காரனான மாப்பிள்ளையுடன் உட்கார்ந்து இதமாகப் பேசிக்கொண்டிருக்கப்போவதில்லை. கைகளைக் குலுக்கிச் சிரித்த முகத்துடன் பேசி மீண்டும் வரும்படிக் கேட்டு... இந்த நாசூக்குகள், நாகரிகங்கள், பண்புகள் எதுவுமே இனி தேவையில்லை. எனக்கு வேலை இருக்கிறது. உங்களுடன் பேச நேரமில்லை என்று

முகத்தில் அடித்தாற்போல் சொன்னான்.. அவனுடைய இந்தப் பதிலைக் கேட்டுத் திடுக்கிட்ட அவர்கள், சொல்லாமல் கொள்ளாமல் வந்ததற்கு மன்னிப்புக் கேட்டபடியே உடனே வெளியேறினார்கள். டமால் என்று கதவை அவர்கள் போவதற்கு முன்பாகவே சாத்தினான்.

★

சுரஞ்சனுக்கு மூச்சுமுட்ட ஆரம்பித்தது. அவனுடைய அறையே கொதிகலன் போலக் கொதிக்க ஆரம்பித்தது. தப்பிக்க வழியின்றித் தவித்தான்.

படுக்கையில் படுப்பதும் எழுவதுமாக இருந்தான். செய்வதறியாது தவித்தான். மனதுக்குள்ளிருந்த சோகத்தையும் ஆற்றாமையையும் எப்படித் தவிர்ப்பது என்று புரியாமல் தவித்தான். வழக்கப்படி கிரன்மயி வந்து டீயை வைத்து விட்டுப் போனார். டீயைக் குடிக்கும் எண்ணம் கூட வராமல் அறையில் மேலும் கீழும் நடந்தான்.வீடு புராதனக் குட்டைபோல் தேங்கிக் கிடந்தது. அதன்மேல் இங்குமங்கும் ஓடும் பூச்சிகள்போல் அவர்கள் மூவரும் எந்த சத்தமும் எழுப்பாமல் நடமாடி வந்தனர்.

வீட்டில் நிலவிய அசாதாரண அமைதி கிரன்மயியின் திடீர் அழுகையில் குலைந்தது. எத்தனை நாள் அடக்கி வைத்த அழுகை, எத்தனை நாள் தேக்கி வைத்த கண்ணீர்.. அழுதுதானே ஆகவேண்டும். சுதாமய் அதிர்ச்சியில் எழுந்து பார்த்த சுரஞ்சன் அம்மாவைத் தொந்தரவே செய்யவில்லை.

அழட்டும்.

அதற்கு இன்னும் சுதந்தரம் இருக்கிறது இந்த நாட்டில்.

அப்பாவை நெருங்கிய சுரஞ்சன் 'அப்பா..' என்று அழைக்க, அவர் நிமிர்ந்து பார்த்ததும் அடுத்த வார்த்தை வராமல் தவித்தான். தொண்டை அடைத்தது.

'என்ன சுரேன்.. என்ன ஆச்சு?'

'நீங்க ஒத்துக்கமாட்டீங்க. பிளீஸ்.. பிளீஸ்ப்பா... எனக்காகத் தயவு செஞ்சி நான் சொல்றதைக் கேளுங்கப்பா. வாங்க போகலாம்...'

'எங்கே? எங்கே போகலாம்ங்கிறே?'

'இந்தியாவுக்கு.'

‘இந்தியாவுக்கா?’ அவன் ஏதோ கெட்ட வார்த்தையைச் சொல்லி விட்டதுபோல் அசூயையுடன் பார்த்தார்.

‘இந்தியா... இந்தியா... யாரோட தாய்நாடு அது? உங்கப்பனோட தேசமா, உங்க தாத்தாவா இல்லை அவருக்குத் தாத்தாவா? யாரோட தேசம் அது? பிறந்த நாட்டை விட்டு அங்கே ஓடறியே, வெக்கமா இல்லை உனக்கு?’ சுதாமய்க்கு உடல் நடுங்கியது.

‘பிறந்த நாடுதான். பிறந்து தொலைச்ச நாடுதான். என்ன பண்ணியிருக்கு உங்களுக்கு? உங்க பொண்டாட்டி ஏன் சுவத்தில் முட்டிகிட்டு அழறா? உங்க பொண்ணு எங்கே? இருக்காளா செத்துட்டாளான்னு தெரியுமா? உங்க பிள்ளைக்கு வேலை கிடைச்சதா? உங்களுக்கு பிரமோஷன் கிடைச்சதா? உங்க சொத்துக்களைத் தக்க வைக்க முடிஞ்சதா? என்னத் துக்காக அந்த நாட்டைக் கட்டிகிட்டு அழணும்?’ சுரஞ்சன் வெடித்தான்.

‘எந்த நாட்டில்தான் கலவரம் இல்லை? இந்தியாவில் இல்லையா? அங்கே எவ்வளவு பேர் சாகிறாங்கன்னு தெரியுமா?’

‘ஹ¬ம்.. கலவரமா? கலவரமா இருந்தா பரவாயில்லை. இது முஸ்லிம்கள் இந்துக்களைப் பண்ணுகிற படுகொலை.’

‘அப்ப உன்னை ஒரு இந்துன்னு சொல்லிக்கிறே இல்லை?’ சுதாமய் எழுந்திருக்க முயன்றார். அவரை அமர்த்திவிட்டு சுரஞ்சன் தொடர்ந்தான்.

‘நாத்திகனாவோ வெறும் மனித நேயனாவோ எப்படிக் காமிச்சிக் கிட்டாலும் நம்மை இவனுக இந்துவாத்தான் பார்ப்பானுக. நம்மை வேசி மகன்னு சொல்றாங்க. நீங்க இந்த நாட்டை எவ்வளவு நேசிக்கிறீங் களோ அந்த அளவு ஓரம் தள்ளப்பட்டுகிட்டு இருக்கீங்க. இவனுக யாரையும் நம்பாதீங்க. இவனுக எத்தனையோ பேருக்கு காசு வாங்காம வைத்தியம் பார்த்திருக்கீங்க. அதுல எத்தனை பேர் உங்க கஷ்டத்தில துணைக்கு வந்தாங்க? வாங்கப் போயிடலாம்.’

‘இல்லை.. நாம போய்ட்டா அப்புறம் மாயா வந்து நம்மைத் தேடி ஏமாந்து போவா.’

‘அவ வரமாட்டாப்பா.. அவ வரமாட்டா’ கணீரென்று பேசிக் கொண்டிருந்த சுரஞ்சனின் தொண்டை கம்மியது.

உட்கார்ந்திருந்த சுதாமய் படாலென்று படுக்கையில் விழுந்தார்.

‘என்னால மாயாவைக் காப்பாத்த முடியல்லை.. வேறே யாரைக் காப்பத்தப் போறேன்? காப்பாத்தித்தான் என்ன ஆகப் போகுது’ அவர் உடல் குலுங்கியது.

'நம்மை.. நம்மைக் காப்பாத்திகணும்ப்பா... இங்கேயே இருந்து என்ன பண்ணப் போறோம்? நடந்ததையெல்லாம் நினைச்சி நினைச்சி வருத்தப்பட இங்கே இல்லாமப் போனாத்தான் என்ன? எந்த சந்தோஷத்தை விட்டுட்டுப் போறோம்?'

'அங்கே போய் என்ன பண்ணப் போறோம்?'

'இங்கே என்ன பண்றோம்?'

'வேர் இங்கே விட்டப்புறம் அங்கே போய் நட்டு என்னைக்கு வேர் வர்றது? எப்போ வளர்றது?'

'இங்கிருக்கிற வேர்களால என்ன பிரயோஜனம்? பாதுகாப்பான, சக்தி வாய்ந்த வேர்களா இருந்தா ஏன் இப்படிக் கதவுக்குப் பின்னால ஒளிஞ்சு கிடக்கணும்? அவங்களுக்கு ஆத்திரம் வந்தா வீடு பூந்து ஆளைக் கடத்த முடியுது, கொளுத்த முடியுது, கொல்ல முடியுது.. நம்மாலே திருப்பி அடிக்கவாவது முடியுதா?'

'இப்பத்தான் நிலைமை திருந்திக்கிட்டு வருது. உணர்ச்சிவசப்பட்டு அவசர முடிவுகள் இப்போ எடுக்காதே.'

'நிலைமை திருந்தறதா? அப்படி எதுவுமே ஆகாது. கிழிக்கிறதுக்கு நகங்களையும், கடிக்கிறதுக்கு பற்களையும் தயார் பண்ணிக்க அப்பப்ப கொஞ்சம் இடைவெளி தேவை அவங்களுக்கு. உங்களுக்குப் பிடிச்ச வங்காளி உடைகூட உங்களாலே போட்டுக்க முடியல்லை. கிளம்புங்க... இங்கே என்ன வேலை.'

'முடியாது, என்னாலே வர முடியாது.. போறதுன்னா நீ போய்க்கோ' கர்ஜித்தார் சுதாமய்.

'அப்ப நீங்க வரல்லை?'

'இல்லை.'

'நிச்சயமா?'

'நிச்சயம் வரல்லை.'

சுதாமயின் வார்த்தைகள் கான்க்ரீட் போல உறுதியாக இருந்தன.

சுரஞ்சன் செய்வதறியாது நின்றான். அப்பாவின் குணம் தெரியும். அவருடைய பிடிவாதம் தெரியும். போகவும் மனமின்றி இருக்கவும் மனமின்றி வெறுப்புடன் படுக்கையில் விழுந்தான்.

★

229

நாள்13

சுரஞ்சன் தூங்க ஆரம்பிக்கும்போது ஏறக்குறைய வெள்ளிமுளைக்கும் நேரம்.

தூக்கத்தில் ஆழ்ந்த சில நிமிஷங்களில் ஒரு எழிலான ஆற்றங்கரை ஓரம் நடந்து போவது போலக் கனவு. மெல்லிய காற்று, பறவைகள் சத்தம். சீட்டியடித்தபடி போன அவனுடைய சந்தோஷம் அதிக நேரம் நீடிக்க வில்லை. பெரிய அலை ஒன்று வந்து அவனைத் தழுவி உள்ளிழுத்தது.

சுழல் ஒன்றில் சிக்கிச் சுழன்று உள்ளே மூழ்க ஆரம்பித்தான். மூச்சே வரவில்லை. எப்படியேனும் வெளியே வந்துவிடத் துடித்தான். அலறு வதற்கு முயன்றான், குரலே எழவில்லை. மெள்ள மெள்ள முயன்று பெருங்குரலெடுத்து சத்தம் போட முயன்றபோது பாதிக் குரல் வெளியில் வந்தது.

யாரோ கையைப் பிடித்தார்கள்.

அது கனவில்லை நிஜம் என்பது புரிந்தது. கண்ணைத் திறந்து பார்த்தான்.

அம்மா தாங்கிப் பிடித்திருக்க,

அப்பா!

'அப்பா!'

'சுரஞ்சன்...' அப்பாவின் குரல் தழுதழுத்தது. 'போகலாம்.. போயிடுவோம்.. வாப்பா' என்றார்.

சுரஞ்சனுக்குத் தன் காதில் விழுவது சரிதானா என்கிற சந்தேகம் உண்டானது.

'அப்பா...?'

அப்பாவின் கண்களில் ஒருவித ஒளி தெரிந்தது. பொழுது நன்கு விடிந்துவிட்டிருந்தது. ஜன்னலின் இடைவெளியினூடே சூரிய வெளிச்சம் அறைக்குள் பாயத் தொடங்கியிருந்தது.

'போயிடுவோம்ப்பா' என்றார் அப்பா.

'எங்கேப்பா?'

'இந்தியாவுக்கு..'

அவருடைய குரல் உடைந்து வெளிவந்தது. ஆனால், அந்த வார்த்தைகள் அவர் வாயில் இருந்து வெளிவந்துவிட்டது. சிரமப்பட்டு அதைச் சொல்லிவிட்டார். அது அப்படித்தான் நடந்தாகவேண்டும் என்று அவர் புரிந்துகொண்டுவிட்டிருந்தார். அவருடைய மனத்துக்குள் மலைபோல் இருந்த விஷயங்கள் எல்லாம் நாளாக நாளாக சரியத் தொடங்கியிருந்தன.

★

www.ingramcontent.com/pod-product-compliance
Lightning Source LLC
Chambersburg PA
CBHW031947010726
47493CB00007B/2112
*9789351351580*